அண்ணாந்து பார்!

என். சொக்கனின் பிற நூல்கள்

வாழ்க்கை வரலாறு

கம்ப்யூட்டர்ஜி

கூகுள் : ஒரு வெற்றிக் கதை

இரும்புக் கை மாயாவி

அம்பானி : ஒரு வெற்றிக் கதை

சச்சின் : ஒரு புயலின் பூர்வகதை

டிராவிட் : இந்தியப் பெருஞ்சுவர்

வீரப்பன் : வாழ்வும் வதமும்

சார்லி சாப்ளின் கதை

குஷ்வந்த் சிங் : வாழ்வெல்லாம் புன்னகை

இன்ஃபோசிஸ் நாராயணமூர்த்தி

நாடகமல்ல வாழ்க்கை

சல்மான் ரஷ்டி : ஃபத்வா முதல் பத்மா வரை

அரசியல்

கேஜிபி: அடி அல்லது அழி!

மரியாதையாக வீட்டுக்குப் போங்கள் மகாராஜாவே!

அயோத்தி : நேற்றுவரை

ஹமாஸ் : பயங்கரத்தின் முகவரி

சிறுகதை

என் நிலைக்கண்ணாடியில் உன் முகம்

மிட்டாய்க் கதைகள் (மொழிபெயர்ப்பு)

ஒரு பச்சை பார்க்கர் பேனா

அண்ணாந்து பார்!

என். சொக்கன்

கிழக்கு

அண்ணாந்து பார்!
Annandhu Paar!

N. Chokkan ©

First Edition: 2004
Second Edition: February 2007
184 Pages, Price Rs. 80
Printed in India.

ISBN 978-81-8368-006-6

Kizhakku - 21
Kizhakku, An imprint of
New Horizon Media Pvt. Ltd.,
No.33/15, Eldams Road,
Alwarpet, Chennai - 600 018.
Phone : 044 - 42009601/03/04
Fax : 044 - 43009701

In Madurai: 82, 1st Floor, Dhaanapa Muthali St.,
Madurai - 1. Phone: 0452 - 4230701

Email : support@nhm.in
Website : www.nhm.in

Author's Email : nchokkan@gmail.com

Publisher
Badri Seshadri
Chief Editor
Pa. Raghavan
Editor
A.R. Kumar
Editor-in-charge
Marudhan
Asst. Editor
M.Muthuraman
Sub Editors
Mugil
Sa.Na. Kannan
R. Muthukumar
Balu Sathya
Chief Designer

TITLE :	Aṇṇāntu pār /
AUTHOR STAT :	Eṉ. Cokkaṉ.
EDITION STAT :	2nd ed.
IMPRINT :	Chennai : Kizhakku, 2007
LANGUAGE :	In Tamil.

D.K Agencies (P) Ltd.   **DKTAM-5958**
www.dkagencies.com

அன்புடன்

நண்பன் பிரகாஷுக்கு.

முன்குறிப்பு:

அத்தியாயங்களின் தலைப்புகள் அனைத்தும்,
அண்ணா தன் படைப்புகளுக்கு சூட்டிய தலைப்புகளில்
இருந்து தேர்ந்தெடுக்கப்பட்டிருக்கின்றன.

உள்ளே

இருவர்

1

முதலாம் சந்திப்பு - 1935

திருப்பூரில் ஏற்பாடாகியிருந்த வாலிபர் மாநாடு அது. குள்ளமான தோற்றத்துடன் மேடையேறிய அந்த இளைஞருக்கு, சுமார் இருபத்தைந்து வயதிருக்கலாம். உருவத்திலோ உடை அலங் காரங்களிலோ சொல்லிக்கொள்ளும்படியாக எந்தவிதமான கவர்ச்சியும் இல்லை.

ஆனால், அவர் தனது பேச்சைத் தொடங்கிய மறுகணம், இவரிடம் ஏதோ விஷயம் இருக் கிறது என்பது எல்லோருக்கும் புரிந்துவிட்டது. பேசத் தேர்ந்தெடுத்துக்கொண்ட தலைப்பில் இருந்து இம்மியளவும் பிசகாமல், கேட்கச் சுகமான அடுக்குமொழிகளின் துணையோடு, ஆதாரபூர்வமான வாதங்களை நேர்த்தியாகப் பட்டியலிட்டு, அங்கிருந்த அனைவரையும் கட்டிப்போட்டுவிட்டார் அந்த இளம் பேச் சாளர்.

அந்த மாநாட்டில் கலந்துகொண்ட பிரமுகர் களுள் மிக முக்கியமானவர், பக்கத்து நகரமான ஈரோட்டிலிருந்து வந்திருந்த தந்தை பெரியார். திராவிடர்கள், முக்கியமாகத் தமிழர்கள் சுய மரியாதை உணர்வு பெறவேண்டும் என்பதற் காகவே தனி இயக்கம் தொடங்கி நடத்திக்

கொண்டிருந்த அவருக்கு, அந்த இளைஞரின் பேச்சும் சிந்தனைப் போக்கும் மிகவும் பிடித்துவிட்டது.

அன்றைய கூட்டத்தின் முடிவில், அவர்கள் இருவரும் சந்தித் தனர். பெரியாருக்கு, தன்னைப்போலவே சிந்திக்கக்கூடிய, வேகமும் விவேகமும் நிறைந்த ஒருவரைச் சந்திக்கும் சந்தோஷம். அவருக்கு எதிரே நின்றிருந்த சி.என். அண்ணாதுரை என்ற அந்த இளைஞருக்கோ, பல்வேறு சீர்திருத்தக் கருத்து களின்மூலம் தன்னைக் கவர்ந்த தந்தை பெரியாரை நேரில் பார்த்து பேசிவிட்ட பரவசம்.

'என்ன செய்கிறாய்?' என்று அன்போடு விசாரித்தார் பெரியார்.

'படிக்கிறேன்' என்றார் அண்ணாதுரை. அப்போது அவர் பி ஏ ஹானர்ஸ் பரிட்சை எழுதிவிட்டு, தேர்வு முடிவுகளை எதிர் பார்த்துக்கொண்டிருந்தார்.

'அடுத்து என்ன செய்வதாக உத்தேசம்?' - ஆர்வத்தோடு கேட்டார் பெரியார், 'உத்தியோகம் பார்க்கப்போகிறாயா?' என்று கேட்டார்.

'இல்லை' என உடனடியாக உறுதியாகச் சொன்ன அண்ணா, 'உத்தியோகம் பார்க்கும் விருப்பம் இல்லை; பொதுவாழ்வில் ஈடுபட விரும்புகிறேன்' என்றார்.

அன்றிலிருந்து, பெரியாரின் முதன்மைச் சீடராகிவிட்டார் அண்ணாதுரை. அரசியல், சமூகப் பணிகளில் மட்டுமின்றி, தனிப்பட்டமுறையிலும் அவரைத் தம்முடைய மகன்போலவே அக்கறையோடு கவனித்துக்கொள்ளத் தொடங்கினார் பெரியார்.

இரண்டாம் சந்திப்பு – *1948*

பெரியாரின் சொந்த ஊரான ஈரோட்டில், திராவிடர் கழகம் ஒரு சிறப்பு மாநாட்டைக் கூட்டியிருந்தது. தலைமைப் பொறுப்பை ஏற்றிருந்தவர், சி.என். அண்ணாதுரை.

மாநாடு கூட்டப்பட்டதன் நோக்கம், ஹிந்தி எதிர்ப்பைப் பதிவு செய்வது. ஆனால், திரண்டிருந்த மக்கள் முணுமுணுத்துக் கொண்டது வேறொரு சமாச்சாரத்தைப் பற்றி. 'பெரியார் ஏற்பாடு செய்திருக்கிற மாநாட்டுக்கு, அண்ணாதுரை தலைமை தாங்கு கிறாராமே!'

மக்களின் இந்த ஆச்சரியத்துக்கு முக்கியமான காரணம் - சென்ற வருடம்தான் பல விஷயங்களில், பெரியாருக்கும் அண்ணா துரைக்கும் கருத்து வேறுபாடுகள் முளைத்திருந்தன. தனிப்பட்ட முறையில் தொடங்கிய இந்த விரிசல், இருதரப்பினரைச் சேர்ந்தவர்களின் மேடைகளில் ஊதிப் பெரிதாக்கப்பட்டிருந்தது.

பெரியார்மீது மிகுந்த மரியாதையும் அன்பும் கொண்டிருந்த அண்ணா, இந்தப் பிரச்னைகளைப் பெரிதாக்க விரும்பவில்லை. ஆகவே, திராவிடர் கழக நிகழ்ச்சிகளில் அதிகமாகக் கலந்து கொள்வதையே அவர் தவிர்க்கத் தொடங்கியிருந்தார்.

இதனால், பெரியார் தரப்பினரின் கோபம் அதிகமானதே தவிர குறையவில்லை. தந்தை - தனயன், குரு - சீடர் என்றெல்லாம் வர்ணிக்கப்படுகிற அளவுக்கு உணர்ச்சிப்பூர்வமான பிணைப்பைக் கொண்டிருந்த பெரியார் - அண்ணா இடையே, சில மாதங் களுக்குள் பெரும் பிளவு ஏற்பட்டுவிட்டது.

இப்படியொரு சூழ்நிலையில், பெரியார் ஒரு மாநாட்டைக் கூட்டி, அதற்கு அண்ணாவைத் தலைமை தாங்க அழைத்திருக் கிறார் என்பதை பலராலும் நம்பமுடியவில்லை. ஈரோட்டில் ஒரு பெரிய கலாட்டா காத்திருக்கிறது என்றுதான் அவர்கள் ஊகித் தார்கள்.

ஆனால், அவர்கள் நினைப்புக்கு நேரெதிராக, அந்த மாநாடு மிகச் சிறப்பாக நடைபெற்றது. தலைமை தாங்கிய அண்ணாவை, காளைகள் பூட்டிய அலங்கார வண்டியில் அழைத்துவந்து கௌரவித்தார் பெரியார். என்னதான் கருத்து வேறுபாடுகள் இருப்பினும், 'ஹிந்தி எதிர்ப்பு' என்கிற பொதுப் பிரச்னை, அவர்களை இணைத்திருப்பதை உணரமுடிந்தது.

இந்தச் சந்திப்பு, திராவிடர் கழகத் தொண்டர்களிடையே பெரும் உற்சாகத்தை உருவாக்கியது. அதைப் பிரதிபலிக்கும் வகையில், மாநாட்டு மேடையில் பெரியாரின் பேச்சும் இருந்தது.

'நான் பொதுத் தொண்டில் ஈடுபட்டு நாற்பது ஆண்டுகளுக்கு மேல் ஆகிவிட்டது. இனியும் எத்தனை நாள்களுக்குத்தான் என்னால் உழைக்கமுடியும்? கட்சியின் நலன் நாடி உழைக்க, நமது இயக்கத்தில் பலர் இருக்கிறார்கள்.'

'அண்ணாதுரை படித்தவர், பகுத்தறிவுவாதி, நல்ல எழுத்தாளர், பேச்சாளர். அத்துடன் உங்கள் அபிமானத்தைப் பூரணமாகப்

பெற்றவர், வாலிபர். அவர் ஒருவரே போதும் நம்மை நடத்திச் செல்ல!' என்ற பெரியார், 'வயதாகிய தந்தை, தன் பொறுப்பை மகனிடம் ஒப்படைத்துவிடுவதுதான் நியாயம். உலக நடை முறையும்கூட. ஆகவே, நான் இன்று எனது பெட்டிச் சாவியை அண்ணாவிடம் உங்கள் முன்னிலையில் கொடுத்துவிடுகிறேன்' என்றுகூறி சாவியைக் கொடுத்தார்.

பலரும் எதிர்பாராத திருப்பம் அது. பெரியார் - அண்ணா பூசலைப் பெரிதாக்கிக் குளிர் காயலாம் என்று நினைத்துக்கொண்டிருந்த பலர், இந்தப் பேச்சைக் கேட்டு அதிர்ந்துபோனார்கள். அதே சமயம், அண்ணாவின்மீது அன்பு கொண்டிருந்த தொண்டர்கள் பலருக்கு, பெரியாரின் இந்த அறிவிப்பு இதமளித்தது.

பாசமும் பெருந்தன்மையும் பொங்கி வழிந்த இந்தச் சந்திப்பு நிகழ்ந்த அடுத்த சில மாதங்களுக்குள், பெரியாரின் மனம் மீண்டும் மாறிவிட்டது. தனியே பேசவேண்டிய பெருங்கதை அது.

மூன்றாம் சந்திப்பு – 1967

தமிழகத்தில் எதிர்ப்புக்கே இடமில்லாதபடி நீண்டதோர் ஆட்சியை நடத்திவந்த காங்கிரஸ் இயக்கம், 1967 தேர்தல்களில் பெரும் தோல்வியைச் சந்தித்தது. அதனை எதிர்த்துப் போட்டி யிட்ட திராவிட முன்னேற்றக் கழகம் (தி.மு.க.) மற்றும் அதன் தோழமை அமைப்புகள், பெரும்பான்மை இடங்களை வென்று, ஆட்சி அமைக்கும் தகுதி பெற்றன.

இதைத்தொடர்ந்து, தி.மு.க. தலைவரான அண்ணா, தமிழக ஆளுனர் உஜ்வல் சிங்கைச் சந்தித்து, ஆட்சி அமைக்கும் உரிமை கோரினார். அதன்பின்னர், தன்னுடைய தம்பிகளுடன் திருச்சிக்குக் கிளம்பினார்.

அந்தப் பயணத்தின்போது, முந்தைய இருபது ஆண்டு நிகழ்வுகள் தான் அண்ணாவின் மனத்தை ஆக்கிரமித்திருந்தன. சந்தர்ப்ப சூழ்நிலைகளால், திராவிடர் கழகத்திலிருந்து, பெரியாரின் தலைமையிலிருந்து விலகி, தனி இயக்கம் தொடங்க நேர்ந்தது, அதன்பிறகு படிப்படியாகக் கட்சியை வளர்த்து, தேர்தலில் போட்டியிட்டு, வெற்றி, தோல்வி அலைகளில் எதிர்நீச்சல் போட்டு இப்போது ஆட்சியைப் பிடித்திருப்பதுவரை எல்லா வற்றையும் நினைத்து நெகிழ்ந்துகொண்டிருந்தார் அவர்.

அண்ணாவுக்கும் அவரது தம்பிகளுக்கும், இத்தனை வருடங் களுக்குப் பிறகு தந்தை பெரியாரை மீண்டும் சந்திக்கப்போகும் சந்தோஷம். இடையில் நிகழ்ந்துவிட்ட மாற்றங்களால் அவர்கள் எதிரெதிர் அணியில் நிற்க நேர்ந்திருந்தாலும், அண்ணாவோ அவரது ஆதரவாளர்களோ எப்போதும் பெரியாரை எதிர்த்துப் பேசியதில்லை, இழிவுபடுத்தியதுமில்லை.

அந்த அன்பு மரியாதையால்தான், ஆட்சிப் பொறுப்பை ஏற்குமுன் பெரியாரிடம் ஆசி பெறவேண்டும் என்று விரும்பினார் அண்ணா. எத்தனை கருத்து வேறுபாடுகள் இருந்தாலும், தி.மு.க.வில் ஒவ்வொருவரும் பெரியாரிடம் பயிற்சி பெற்று வளர்ந்த பிள்ளைகள் அல்லவா?

அண்ணாவும் பிற தி.மு.க. பிரமுகர்களும் அனுமதி பெற்று பெரியார் இல்லத்தினுள் நுழைந்தார்கள். பெரியாரின் அருகே சென்று அமர்ந்தார் அண்ணா.

நெகிழ்ச்சியில், இருவருக்கும் என்ன பேசுவது என்றே தெரிய வில்லை. அவர்கள் தன்னிடம் வாழ்த்து பெற வந்திருக்கிறார்கள் என்று கேள்விப்பட்டபோது, 'என்னைக் கூச்சப்படவைத்து விட்டீர்கள்' என்று கண்ணீருடன் தழுதழுத்தார் பெரியார்.

மார்ச் 6-ம் தேதி, அண்ணா தலைமையிலான திராவிட முன்னேற்றக் கழக அமைச்சரவை பொறுப்பேற்றுக்கொண்டபோது, பெரியார் தனது 'விடுதலை' இதழில் எழுதிய தலையங்கம், தி.மு.க.வின் கண்ணியமான பழகுமுறையை வியந்து அவர்கள் ஆட்சிப் பொறுப்பில் வெற்றியடைய வாழ்த்தி இருந்தது.

எல்லோராலும் 'அண்ணா' என்று அன்போடு அழைக்கப்பட்ட 'காஞ்சிபுரம் நடராஜன் அண்ணாதுரை'யின் வாழ்வில், இந்த மூன்று சந்திப்புகளும் அவற்றுக்கு வழிவகுத்த முந்தைய நிகழ்வுகளும்தான், மிக முக்கியமான திருப்புமுனைகளாக அமைந்தன. இவற்றில் ஏதேனும் ஒன்று நிகழாதிருந்தாலும், அவரது வாழ்க்கை வேறுவிதமாகத் திசைமாறியிருக்கக் கூடும்.

தனிப்பட்ட வாழ்க்கை, சமூக வாழ்க்கை என்று பிரித்தறிய முடியாதபடி வாழ்ந்தவர் அண்ணா. இந்தியா சுதந்தரம் பெற்ற முதல் இருபது ஆண்டுகளில், அவருடைய அரசியல் சமூகக் கொள்கைகள், நடவடிக்கைகள்தான் தமிழகத்தின் தலைவிதியை நிர்ணயித்திருக்கின்றன என்று தயங்காமல் சொல்லிவிடலாம்.

இதற்கு சாட்சியாக, கடந்த நாற்பது ஆண்டுகளில் அண்ணாவும் அவருடைய வழிவந்தவர்களும்தான் தமிழகத்தை ஆட்சி செய்திருக்கிறார்கள். அவரால் தோற்கடிக்கப்பட்ட காங்கிரஸ், இன்றுவரை இங்கே தனித்து நின்று ஜெயிக்கமுடிந்ததில்லை.

குறைந்த காலமே உயிர் வாழ்ந்தாலும், அவருக்கு இணையாக இன்னொருவரைச் சொல்லமுடியாதபடி போராடிச் சாதித்தவர் அவர். பல தலைமுறைகளை, நேரடியாகவும் மறைமுகமாகவும் பாதித்த உயர்வான வாழ்க்கை அண்ணாவுடையது. அவரைப் படிப்பதும் தமிழகத்தின் ஆரம்பகால அரசியல் வரலாறைப் புரட்டிப்பார்ப்பதும் ஒன்றுதான்.

2 நெற்றியில், நெஞ்சில்

1909-ம் ஆண்டு, செப்டம்பர் 15-ம் தேதி, சின்ன காஞ்சிபுரம் வரகுவாசல் தெருவிலிருந்த 54-ம் எண் ஓட்டுவீட்டில் பிறந்தார் அண்ணாதுரை. அவர்களுடையது சாதாரணமான நெசவாளர் குடும்பம். தந்தை நடராஜன், தாய் பங்காரு அம்மாள்.

அண்ணாவின் தாயார் பெயரை, பாப்பம்மாள் என்று சில வரலாற்று நூல்கள் குறிப்பிடுகின்றன. ஆனால், அண்ணாவுடைய குடும்பத்தார் உள்பட பெரும்பாலானோர், அவரை 'பங்காரு அம்மாள்' என்றுதான் எழுதியிருக்கிறார்கள்.

அண்ணாதுரை பிறந்தபோது, அவர்கள் வீடு அப்படியொன்றும் வசதியில் திளைத்துக்கொண் டிருக்கவில்லை. அதேசமயம், வறுமையின் கொடுமையில் வாடினார்கள் என்றும் சொல்லி விடமுடியாது. கைக்கும் வாய்க்கும் சரியாக இருந்த எளிமையான நடுத்தர வாழ்க்கைதான்.

ஆனால், இந்தச் சிரமங்களெல்லாம் தங்களுடைய மகனுக்குத் தெரிந்துவிடாதபடி அண்ணாவின் பெற்றோர் பார்த்துக்கொண்டார்கள். முடிந்த வரை, அவனுக்குத் தேவையானதையெல்லாம் கிடைக்கச் செய்துவிடவேண்டும் என்பதே அவர்களுடைய முக்கிய நோக்கமாக இருந்தது.

சிறுவயதில், அண்ணாவின் தந்தை-தாயாரைவிட அவர்மீது அதிக நேசம் செலுத்திய ஒரு ஜீவன் உண்டென்றால், அது அவருடைய சித்தி ராசாமணி அம்மாள்தான். அண்ணாவால் 'தொத்தா' என்று பிரியத்துடன் அழைக்கப்பட்டவர் இவர்.

தொத்தாவுக்கு இரட்டைக் குழந்தைகள் பிறந்து, சிறுவயதிலேயே இறந்துபோயிருந்தன. இதனால், குழந்தை அண்ணாதுரைமீது மிகுந்த பாசம் கொண்ட அவர், பையன்மீது எந்தத் தூசுத் துரும்பும் பட்டுவிடாதபடி கவனமாகப் பார்த்துக்கொண்டார்.

இது ஏதோ மிகைப்படுத்தப்பட்ட வாசகம் என்று நினைத்துவிட வேண்டாம். குழந்தை காலில் மண் பட்டால் ஆயுள் குறைந்து விடும் என்று யாரோ சொன்னதை நம்பி, சின்னப் பையன் அண்ணாவை தெருவில் இறங்கி விளையாடக்கூட அனுமதிக்க மாட்டாராம் தொத்தா.

காஞ்சிபுரத்தின் பெரும்பான குடும்பங்களைப் போலவே, அண்ணாவின் வீடும் பக்திமார்க்கத்தில் மூழ்கியிருந்தது. இதனால், மிகச் சிறிய வயதிலிருந்தே அடிக்கடி கோயில் களுக்குச் சென்று பிரார்த்தனை செய்யும் பழக்கம் அவருக்கு வந்துவிட்டது.

அந்த வயதில், அண்ணாவுக்கு மிகவும் பிடித்த கடவுள் பிள்ளை யார். தினந்தோறும் சாமி கும்பிட்டு, நெற்றியில் அழகாக நாமம் இட்டுக்கொள்ளாமல், அவர் வீட்டைவிட்டு எங்கும் வெளியே சென்றது கிடையாது.

இப்படிப் பக்திமானாகக் கோயில்களைச் சுற்றிவரத் தொடங்கிய அண்ணாதுரையிடம், விரைவில் வேறொரு சுவாரசியமான பழக்கமும் தொற்றிக்கொண்டது. கோயில்களில் உள்ள சிற்பங் கள், ஓவியங்களின் அழகை, நிதானமாக ரசித்துப் பாராட்டத் தொடங்கினார் அவர். இதற்காகவே, கூட்டம் அதிகமுள்ள பிரபலமான கோயில்களை முடிந்தவரை தவிர்த்துவிடுவார் அண்ணா.

இத்தனைக்கும் காஞ்சிபுரத்தின் மிகப் புகழ்பெற்ற வரதராஜப் பெருமாள் கோயில், அண்ணா வீட்டுக்கு அருகில்தான் இருந்தது. ஆனால் அதைத் தவிர்த்துவிட்டு, அதிகக் கூட்டம் இல்லாத புண்ணியகோடீஸ்வரர் கோயில்வரை சென்று திரும்புவார் அண்ணா.

நீண்ட ஜடை, காதில் கடுக்கண், நெற்றியில் நாமம் என்று நேர்த்தியான அழகு கொஞ்சிய அண்ணாதுரைக்கு, அவருடைய பெற்றோர் பெண் வேடம் அணிவித்து அழகு பார்த்தார்கள். ஆனால், இப்படிச் சர்வ அலங்காரங்களுடனும் தன்னை ஒரு மூலையில் உட்காரவைத்துவிடுவதுதான் அண்ணாவுக்குப் பிடிக்கவே இல்லை.

அப்போது அவருடைய விருப்பத்தையெல்லாம் யார் கேட்டார்கள்? அப்பா, அம்மா, தொத்தா சொன்னால் கேட்கவேண்டியதுதான். வேறு வழியே இல்லை!

எப்போதாவது அண்ணாவுக்குக் கோபமும் வருவதுண்டு. ஆனால், அந்தக் கோபத்தை எப்படி வெளிப்படுத்தவேண்டும் என்பதுகூட அந்தப் பிஞ்சு மனத்துக்குப் புரிந்திருக்கவில்லை. கோபம் வந்தால், பெஞ்சுக்குக் கீழே சென்று ஒளிந்துகொண்டுவிடுவார். பிறகு? அப்படியே தூங்கிவிடுவார். ஒருவழியாகத் தூக்கம் கலைந்து எழுந்து வரும்போது, முந்தைய கோபம் இருந்த இடம் தெரியாமல் மறைந்திருக்கும்.

அப்படியே கொஞ்சம் கோபம் மிச்சமிருந்தாலும்கூட, சுடச்சுட ரவா உப்புமாவோ, அல்லது உளுந்து வடையோ செய்து கொடுத்தால், அந்த ருசியில் இந்த உலகத்தையே மறந்துவிடுவார் அண்ணா.

சிறுவயதில் அண்ணா அசைவம் சாப்பிட்டுக் கொண்டிருந்தவர்தான். ஆனால், அவருக்குப் பதின்மூன்று வயதாகியிருந்தபோது, ‘பிற உயிரினங்களின்மீது அன்பு செலுத்தவேண்டும்’ என்று ஒருவர் பேசக் கேட்டு, சுத்த சைவத்துக்கு மாறிவிட்டார். அதன்பின்னர், பல வருடங்கள் கழித்து, தந்தை பெரியாரின் அணுக்கத் தொண்டராகி, அவரோடு பல ஊர்களைச் சுற்றிக்கொண்டிருந்த காலகட்டத்தில்தான், வேறுவழியில்லாமல் மீண்டும் அசைவத்துக்கு மாறினார் அண்ணா.

நல்ல சாப்பாடைப் போலவே, சிறுவயதில் அண்ணாவை மிகவும் கவர்ந்த இன்னொரு விஷயம், காலை எழுந்தவுடன் வெந்நீர்க் குளியல். அதன்பிறகு, கனிவு கொடுக்கும் நல்ல பாட்டு.

அண்ணாவின் பாட்டு ஆசை, சினிமாவைப் பார்த்து வந்ததில்லை. கைக்குழந்தை வயதிலிருந்தே அவரைத் தூங்கவைக்க

வேண்டுமானால், யாரேனும் பாடியாகவேண்டும். அதன்பிறகு, அந்தக் காலகட்டத்தில் மிகப் பிரபலமடைந்திருந்த தெருக்கூத்து எனப்படும் எளிய நாடக வடிவம்தான், அவரை மிகவும் கவர்ந்திழுத்தது.

அந்தச் சின்ன வயதிலேயே, பல தெருக்கூத்துகள் நாடகங்களைப் பார்த்து ஆர்வம் கொண்ட அண்ணா, இரணியன் வேடம் போட்டுக் கொண்டு, 'அண்டரெண்டம் கதிகலங்க வந்தேனே' என்று பாடி ஆடினார். இதைப் பார்த்து வீட்டில் எல்லோருக்கும் ஆச்சரியம்.

அவர்களுடைய வியப்பை பாராட்டாக எடுத்துக்கொண்ட அண்ணா, தனக்குள் நாடக ஆர்வத்தை மேலும் வளர்த்துக் கொண்டார். இதன் விளைவு, நண்பர்களுடன் சேர்ந்து அரிச் சந்திரன் நாடகம் எழுதி, மாட்டுக் கொட்டகையில் அது அரங்கேற்றம் ஆனது.

அண்ணா குழுவினரின் 'வீட்டு'க் கூத்தைப் பார்த்துத் தலையில் அடித்துக்கொண்ட அவருடைய பாட்டி, பேரனைத் திட்டித் தீர்த்தார். உள்ளே பிடித்து இழுத்துச் சென்றார். அரிச்சந்திர வேடத்திலிருந்த அண்ணா, அப்போதைக்கு வேறுவழி இல்லாமல் அப்போதைக்கு வாயை மூடிக்கொண்டபோதும், அவருக்குள் எழுந்திருந்த நாடக ஆர்வம் மட்டும் தணியவே இல்லை.

அண்ணாவை நன்றாகப் படிக்கவைக்கவேண்டும் என்பதே தொத்தாவின் ஆசை. அவர் வழக்கறிஞராக, கலெக்டராக, சமூகத்தில் அந்தஸ்துள்ள பெரிய மனிதராக வளரவேண்டும் என்றுதான் திரும்பத் திரும்ப சொல்லிக்கொண்டிருப்பார் அவர்.

காஞ்சிபுரம் பச்சையப்பன் பள்ளியில் தொடக்கக் கல்வி பயின்ற அண்ணாவும், தொத்தாவின் விருப்பத்துக்கேற்ப நன்கு படிக்கும் மாணவராகத் திகழ்ந்தார். பாடப் புத்தகங்களை மட்டுமின்றி, வீட்டில் முறுக்கு, கடலை, பட்சணம் வாங்கிவரும் காகிதங் களைக்கூட விட்டுவைக்காமல் படித்துத் தீர்த்துக்கொண் டிருந்தார் அவர்.

இதையெல்லாம் பார்க்கப் பார்க்க, தொத்தாவுக்குப் பெருமை தாங்கவில்லை. மகனைப் படிக்கச் சொல்லி, பக்கத்திலேயே உட்கார்ந்து 'உம்' கொட்டியபடியே கேட்டுக்கொண்டிருப்பார். இத்தனைக்கும், அவருக்குப் பாடத்தில் ஒரு வார்த்தை, எழுத்து

கூடப் புரியாது. என்றாலும், பையன் படிப்பதைக் கேட்பதில் அப்படியொரு சந்தோஷம்.

அண்ணா கொஞ்சம் வளர்ந்து பெரியவரானபின், மாட்டு வண்டியை தானே அதிவேகத்தில் ஓட்டியபடி பள்ளிக்குச் செல்லத் தொடங்கினார். அதே வேகம், அவருடைய படிப்பிலும் தென்பட்டது. ஆண்டு விழாக்களில், பெரும்பாலான பரிசுகள் அண்ணாதுரைக்குதான் வந்து சேரும்.

அந்த வயதிலேயே அபாரமான நினைவாற்றலைக் கொண் டிருந்த அண்ணா, எந்தப் பாடத்தையும் ஒருமுறைக்குமேல் படித்தது கிடையாது. பல சமயங்களில், வகுப்பில் கவனிப்பது மட்டும்தான் அவருடைய 'படிப்பு'. மற்றபடி வீட்டுக்கு வந்து புத்தகத்தைத் தொடுகிற அவசியமே இருக்காது.

ஆனால், தேர்வு என்று வந்துவிட்டால் மனப்பாடம் செய்து ஒப்பிப்பதுபோல் இல்லாமல், சகல விஷயங்களையும் தன் னுடைய பாணியில் மளமளவென்று எழுதித் தள்ளிவிடுவார் அண்ணா. பள்ளியிலும் கல்லூரியிலும் பல ஆசிரியர்கள் அவ ருடைய விடைத்தாள்களைப் பார்த்து ஆச்சரியத்தில் மூழ்கிப் போயிருக்கிறார்கள்.

பின்னாள்களில், மிகக் கடினமான கல்லூரிப் பாடங்களைச் சந்தித்தபோதுகூட, அண்ணாதுரை எதற்காகவும் மெனக்கெட்டு உட்கார்ந்து படித்ததோ தேர்வுகளுக்குத் தயார் செய்துகொண்டதோ இல்லை. வகுப்பில் பேராசிரியர்கள் சொல்வதை நோட்ஸ்கூட எடுத்துக்கொள்ள மாட்டார். காதால் கேட்பது நேரே மூளைக்குச் சென்று, அவரது வசீகர நடையில் பதிவாகிவிடும்.

இப்படி எல்லாவிதங்களிலும் ஓர் உன்னதமான மாணவராக இருந்த அண்ணா, இந்த அதீத தன்னம்பிக்கையாலேயே, ஒருமுறை தேர்வில் தவறிவிட்டார்.

ஒருமுறைகூட இல்லை, பள்ளி இறுதித் தேர்வில் இரண்டு முறை சறுக்கல். அதுவும் கணிதப் பாடத்தில்! அதன்பிறகு மூன்றாவது முறையாக முயன்று, அதே பாடத்தில் நல்ல மதிப்பெண்களுடன் தேறினார்.

பள்ளியில் படித்துக்கொண்டிருந்த காலத்தில், ஏதேனும் ஒரு தேர்வில் பிரமாதமாக மார்க் எடுத்துப் பாஸ் செய்துவிட்டால்,

அண்ணாவுக்கு பெருமையைக்காட்டிலும் - சந்தோஷம்தான் அதிகமாக இருக்கும். காரணம், 'தொத்தா, நான் பரீட்சையில் நூற்றுக்குத் தொண்ணூறு மார்க் வாங்கியிருக்கிறேன் என்று சொன்னால், தொத்தாவின் முகத்தில் ஒரு பரவசம் படருமே! அந்தக் காட்சிக்கு ஈடு இணையாக எதையும் சொல்லமுடியாது!' என்பார்.

பரவசத்தைவிட, இந்த சமயத்தில் தொத்தாவிடம் எது கேட்டா லும் கிடைக்கும் என்பதுதான் விசேஷம்.

உதாரணமாக, பல ஆண்டுகள் நீண்ட சடைக் குடுமியோடு பள்ளிக்குச் சென்று திரும்பிக்கொண்டிருந்த அண்ணாவுக்கு, மற்ற பையன்களைப்போலவே தானும் 'கிராப்' வெட்டிக் கொள்ளவேண்டும் என்று ஆசை. ஆனால், தொத்தாவிடம் இதைக் கேட்டால் திட்டு விழுமோ என்று பயம்.

இதற்காக, ஓர் அட்டகாசமான வேலை செய்தார் அவர். பரீட்சை ஒன்றில் நல்ல மார்க் வாங்கி, அதைத் தொத்தாவிடம் சொல்லி, அவருடைய சந்தோஷமான மனோநிலையைப் பயன்படுத்திக் கொண்டு, கிராப் வெட்டிக்கொள்ள அனுமதி வாங்கிவிட்டார்.

இப்படி அவ்வப்போது தொத்தாவுடன் விளையாடுவதைத் தவிர்த்துவிட்டுப் பார்த்தால், அந்தக் காலகட்டத்தில் அண்ணா வின் கவனம் முழுவதும் படிப்பில்தான் இருந்தது. விளை யாட்டு, உடற்பயிற்சி என்று எதிலும் அவருக்கு ஆர்வம் இல்லை.

அண்ணாவின் பள்ளியில், எல்லா மாணவர்களும் கண்டிப்பாக உடற்பயிற்சி பெறவேண்டும் என்ற நோக்கத்துடன் விசேஷ டிரில் வகுப்புகளுக்கு ஏற்பாடு செய்திருந்தார்கள். இந்தக் கட்டாய வகுப்புகளிலிருந்து எப்படியாவது தப்பிக்கவேண்டும் என்று நினைத்த அண்ணா, இதற்காக ஏகப்பட்ட நொண்டிச் சமாதானங்களைத் தயார் செய்தார்.

அந்தக் காலகட்டத்திலும் அதன்பிறகு கல்லூரியில் படித்த போதும்கூட, பொழுதுபோக்குக்கு என்று நேரம் ஒதுக்குகிற பழக்கமே அண்ணாவுக்கு இல்லை. எப்போதாவது அபூர்வமாக சினிமா பார்ப்பார், நண்பர்களுடன் கேரம் விளையாடுவார், அல்லது சீட்டாடுவார். அவ்வளவுதான்!

இப்படி அண்ணாவின் இளம்பருவம், ஓடி ஆடாத நிதானத்துடன் அமைந்தது தொத்தாவின் அன்பு கலந்த கண்டிப்பால்தான்.

வெளியுலகத்தின் அபாய சாத்தியங்களைத் தவிர்ப்பதற்காகவே, பையனை எந்நேரமும் வீட்டோடு கட்டிப்போடவேண்டும் என்று விரும்பிய அவர், தன்னையும் அறியாமல் அண்ணாவின் பேச்சு ஆர்வத்தைத் தூண்டிவிட்டார்.

துறுதுறு வயதில், ஒரு பையன் எவ்வளவு நேரம்தான் வீட்டுத் திண்ணையிலேயே உட்கார்ந்துகொண்டு மற்றவர்கள் விளை யாடுவதை வேடிக்கை பார்த்துக்கொண்டிருக்க முடியும்? பொழுது போகாத அண்ணா, கைக்குக் கிடைத்த காகிதங்களை யெல்லாம் படிக்கத் தொடங்கினார். அவற்றைப்பற்றி உரக்கப் பேசுவதும் உள்ளே சிந்திப்பதும் நிகழ்ந்தது.

இந்தக் காலகட்டத்தில், தனது குடும்பத் தொழிலான நெசவிலும் பயிற்சி பெற்றார் அண்ணா. நெசவுக்கான துணை வேலைகளைச் செய்து கொடுத்தால், அவருக்குத் தினந்தோறும் கால் அணா கூலி கிடைக்கும்.

ஏழை நெசவாளர்களின் வாழ்க்கை முறை, ஏழைமை, அவர் களுடைய பிரச்னைகள் என்று பல விஷயங்களை நெஞ்சில் விதைத்துக்கொண்டார் அண்ணா. இவற்றையெல்லாம் முழுமை யாகப் புரிந்துகொண்டு உரிய தீர்வு காண்கிற அளவு அப்போது அவருக்கு மன முதிர்ச்சி இல்லாவிட்டாலும், அண்ணாவின் சிந்தனைப் போக்கை இந்தப் புதிய 'ஞானம்' வெகுவாகப் பாதித்திருந்தது.

கிட்டத்தட்ட இதே காலகட்டத்தில், தமிழகத்தில் ஒரு மிக முக்கியமான அரசியல் திருப்பம் ஏற்பட்டுக்கொண்டிருந்தது. அதன் முன்னணியில் நின்று செயல்பட்டுக்கொண்டிருந்தவர், ஈ.வெ. ராமசாமி நாயக்கர்.

3

'தென்னிந்திய நல உரிமைச் சங்கம்' என்பது தான் அந்த அமைப்பின் முழுப் பெயர். ஆனால் அப்படி நீட்டி முழக்கினால், பெரும்பாலும் அந்த அமைப்பின் நிர்வாகிகளுக்கே அது புரியாமல் அக்கம்பக்கத்தில்தான் சந்தேகமாகத் தேடிப் பார்ப்பார்கள்.

மாறாக, 'நீதிக் கட்சி' என்ற பெயர்தான் எல்லோ ருக்கும் தெரிந்தது, புகழும் பெற்றது. கொஞ்சம் ஆங்கிலம் கலந்து 'ஜஸ்டிஸ் கட்சி' என்றால் இன்னும் விசேஷம்.

தமிழர்கள் மற்றும் தென்னிந்தியர்களின் நலனுக்காகப் போராடிய அந்த அமைப்புக்கு, இப்படி ஓர் ஆங்கிலம் கலந்த பெயர் அமைந்து விட்டது சற்றே விநோதமான நகைமுரண் தான். சங்கத்தின் கொள்கைகளைப் பரப்பு வதற்காக நடத்தப்பட்ட ஆங்கில இதழின் பெயர் 'ஜஸ்டிஸ்'. பின்னர், அதுவே அந்த அமைப்பின் பெயராகிவிட்டது.

1916-ம் ஆண்டு நவம்பர் 20-ம் தேதி, பல்வேறு துறைகளில் திராவிடப் பெருங்குடி மக்களுடைய உரிமைகளைப் பாதுகாக்கும் நோக்கத்துடன் தொடங்கப்பட்ட இயக்கம் அது. சர் பி. தியாக ராயர், டாக்டர் நடேசன், டாக்டர் டி.எம். நாயர்

போன்றோர் இதனை உருவாக்கியவர்களில் முக்கியமான வர்கள்.

இயக்கத்துக்கு 'தென்னிந்திய நல உரிமைச் சங்கம்' என்று அழகாகப் பெயர் சூட்டினாலும், ஆரம்பத்திலிருந்தே 'பிராமணர் அல்லாதவர்களுக்கான இயக்கம்' என்றுதான் அதனைப் பெரும் பாலானோர் அழைத்தார்கள். காரணம், 'திராவிடர்கள்' என்பதற் கான முக்கிய வரையறைகளில், மொழிகள், நிலப் பரப்பு, சமு தாயம் ஆகியவற்றுடன், 'பிராமணர்களைத்தவிர மற்ற எல்லோ ரும்' என்பதும் முக்கியமாகச் சேர்ந்துகொண்டு இருந்தது.

இதனால், பிராமணர்கள் அல்லாத மற்றவர்களுடைய நலனுக் காகப் போராடும் இயக்கமாக, 'தென்னிந்திய நல உரிமைச் சங்கம்' வளர்ந்தது. காலப்போக்கில் 'ஜஸ்டிஸ் கட்சி' அல்லது 'நீதிக் கட்சி' என்ற சுருக்கமான பெயரே நிலைத்துவிட்டது.

இதே காலகட்டத்தில், ஜஸ்டிஸ் கட்சியால் நடத்தப்பட்டுக் கொண்டிருந்த தமிழ் இதழின் பெயர் 'திராவிடன்'. ஆனால், இந்தப் பெயர் இயக்கத்துக்கு அமைய, அவர்கள் இன்னும் பல ஆண்டுகள் காத்திருக்க வேண்டியிருந்தது.

பெயர் எதுவாக இருந்தாலும், நீதிக் கட்சி மிகக் குறுகிய காலத்தில் ஏராளமான மக்களின் ஆதரவைப் பெற்ற இயக்கம் என்பதில் மாற்றுக் கருத்தே இல்லை. இதனால், தொடங்கப்பட்ட சில வருடங்களுக்குள் பலமடங்கு பலத்துடன் வளர்ந்து, தமிழகத்தின் ஆட்சியைப் பிடித்துவிட்டது நீதிக் கட்சி.

அப்படியானால், இந்தக் காலகட்டத்தில் நீதிக் கட்சியைவிடப் பலமான கட்சியே தமிழகத்தில் தோன்றவில்லையா?

இந்தக் கேள்விக்குக் கிடைக்கும் பதில், சற்றே விநோதமானது. காங்கிரஸ் இயக்கம், நீதிக் கட்சிக்கு இணையான அல்லது அதைவிட வலுவான தொண்டர் பலத்தைப் பெற்றிருந்தது. ஆனால், பல காரணங்களால் அவர்கள் தேர்தலில் போட்டியிடும் நிலைமையில் இல்லை அல்லது போட்டியிட விரும்பவில்லை. இதனால், ஒப்பீட்டளவில் மக்கள் ஆதரவு அதிகம் பெருகா விட்டாலும்கூட, நீதிக் கட்சி தொடர்ந்து ஆட்சியில் இருந்தது.

இவர்களுள் பெரும்பான்மை மக்கள் யாரை ஆதரித்தார்கள் என்கிற கோடி ரூபாய்க் கேள்வி ஒருபுறமிருக்க, அவர்களோ

காங்கிரஸ், நீதிக் கட்சி இரண்டையும் வெவ்வேறு துருவங் களாகவே நினைத்தார்கள் என்பதுதான் இங்கே முக்கியம்.

இதற்குக் காரணம், அப்போதெல்லாம் காங்கிரஸ் என்று சொன்னாலே, இந்தியாவின் விடுதலைக்காகப் போராடும் பேரியக்கம் என்ற பிம்பம்தான் எல்லோர் மனத்திலும் தோன்றும். ஆனால் நீதிக் கட்சியைப் பொறுத்தவரை, ஒடுக்கப்பட்டோ ருக்குச் சமூக உரிமை, சுதந்தரம் கிடைக்கச் செய்வதுதான் அவர்களுடைய அவசியமான, அவசரமான முதல் நோக்கமாக இருந்தது.

நிச்சயமாக, இதுவும் ஓர் உயர்வான ஒரு நோக்கம்தான். ஆனால் இதனைப் பெறுவதற்காக, ஆங்கிலேயர்களுடன் கொஞ்சம் அனுசரித்துப்போனால் தப்பில்லை என்கிற கொள்கையை அவர்கள் முன்னிறுத்தியதுதான் கொஞ்சம் பிரச்னையாகி விட்டது.

அதாவது, அந்நிய ஆட்சியை அகற்றவேண்டும் என்று போராடு கிறது காங்கிரஸ். ஆனால், நீதிக் கட்சியோ ஆங்கிலேயர்களோடு இணைந்து செயல்படலாம் என்கிறது. இப்படித்தான் பெரும் பாலான மக்கள் பிரித்துப் பார்த்துக்கொண்டிருந்தார்கள். இதனால், நீதிக் கட்சி பிரிட்டிஷாருக்கு ஆதரவானது என்று ஒரு பெயர் உருவாகியிருந்தது.

போதாக்குறைக்கு, அப்போது நீதிக் கட்சியை முழுக்கமுழுக்கப் பெரும் பணக்காரர்கள்தான் ஆக்கிரமித்திருந்தார்கள். தொண்டர் களில் தொடங்கி பெரும்பான்மை மக்களின் ஆதரவு, கொஞ்சம் கொஞ்சமாகக் குறைந்துகொண்டிருந்தது.

இப்படியொரு சரிவு தங்களைக் கீழ்நோக்கி இழுத்துக் கொண்டிருப்பதை, நீதிக் கட்சியின் பிரமுகர்கள் உணரவே இல்லை என்பதுதான் வேதனையான விஷயம். அவர்களுடைய 'அசட்டை' மனப்பான்மைக்கு முக்கியக் காரணம், இந்தக் காலகட்டத்தில் எதிர்த்தரப்பான காங்கிரஸும் தமிழகத்தில் பல பிரச்னைகளைச் சந்தித்துக்கொண்டிருந்ததுதான்.

அப்போது, காங்கிரஸின் முக்கியத் தூணாக இருந்தவர் - ஈ.வெ.ரா.பெரியார். ஜாலியன் வாலாபாக் படுகொலை சமயத்தில், ஆங்கிலேய ஆட்சி செய்த பல கொடுமைகளை நேரில் பார்த்தபிறகு, தீவிர தேசியவாதியாகிவிட்டார் பெரியார்.

காங்கிரஸில் இணைந்து, அதன் வளர்ச்சிக்காக பாடுபட்டுக் கொண்டிருந்தார்.

காங்கிரஸில் பெரியாரை மிகவும் பாதித்த ஒரு விஷயம் உண் டென்றால் அந்தக் கட்சியைச் சேர்ந்தவர்கள் பலருமே, 'வருணா சிரமம்' எனப்படும் ஆதிக்கக் கொள்கையைத் தவறாமல் பின்பற்றிவந்ததுதான். இதன்மூலம், ஒரு சமுதாயத்தைச் சேர்ந்த வர்கள் மட்டும் மற்றவர்கள்மீது அதிகாரம் செலுத்துவது பெரியாருக்குப் பிடிக்கவில்லை.

தேசியம், சுதந்தரப் போராட்டம் என்பதெல்லாம் சரிதான். ஆனால், காங்கிரஸில் ஒரு குறிப்பிட்ட சமுதாயத்தினர் மட்டும் ஆதிக்கம் செய்வது என்ன நியாயம் என்று பகிரங்கமாகக் கேள்வி கேட்டார் பெரியார். அவர்களைத் தவிர, 'மற்றவர்கள்' எல்லோ ருக்கும் கட்சியில் நிலையான, நியாயமான பங்கு இல்லை. அரசாங்க உத்தியோகத்தில் இடமும் இல்லை. அவர்களுக்குத் தனி உணவுப் பந்தி, தனிப்பட்ட பழகுமுறைகள் என்று அனு தினம் அவமானப்படுத்துகிறார்கள். இதெல்லாம் ஏன்?

பெரியாரின் இந்தத் தீப்பொறிக் கேள்விகளுக்கு, காங்கிரஸ் பிரமுகர்களிடமிருந்து உருப்படியாக எந்த பதிலும் கிடைக்க வில்லை. இதுபோன்ற ஆதிக்க மனோபாவ நடவடிக்கைகளைத் தவிர்ப்பதற்காக அவர் செய்த சில ஏற்பாடுகளுக்கும் உரிய பலன் கிடைக்கவில்லை.

இத்தனைக்கும், பெரியார் அப்போது தமிழக காங்கிரஸ் கட்சி யில் முக்கியப் பொறுப்பில் இருந்தார். எனினும், அதன் பிழைகளைத் திருத்துவதற்கு அவரால் எதுவும் செய்யமுடிய வில்லை. அவரது முயற்சிகளுக்கு பெரும்பான்மையினரின் ஆதரவும் இல்லை.

பொறுத்துப் பொறுத்துப் பார்த்த பெரியார், ஒருகட்டத்தில் கோபத்தில் பொங்கிவிட்டார். 1925-ம் ஆண்டு காஞ்சிபுரத்தில் நடைபெற்ற ஒரு மாநாட்டின்போது, காங்கிரஸால், பிராமணர் அல்லாதவர்கள் எந்தப் பலனும் பெறமுடியாது என்று பகிரங்கமாகக் கண்டனம் செய்துவிட்டு அந்தக் கட்சியிலிருந்து வெளியேறிவிட்டார்.

பிராமணர் அல்லாதவர்களுக்காகக் குரல் கொடுத்துக் காங்கிரஸி லிருந்து வெளியேறிய ஒருவர், அடுத்து என்ன செய்வார்?

காங்கிரஸின் 'எதிரி'யான நீதிக் கட்சிதானே அவருக்குச் சரியான இடமாக இருக்கமுடியும்?

ஆனால், இங்கேயும் பெரியாருக்குச் சில தயக்கங்கள் இருந்தன. ஆங்கிலேயர்களோடு இந்தியர்கள் இணங்கி வாழலாம் என்கிற நீதிக் கட்சியின் அணுகுமுறையை அவரால் முழுமனத்தோடு ஏற்றுக்கொள்ள முடியவில்லை. இதனால், பெரியார் அப்போது நீதிக் கட்சியில் இணையவில்லை. மாறாக, 'சுயமரியாதை இயக்கம்' என்ற பெயரில் ஒரு புதிய அமைப்பைத் தொடங்கி நடத்தலானார். கட்சிச் சார்பில்லாத, சமூக முன்னேற்றத்துக் காகப் பாடுபடும் இயக்கமாக இது அமைந்திருந்தது.

இருபதுகளின் மத்தியில் பெரியார் தொடங்கிய இந்தச் சுயமரியாதை இயக்கத்தின் நோக்கங்கள் என்ன?

பல தலைமுறைகளாக தமிழன் அடங்கியே வாழ்கிறான் என்பதுதான், பெரியாரின் உறுதியான கருத்து மற்றும் ஆதங்க மாக இருந்தது. இதன்மூலம், அவனுக்குள் அடிமை உணர்வும், தாழ்வு மனப்பான்மையும் அதிகமாகிவிட்டது. தன்னுடைய மொழியையும் இனத்தையும் அதன் தனித்தன்மையையும் அவனால் பாதுகாத்துக்கொள்ள முடியவில்லை என்று எண்ணினார் அவர்.

இதற்காக, தமிழனுக்குச் சுயமரியாதை எண்ணத்தை ஊட்ட வேண்டும் என்கிற நோக்கத்துடன் அவரது அமைப்பு தொடங்கப் பட்டது. அதன்பிறகு பெரியாரின் எழுத்து, பேச்சு என அனைத்தும் இந்தத் திசை நோக்கியே அமைந்திருந்தன.

தேர்தலில் போட்டியிட்டு ஆட்சியைப் பிடிக்கவேண்டும் என்கிற ஆசையெல்லாம் பெரியாருக்குச் சுத்தமாக இல்லை. தமிழ்ச் சமூகம் மேம்படவேண்டும், அதற்காகத் தமிழகத்தின் மூலை முடுக்குகளிலெல்லாம் சென்று பேசவும் தமிழனைத் தட்டி யெழுப்பவும் தயாராக இருந்தார் அவர்.

பெரியாரின் இந்த முயற்சிக்கு, மக்களிடையே, முக்கியமாக இளைஞர்கள் மத்தியில் நல்ல வரவேற்பு இருந்தது. எல்லாத் தரப்பினரிடமும் தனது இயக்கத்துக்கு ஆதரவு திரட்டிய பெரியார், சுயமரியாதை மாநாடுகள், பேரணிகள் போன்ற வற்றை நடத்தி, பெரும்பான்மை மக்களிடையே தனது கொள்கை கள் கருத்துகளைச் சென்று சேர்க்கலானார்.

ஆனால், கிட்டத்தட்ட இதேபோன்ற நோக்கங்களுக்காக ஏற்கெனவே நீதிக் கட்சி என்ற ஒன்று இயங்கிக்கொண்டிருக்கையில், இன்னோர் இயக்கம் எதற்காக என்கிற குழப்பம் பெரும்பாலான சமூகப் பார்வையாளர்கள் மத்தியில் இருந்தது.

பெரியாருக்கும் இந்தக் கேள்வி நிச்சயமாகத் தோன்றியிருக்க வேண்டும். ஆனால், அப்போதைய நீதிக் கட்சியுடன் தன்னால் மன ஒற்றுமை கொள்ளமுடியாது என்பது அவருக்கு உறுதியாகத் தெரிந்திருந்தது.

அந்தக் கட்சியைக் காட்டிலும் அதில் உள்ளவர்களுடைய சில நடவடிக்கைகள்தான், தன்னையும் மற்ற பொதுமக்களையும் இந்தத் தயக்கத்தினுள் தள்ளிவிட்டிருக்கின்றன என்று எண்ணினார் பெரியார். ஆகவே, நீதிக் கட்சி ஒருபக்கமிருக்க பெரியாரின் சுயமரியாதை இயக்கமும் சுறுசுறுப்பாக இன்னொரு பக்கத்தில் வளர்ந்துகொண்டிருந்தது.

சுயமரியாதை இயக்கம் தொடங்கப்பட்டபோது, அண்ணாதுரைக்கு வயது பதினேழு. அண்ணா பள்ளியில் படித்துக் கொண்டிருந்த காலகட்டத்திலேயே, காங்கிரஸ், நீதிக் கட்சித் தலைவர்களின் மேடைப் பேச்சுகளை அவ்வப்போது கேட்டிருக்கிறார். ஆனால், சொல்லிக்கொள்ளும்படியான அரசியல் ஆர்வம் எதுவும் அப்போது அவருக்கு உண்டாகவில்லை. அவருடைய கவனமெல்லாம், முழுக்க முழுக்க படிப்பின்மீதுதான் குவிந்திருந்தது. பள்ளி இறுதித் தேர்வில் இரண்டுமுறை தோல்வி அடைந்தபிறகு, நிலைமையைச் சமாளிப்பதற்காக அவர் தனது முழுத் திறமையையும் வெளிப்படுத்தி உழைக்க வேண்டியதாயிற்று.

இதற்காக, ஓர் அட்டகாசமான வழியைக் கண்டுபிடித்தார் அண்ணா. பரீட்சைக்குப் படிக்கும்போதும் எழுதும்போதும் அவ்வப்போது ஒரு சிமிட்டாப் பொடியை எடுத்துப் போட்டுக் கொண்டால், அந்தச் சுறுசுறுப்பில் அவருடைய எழுத்துவண்டி அதிவேகமாகவும் மிகத் திறமையாகவும் ஓடியது.

அந்தச் சின்ன வயதில், இது தவறான பழக்கம்தான். எனினும், அண்ணா அதைப்பற்றியெல்லாம் கவலைப்படவில்லை. பொடி போட்டால் படிப்பில் கவனம் அதிகரிக்கிறது, நன்றாகத் தேர்வு எழுதி நிறைய மார்க் வாங்கமுடிகிறது, போதாதா?

அண்ணா எஸ்.எஸ்.எல்.சி. பரீட்சை எழுதிக்கொண்டிருந்த சமயம், அவருடைய இந்தப் பொடிப் பழக்கத்தால் தேர்வு அறையில் ஒரு வேடிக்கையான சம்பவம் நடந்தது.

சுறுசுறுப்பாகத் தேர்வு எழுதிக்கொண்டிருந்த அண்ணா, அவ்வப்போது வேகம் குறையும்போதெல்லாம் தன்னுடைய மடியில் வைத்திருந்த பொடி மட்டையை வெளியே எடுத்து, கொஞ்சம் பொடியை மூக்கில் உறிஞ்சிக்கொண்டார். பின்னர், அந்தப் பொடி மட்டையை மடித்துவைத்துவிட்டு எழுதுவதைத் தொடர்ந்தார்.

இதைக் கவனித்துக்கொண்டிருந்த தேர்வு அலுவலர் ஒருவர், அவரைத் தவறாக நினைத்துவிட்டார். தேர்வுக்கான குறிப்பு களை அண்ணா ஒளித்துவைத்திருக்கிறார் என்று எண்ணி, 'என்னப்பா, பரீட்சையில பிட் அடிக்கிறியா?' என்று அவரை அதட்ட ஆரம்பித்தார்.

கொஞ்சமும் பதற்றப்படாத அண்ணா, அமைதியாகத் தன்னு டைய பொடி மட்டையை அவருக்கு எடுத்துக் காண்பித்தார். அதைப் பார்த்தவுடன், அந்தத் தேர்வு அலுவலரின் முகத்தில் அசடு வழிந்தது.

இயல்பான புத்திசாலித்தனம், கடின உழைப்பு, கூடவே கொஞ் சம் மூக்குப் பொடி - இந்த மூன்றையும் சரிவிகிதத்தில் கலந்து ஜெயித்துவிட்டார் அண்ணா. இரண்டுமுறை அவருக்குத் தண்ணி காட்டிய கணக்குப் பரீட்சையில், மூன்றாம் முயற்சியில் நல்ல மதிப்பெண்களுடன் தேர்ச்சி பெற்றார்.

அடுத்து, கல்லூரியில் சேர்ந்து மேலே படிக்கவேண்டும் என்பதுதான் அண்ணாவின் ஆசை. தொத்தாவின் விருப்பமும் அதுவேதான். ஆனால், அவர்களுடைய குடும்பத்தின் பொரு ளாதார நிலைமை, அதற்கான சாத்தியங்களை அனுமதிக்க வில்லை.

கல்லூரிப் படிப்பு என்றால், நிறையச் செலவாகும். அப்போதைய நிலைமையில், அப்படிப்பட்ட ஒரு பெரிய செலவைத் தன் குடும்பத்தால் ஏற்கமுடியாது என்பதைப் புரிந்துகொண்ட அண்ணா, தன்னுடைய விருப்பத்தை மென்று விழுங்கிவிட்டு வேலைக்குச் செல்லத் தயாரானார்.

காஞ்சிபுரம் நகராட்சியில் அவருக்கு எழுத்தர் (க்ளார்க்) வேலை கிடைத்தது. அங்கே சுமார் ஆறு மாதங்கள்வரை பணியாற்றினார் அண்ணா.

என்னதான் வேலைக்குச் சென்று சம்பாதிக்கத் தொடங்கிவிட்டாலும், அண்ணாவுக்கு இதில் முழுச் சம்மதமோ, ஒன்றுதலோ இல்லை. எப்படியாவது கல்லூரியில் சேர்ந்து படிக்க ஒரு வாய்ப்புக் கிடைத்துவிடாதா என்று ஏங்கிய அவர், அதற்கான முயற்சிகளையும் தொடர்ந்துகொண்டிருந்தார்.

சில மாதங்களுக்குப்பிறகு, அவருடைய முயற்சிக்கு நல்ல பலன் கிடைத்தது. பிற்படுத்தப்பட்ட பிரிவுகளைச் சேர்ந்த மாணவர்களுக்கான கல்வி உதவித்தொகைத் திட்டம் ஒன்றின்கீழ், அண்ணாவைக் கல்லூரியில் சேர்த்துப் படிக்கவைக்க முன்வந்தது ஓர் அறக்கட்டளை.

அண்ணாவின் கல்லூரிப் படிப்புக்கான கல்விக் கட்டணம், பாடப் புத்தகங்கள் என்று முக்கியமான செலவுகள் எல்லாவற்றையும் இந்த 'பச்சையப்பன் அறக்கட்டளை' ஏற்றுக்கொண்டது. ஆகவே, தன்னுடைய வேலையைத் துறந்து சென்னை பச்சையப்பன் கல்லூரியில் இன்டர்மீடியட் வகுப்பில் சேர்ந்துகொண்டார் அவர்.

அடுத்த ஐந்து வருடங்கள், அண்ணாவின் வாழ்க்கையில் மிக முக்கியமானவை. வெளியே பெரியாரின் தலைமையில் ஒரு புரட்சிக்கான விதை ஊன்றப்பட்டுக்கொண்டிருந்த அதே காலகட்டத்தில், மிகவும் ஆசைப்பட்டு, கஷ்டப்பட்டு இந்தக் கல்லூரியினுள் நுழைந்திருந்த அண்ணா, படிப்பு ஒன்றுதான் எனக்கு முக்கியம் என்று ஆர்வத்தோடு களத்தில் இறங்கி இருந்தார்.

சில ஆண்டுகளுக்குப் பிறகு, அண்ணாவும் பெரியாரும் சந்தித்துக்கொண்டபோது, அது தமிழகத்தின் மிக முக்கியமான திருப்புமுனையாக அமைந்துவிட்டது.

4

பச்சையப்பன் கல்லூரியில் நடந்த ஒரு விழா வில் உரையாற்றிய அண்ணா, அதன் முதல்வர் பேராசிரியர் கிருஷ்ணமூர்த்தியைப்பற்றி இப்படிக் குறிப்பிட்டார்:

'முதல் ஆண்டு மாணவர்களுக்கு, அவர் சர்வாதி காரி. இரண்டாம் ஆண்டு மாணவர்களுக்கு அவர் சக்கரவர்த்தி. மூன்றாம் ஆண்டு மாணவர் களுக்கு, அவர் ஒரு தோழர்!'

அந்த காலத்தில் அநேகமாக எல்லா ஆசிரியர் களும், தங்களுடைய மாணவர்களுடன் இப் படிப் படிப்படியாகத்தான் நட்பை வளர்த்துக் கொண்டிருந்தார்கள். ஆரம்பத்தில் அதட்டி மிரட்டி படிக்கவைப்பது, அதன்பிறகு கொஞ்சம் கொஞ்சமாக மாணவர்களுடன் நெருங்கிப் பழகி அனுசரணையாக நடந்துகொள்வது, அறிவுரை கள் ஆலோசனைகள் சொல்வதன்மூலம் அவர் களை மேலும் கற்க ஊக்குவிப்பது என்பதுதான் எழுதப்படாத விதியாக இருந்தது.

இதனால், கல்லூரியில் சேர்ந்த புதிதில் பெரும் பாலான ஆசிரியர்களைப் பார்த்தால் அண்ணா வுக்கு மரியாதை கலந்த பயம்தான் வந்தது. நன் றாகப் படிக்கிற அண்ணாவுக்கே இப்படியென் றால், மற்ற மாணவர்களைப்பற்றிக் கேட்க வேண்டியதில்லை.

இயல்பாகவே கொஞ்சம் கூச்ச சுபாவம் கொண்ட அண்ணா, கல்லூரியில் சேர்ந்தபிறகு, படிப்பு ஒன்றே குறியாக மூழ்கி விட்டார். பொழுதுபோக்குகள், வெட்டி அரட்டைகள் எல்லா வற்றுக்கும் கட்டாயத் தடை. அனைத்து வகுப்புகளிலும், ஜன்னலோரத்தில் அண்ணாவின் துறுதுறுப்பான முகத்தைத் தவறாமல் பார்க்கமுடிந்தது.

துறுதுறுப்பு சரி. அதென்ன ஜன்னலோரம்?

பள்ளி நாள்களில் பழகிக்கொண்ட பொடிப் பழக்கத்தோடு, அண்ணாவுக்கு இப்போது வெற்றிலைப் பாக்குப் போடுகிற பழக்கமும் வந்திருந்தது. நாள்முழுக்க வெற்றிலையைக் குதப்பிக்கொண்டிருந்தால், அவ்வப்போது அதை வெளியே துப்புவதற்கு இடம் வேண்டாமா? அதற்காகத்தான் ஜன்ன லோரத்தை விரும்பித் தேர்ந்தெடுத்தார் அண்ணா.

ஆனால், அன்றைய பச்சையப்பன் கல்லூரி வகுப்பறைகளில் ஜன்னலோரமாக உட்கார்கிறவர்கள், ஒரு பெரிய பிரச்னையைச் சந்திக்கவேண்டியிருந்தது. காரணம், கல்லூரிக்கு வெளியே நெருக்கடி நிறைந்த கடைத்தெரு. சகலவிதமான சத்தங்களும் இலவசமாகக் கேட்கக் கிடைக்கும்.

இங்கேதான், அண்ணாவுக்கும் மற்ற மாணவர்களுக்கும் இடையி லுள்ள வித்தியாசம் பளிச்சிட்டது. எப்போதும் ஜன்னலோரம் உட்கார்கிற அண்ணா, இதுபோன்ற இடைஞ்சல்களால் கொஞ்ச மும் பாதிக்கப்படாமல், நடந்துகொண்டிருக்கிற பாடத்தில் மட்டுமே தன்னுடைய கவனத்தைப் பதியவைத்திருந்தார். எந்த வகுப்பில் யார் என்ன கேள்வி கேட்டாலும், சட்டென்று அவரிடமிருந்துதான் பதில் துள்ளிக் குதிக்கும்.

இதனால், அண்ணாவுக்குப் பாடம் சொல்லித்தந்த ஆசிரியர்கள் எல்லோருக்கும் அவரை மிகவும் பிடித்துவிட்டது. இத்தனை இரைச்சலுக்கு நடுவிலும், கவனம் சிதறாமல் ஒழுங்காகப் படிக் கிறானே பையன் என்று அவரைத் தட்டிக்கொடுத்து ஊக்குவிக்கத் தொடங்கினார்கள்.

பிரமாதமான படிப்புத் திறமை, கடினமான விஷயங்களைக்கூட எளிமையாக மாற்றிப் புரிந்துகொள்ளும் திறன், பண்போடு பழகும் விதம் ஆகியவற்றால், சீக்கிரத்திலேயே பச்சையப்பன் கல்லூரி ஆசிரியர்களின் செல்லப் பிள்ளையாகிவிட்டார்

அண்ணா. அதன்பிறகு, ஆரம்பத்தில் பயம் காட்டிய ஆசிரியர்கள் அவருக்கு நண்பர்களாகத் தெரிய ஆரம்பித்தார்கள்.

கல்லூரித் தேர்வுகள் எழுதும்போது, மிகப் புதுமையான ஓர் உத்தியைப் பயன்படுத்தினார் அண்ணா. மற்ற மாணவர்கள், பாடப் புத்தகத்தில் உள்ள விஷயங்கள் அல்லது வகுப்பில் ஆசிரியர் குறிப்பிட்ட தகவல்களை மட்டும் அடிப்படையாக வைத்து எழுதிக்கொண்டிருக்கையில், இவர் மட்டும் விஷயத்தைத் தன்னுடைய பாணியில் சுவையாக எழுதி, மதிப்பெண்களையும் எல்லோருடைய பாராட்டுகளையும் அள்ளிக் கொள்வார்.

இதற்காக, அவர் நிறைய உழைக்கவேண்டியிருந்தது. பாடப் புத்தகங்களைப் படிப்பதோடு மட்டும் நிறுத்திவிடாமல், நூலகங்களிலும் நிறைய நேரம் செலவிட்ட அண்ணா, இலக்கியங்களில் தொடங்கி, சமூகம், வரலாறு, பொது அறிவு என எல்லாத் தலைப்புகளிலும் விதவிதமான நூல்களைத் தேடிப் படித்தார். அப்போதெல்லாம் அண்ணா வகுப்பறையில் தென்படாவிட்டால், ஏதேனும் ஒரு நூலகத்தில்தான் அவரைப் பார்க்க முடியும்.

இந்த விஷயம் அண்ணாவின் சக மாணவர்களுக்கும் நன்கு தெரிந்திருந்ததால், கல்லூரியில் எப்போதும் அவரைச் சுற்றி ஒரு கூட்டம் இருந்துகொண்டிருந்தது. அவர்களிடம் பல்வேறு விஷயங்கள், நிகழ்வுகள், செய்திகளைப்பற்றிய தனது கருத்துகள் சிந்தனைகளைச் சொல்லி, சுவாரஸ்யமான அறிவு சார்ந்த விவாதங்களைத் தூண்டுவார் அண்ணா.

இதன்மூலம், அண்ணாவின் வாழ்வில் வேறொரு முக்கியமான மாற்றமும் நிகழ்ந்தது. கல்லூரியில் சேர்ந்தபிறகு முதல் இரண்டு ஆண்டுகளுக்குப் படிப்பில் மும்முரமாக மூழ்கியிருந்த அண்ணா, அதன்பிறகுதான் தன்னுடைய கூட்டிலிருந்து கொஞ்சம் வெளியே எட்டிப்பார்க்கத் தொடங்கினார். அவருடைய பேச்சு, விவாதப் பழக்கம்தான், இதற்கான களத்தை அமைத்துக் கொடுத்தது.

கல்லூரி மேடைகளில் தமிழிலும் ஆங்கிலத்திலும் பேசிப் பழகிய அண்ணா, சீக்கிரத்திலேயே பல்வேறு போட்டிகளில் தனது கல்லூரியின் பிரதிநிதியாகக் கலந்துகொள்ளத் தொடங்கினார்.

இதன் மூலம், சென்னைக் கல்லூரி வட்டாரங்களில் அவருடைய பேச்சுத் திறமைக்குப் பல புதிய ரசிகர்கள் கிடைத்தார்கள்.

இந்தக் காலகட்டத்தில், சொற்பொழிவு, மொழிபெயர்ப்பு, பட்டி மன்றங்கள், விவாத மேடைகள், கருத்தரங்கங்கள் என்று மேடைப் பேச்சின் பல்வேறு அம்சங்களிலும் ஆர்வத்தோடு ஈடுபட்டுப் பழகினார் அண்ணா. எடுத்துக்கொண்ட தலைப்பில் இருந்து கொஞ்சமும் விலகாமல் பேசுகிற அவருடைய கச்சிதமான பாணி, இங்குதான் மெருகேறியது.

அண்ணா பேசுகிற விதம் ஒருபக்கமிருக்க, அவர் பேசத் தேர்ந் தெடுக்கும் விஷயங்கள், கொள்கைகள் மற்றும் கருத்துகளும் பலருடைய கவனத்தைக் கவர்ந்தன. சமூகச் சீர்திருத்தம் சார்ந்த முற்போக்குக் கொள்கைகளை ஆணித்தரமாக எடுத்துவைத்து, பல அறிஞர்களின் பாராட்டுகளைப் பெற்றார் அண்ணா.

மேடைப் பேச்சைப் போலவே, எழுத்தின்மீதும் அண்ணாவுக்கு ஆர்வம் பிறந்திருந்தது. கல்லூரியில் ஆசிரியர்களின் கட்டளைக்கு இணங்க, அழகான மொழிநடையில் தனது கருத்துகளைத் தெளிவாக எழுதிப் பழகத் தொடங்கிய அவருடைய கட்டுரை களைப் படித்து, ஆசிரியர்கள் அசந்துபோனார்கள்.

அதுவரை, தாங்கள் சொல்லித்தந்ததை அப்படியே வாந்தி எடுக்கும் மாணவர்களைமட்டுமே சந்தித்திருந்த அவர்களுக்கு, அண்ணாவின் கட்டுரைகளைப் படித்தபிறகு, இப்படியும் ஒரு மாணவரால் எழுதமுடியுமா என்று ஆச்சரியம் பிறந்தது. அழுத்த மான கருத்துகள், அவற்றைப் புரியும்படி விளக்கியிருக்கும் விதம் என்று ஒவ்வொன்றையும் ரசித்துப் பாராட்டினார்கள்.

அண்ணாவின் கட்டுரையைப் படித்துவிட்டு, 'நிச்சயமாக இதை நீ சொந்தமாக எழுதவில்லை' என்று அதட்டல் போட்ட ஆசிரியர்களும் உண்டு. 'எங்கேயிருந்து எடுத்து எழுதினாய்?' என்று அவர்கள் சந்தேகமாகக் கேட்கும்போதெல்லாம், 'அனைத் தும் என்னுடைய சொந்தக் கருத்துகள்தான், நான் எழுதியவை தான்!' என்று பெருமிதத்தோடு பதில் சொல்வார் அவர்.

தனது படைப்புகளைக் கல்லூரி வட்டத்துடன் சுருக்கி நிறுத்தி விடாமல், பத்திரிகைகளுக்கும் எழுத ஆரம்பித்தார் அண்ணா. இதையடுத்து, பல்வேறு இதழ்களில் அவருடைய கட்டுரைகள், சிறுகதைகள் தொடர்ந்து வெளியாகத் தொடங்கின.

இத்தனையும் போதாது என்று கல்லூரியின் பேரவைச் செயலராகவும் பொறுப்பேற்றுப் பணியாற்றினார் அண்ணா.

தன் மகன் கல்லூரிக்குப் போகிறான், பிரமாதமாகப் படிக்கிறான் என்பதில், அண்ணாவின் சித்தி தொத்தாவுக்கு மிகவும் பெருமை. இதனால், உடனடியாகப் பையனுக்கு ஒரு கல்யாணத்தையும் செய்துவைத்துவிடலாம் என்று முடிவெடுத்தார் அவர்.

பெரியவர்களின் பேச்சை அண்ணா எப்போதும் மறுத்ததில்லை. ஆகவே, அவர் தனக்கு நிச்சயிக்கப்பட்ட பெண்ணைத் திருமணத்துக்குமுன் நேரில் சென்று பார்க்கக்கூட இல்லை. 'உங்களுக்குப் பிடித்தால் போதும்' என்று சொல்லிவிட்டார்.

1930-ம் ஆண்டு, அண்ணாவின் திருமணம் வைதீக முறைப்படி நடைபெற்றது. அவருடைய மனைவி, தஞ்சாவூரைச் சேர்ந்தவர். பெயர் ராணி.

திருமணம் என்றால், ஒரு நாளில் முடிந்துவிடுகிற விஷயமா? அதன்பிறகு புதிய பொறுப்புகள், கடமைகள், செலவுகள் என்று ஏகப்பட்ட விஷயங்கள் இருக்கிறதே. கல்லூரிப் படிப்பின் சுமைக்கு நடுவே, அண்ணாவால் இத்தனையையும் சமாளிக்க முடியுமா?

இப்படி யோசித்த தொத்தாவும் அண்ணாவின் மனைவி ராணி யும், முடிந்தவரை குடும்பச் சிரமங்கள் எவையும் அண்ணாவை பாதித்துவிடாதபடி பார்த்துக்கொண்டார்கள். இதனால், அவரால் தன்னுடைய படிப்பில் முழுக் கவனம் செலுத்தமுடிந்தது.

இயல்பாகவே அநாவசியச் செலவுகளைத் தவிர்ப்பவரான அண்ணா, திருமணத்துக்குப்பிறகு இந்த விஷயத்தில் மேலும் கவனமாக இருந்தார். இரவு நெடுநேரம் விழித்துப் படிக்கிற போதுகூட, மின்சார விளக்கு அநாவசியம் என மண்ணெண் ணெய் விளக்கைப் பயன்படுத்தும் அளவுக்கு, சிக்கனம் பழகி விட்டார்.

இண்டர்மீடியட் முதல் வகுப்பில் சிறப்பாகத் தேர்ச்சி பெற்ற அண்ணா, அடுத்து பி.ஏ. (இளங்கலை) படிப்பதாக முடி வெடுத்தார். இதைக் கேள்விப்பட்டதும், அப்போதைய கல்லூரி முதல்வரான சின்னத்தம்பிப் பிள்ளை அண்ணாவை அழைத்துப் பேசினார்.

'நன்றாகப் படிக்கிற பையன் நீ. ஏன் அநாவசியமாக பி.ஏ. வகுப்பில் சேர்கிறாய்? உன்னுடைய திறமைக்கு, பி.ஏ. ஹானர்ஸ் படித்தால் மிகவும் நல்லது' என்று அவர் சொன்னதை ஒப்புக்கொண்டார் அண்ணா. ஆனால், தனக்கு பி.ஏ. படிப்பே போதும் என்று அவர் முடிவெடுத்தது, வேறொரு காரணத்தால்.

பி.ஏ. என்பது இரண்டு வருடப் படிப்பு. ஆனால், பி.ஏ. ஹானர்ஸ் மூன்று வருடங்கள் படிக்கவேண்டும். அண்ணா குடும்பத்தின் அப்போதைய பொருளாதார நிலைமை, அவர் சீக்கிரத்தில் சம்பாதிக்கத் தொடங்கவேண்டும் என்பதாக இருந்தது. ஆகவே, மூன்று வருடங்கள் செலவழித்துப் படிப்பதைவிட, இரண்டு வருடங்களில் பட்டம் பெற்று, உடனடியாக ஏதேனும் ஒரு வேலை தேடலாம் என்று எண்ணியிருந்தார் அண்ணா.

ஆனால், அண்ணாவைப்போன்ற ஒரு நல்ல மாணவர் பொருளா தாரக் காரணங்களுக்காகப் படிப்பைக் குறைத்துக் கொள்ளக் கூடாது என்று விரும்பினார் சின்னத்தம்பிப் பிள்ளை. மூன்று வருடங்களுக்கான கல்விக் கட்டணம், பாடப் புத்தகங்களுக்கான செலவு போன்றவற்றை தானே ஏற்றுக்கொள்வதாகச் சொன்னார் அவர்.

இப்படியாக, கல்லூரி முதல்வர் சின்னத்தம்பிப் பிள்ளை, பொறியியல் வல்லுனர் பா வே மாணிக்க நாயக்கர் உள்ளிட்ட சிலரின் உதவியால், அண்ணா பி.ஏ. ஹானர்ஸ் வகுப்பில் சேரமுடிந்தது. பொருளாதாரத்தை முதன்மைப் பாடமாகவும், அரசியல் மற்றும் வரலாறு ஆகியவற்றைத் துணைப் பாடங் களாகவும் தேர்ந்தெடுத்துக்கொண்டார் அவர்.

கிட்டத்தட்ட இதே காலகட்டத்தில்தான், பெரியாரின் சுய மரியாதை இயக்கம் சார்பில் இளைஞர் மன்றங்கள் ஆங்காங்கே தொடங்கப்பட்டுவந்தன. இந்த மன்றத்தின் உறுப்பினராகத் தன்னை இணைத்துக்கொண்டார் அண்ணா.

இண்டர்மீடியட் வகுப்பில் சேர்ந்த புதிதில், தான் உண்டு தன்னுடைய படிப்பு உண்டு என்றிருந்த அண்ணாவுக்கு, சமூக ஆர்வத்தை உண்டாக்கியது பச்சையப்பன் கல்லூரிச் சூழல்தான். அங்கிருந்த ஆசிரியர்களில், முக்கியமாக வரதராஜன் என்பவர் தந்த ஊக்கத்தால், பல்வேறு முற்போக்குக் கொள்கைகளால் வெகுவாக ஈர்க்கப்பட்டிருந்தார் அவர்.

இதன்மூலம், அண்ணாவுக்குப் பல அறிஞர்களின் அறிமுகம் கிடைத்தது. மு. வரதராசனார், மறைமலை அடிகள், ப. ஜீவானந் தம், ஈழத்தடிகள் உள்ளிட்ட பலருடைய கூட்டங்களுக்கு அடிக்கடி சென்று, அவர்களுடைய சிந்தனையைத் தூண்டும் மேடைப் பேச்சுகளைக் கேட்டு ரசித்தார் அண்ணா.

ரசிப்பது என்றால், வெறுமனே கை தட்டிப் பாராட்டுவதோடு நின்றுவிடவில்லை. அவர்கள் பேசும் விஷயங்களைப்பற்றித் தீவிரமாகச் சிந்திப்பது, நண்பர்களுடன் விவாதிப்பது என்று அண்ணாவின் சமூக அக்கறை விரிந்தது. அந்த வயதிலேயே, பல சிக்கலான விஷயங்களில் தனக்கென்று தெளிவான கொள்கை களை வகுத்துக்கொண்டிருந்தார் அவர்.

இதேபோல், முற்போக்குக் கொள்கைகளை முன்னிறுத்தும் பத்திரிகைகளோடும் அண்ணாவுக்குப் பரிச்சயம் ஏற்பட்டது. இதுதொடர்பான பல தினசரிகள், வார/மாத இதழ்கள் புத்தகங் களைத் தேடிப்பிடித்து வாசிக்கத் தொடங்கிய அண்ணா, தன் னுடைய புரிதலை, கட்டுரைகளாகவும் கதை வடிவிலும் எழுதி வெளியிட்டார்.

அடுத்தகட்டமாக, சுயமரியாதை இளைஞர் மன்றம் மற்றும் சில தொழிலாளர் அமைப்புகளில் இணைந்து, சமூகப் பணியாற்றத் தொடங்கினார் அண்ணா. வெறுமனே படிப்பது பேசுவதோடு நின்றுவிடாமல், இப்படிப் பாதிக்கப்பட்டவர்களுக்காகக் களத் தில் இறங்கிப் போராடுவதில் அவருக்கு அளவில்லாத திருப்தி கிடைத்தது.

இந்த சமயத்தில்தான், அண்ணாவின் கல்லூரிப் படிப்பும் நிறை வடைந்தது. 1933-ம் ஆண்டு, பச்சையப்பன் கல்லூரியின் பெருமைக்குரிய பட்டதாரியாக வெளியே வந்தார் அவர்.

அதன்பிறகு, முழு நேர சமூகப் பணிகளில் இறங்கவேண்டும் என்பதுதான் அண்ணாவின் ஆசை. ஆனால், குடும்ப நிலைமை அவரை அப்படிச் செயல்பட அனுமதிக்கவில்லை.

தன் மகன் ஏதேனும் ஓர் அரசாங்க வேலையில் சேரவேண்டும் என்று விரும்பினார் தொத்தா. ஆனால், அதற்காகப் பலருடைய சிபாரிசை எதிர்பார்க்க வேண்டியிருந்தது. இது அண்ணாவுக்குப் பிடிக்கவில்லை.

சென்னை சைனாபஜார் பகுதியில் இருந்த 'கோவிந்த நாயக்கர் நடுத்தரப் பள்ளி'யில், அண்ணாவுக்கு ஆங்கில ஆசிரியர் வேலை கிடைத்தது. அங்கிருந்தபடியே, வேறு நல்ல வேலைகளுக்கு முயன்றுகொண்டிருந்தார் அண்ணா.

பச்சையப்பனில் படித்த காலத்திலேயே - திறமைசாலி மாணவர், முற்போக்குச் சிந்தனையுள்ள இளைஞர் என்று கல்லூரிக்கு வெளியிலும் நன்கு பிரபலமாகியிருந்தார் அண்ணா. ஆகவே, இப்போது அவருக்குப் பலர் வேலைதர முன்வந்தார்கள். ஆனால், தன்னுடைய மனத்துக்கு ஒப்பாத வேலையில் சேர்வதில்லை என்கிற விஷயத்தில் அவர் மிகவும் உறுதியாக இருந்தார்.

தவிர, சமூகப் பணியில் ஈடுபடவேண்டும் என்கிற விருப்பமும் அவருக்குள் மேலும் மேலும் அதிகரித்துக்கொண்டிருந்தது. ஆகவே, தான் பணியாற்றிய பள்ளியில் ஒரு புதிய பாடத்திட்டம் அறிமுகப்படுத்தப்பட்டபோது, அந்த வேலையிலிருந்து விலகி விட்டார் அண்ணா.

இந்தக் காலகட்டத்தில், தொழிலாளர் அமைப்புகளைச் சேர்ந்த பொதுவுடைமைவாதிகளான தோழர்கள் பாசுதேவ் மற்றும் ஆல்பர்ட் ஜேசுதாசன் ஆகியோருடன் நெருங்கிப் பழகும் வாய்ப்பு அண்ணாவுக்குக் கிடைத்திருந்தது. அவர்களுடைய வழிநடத்துதலின்பேரில் பல்வேறு தொழிலாளர் நல இயக்கங் களோடு தொடர்பை உருவாக்கிக்கொண்டார் அவர்.

விம்கோ தொழிலாளர் சங்கம், துறைமுகத் தொழிலாளர் சங்கம், தபால் ஊழியர் சங்கம், பர்மா ஷெல் தொழிலாளர் சங்கம் போன்ற அமைப்புகளுடன் இணைந்து பணியாற்றத் தொடங்கிய அண்ணா, தமிழ் அறியாத தொழிலாளர் இயக்கத் தலைவர்களின் மேடைப் பேச்சுகளை மொழிபெயர்க்கும் பணியையும் விரும்பி ஏற்றுக்கொண்டிருந்தார்.

பாசுதேவ் உள்ளிட்ட பல தலைவர்களின் ஆங்கிலப் பேச்சுகளைத் தமிழில் மொழிபெயர்க்கும்போது, வெறுமனே வார்த்தைக்கு வார்த்தை மொழிமாற்றம் செய்வது போதாது என்று எண்ணினார் அண்ணா. ஆகவே அவர்கள் சொல்லும் கனமான கருத்துகளை, தொழிலாளர்களுக்குப் புரியும்படியான எளிய நடையில் வழங்கினார் அவர். ஆகவே, பெரும்பாலான தொழிலாளர்கள்

அவருடைய நேரடி/மொழிபெயர்ப்புச் சொற்பொழிவுகளை விரும்பி வரவேற்றார்கள்.

ஜபல்பூரில் நடைபெற்ற அகில இந்தியத் தொழிற்சங்கக் காங்கிரஸ் மாநாட்டில், சென்னைத் தொழிலாளர் அமைப்பு களின் பிரதிநிதியாகக் கலந்துகொண்டார் அண்ணா. இது அவருக்கு ஒரு புதிய அனுபவமாகவும், பரந்த தளத்தில் இயங்கு வதற்கான நல்ல வாய்ப்பாகவும் அமைந்தது.

இந்த மாநாட்டின்போது, தமிழகத்திலிருந்து வந்திருந்த மற்ற தொழிற்சங்கத் தலைவர்கள், புதியவர் மற்றும் இளையவரான அண்ணாவை அவ்வளவாகக் கண்டுகொள்ளவில்லை. ஆனால், தமிழைப்போலவே ஆங்கிலப் பேச்சிலும் வல்லவரான அண்ணா, சரியானதொரு தருணத்தில் மாநாட்டுக்கு வந்திருந்த பெரும்பாலானோரின் ஆதரவை அள்ளிக்கொண்டார்.

இந்தியத் தொழிற்சங்கக் காங்கிரஸ் மற்றும் இந்திய தேசிய தொழிற்சங்கக் காங்கிரஸ் எனும் இரு அமைப்புகளை ஒன்றாக இணைக்கவேண்டும் என்ற தீர்மானத்தை ஆதரித்து அண்ணா பேசியபோதுதான், மாநாட்டுக் குழுவினர், 'யார் இந்தப் புதுப் பையன்?' என்று கவனிக்கத் தொடங்கினார்கள். பல மாநிலங் களைச் சேர்ந்த தலைவர்களின் பாராட்டுகளைப் பெற்ற அண்ணா, அகில இந்திய தொழிற்சங்க காங்கிரஸின் செயற்குழு உறுப்பின ராகவும் தேர்ந்தெடுக்கப்பட்டார்.

இந்தக் காலகட்டத்தில், எந்தவிதமான கட்சிப் பாகுபாடும் இல்லாமல் தொழிலாளர்களின் நலன்மட்டுமே முக்கியம் என்கிற நோக்கத்துடன் உழைத்துக்கொண்டிருந்தார் அண்ணா. இதனால், அநேகமாக எல்லாக் கட்சிகளிலும் அவருக்கு நண்பர்கள் மற்றும் நலம் விரும்பிகள் இருந்தார்கள்.

காங்கிரஸ் தலைவர் ராஜாஜி பங்கேற்ற ஒரு கூட்டத்தில், அண்ணாவும் பேசுவதாக ஏற்பாடாகியிருந்தது. அப்போது, அண்ணாவின் பேச்சுத் திறமையையும் மக்களைச் சுண்டி யிழுக்கும் ஆளுமையையும் உணர்ந்திருந்த ஒருவர் ராஜாஜியின் அருகே சென்று, 'தயவுசெய்து இந்த அண்ணாதுரையைமட்டும் பேச அனுமதிக்காதீர்கள்' என்று கேட்டுக்கொண்டார்.

தொண்டர்கள் மத்தியில் பிரபலமான அளவுக்கு, தலைவர் களிடையே அண்ணா அறிமுகமாகியிருக்கவில்லை. ஆகவே,

ராஜாஜிக்கு அவரைப்பற்றித் தெரிந்திருக்கவில்லை. 'அண்ணா துரையா, யார் அது?' என்று கேட்ட அவர், 'பத்து நிமிஷம் பேச விட்டால் குடியா மூழ்கிப் போய்விடும்?' என்றபடி அண்ணாவைப் பேச அழைத்தார்.

அன்றைய கூட்டத்தில் அண்ணாவின் பேச்சு மிகச் சிறப்பாக அமைந்திருந்தது. இதனை ரசித்துக் கேட்ட ராஜாஜி, அண்ணாவைக் குறிப்பிட்டுப் பாராட்டினார். அதன்பிறகு, அரசியல் வட்டாரங்களில் அண்ணாவின் புகழ் மேலும் அதிகரிக்கத் தொடங்கியது.

ஆனால், நேரடி அரசியலுக்கு அண்ணா அப்போது தயாராக இல்லை என்பதுதான் உண்மை. குறிப்பாக, காங்கிரஸ் கட்சியின் மீது அவருக்கு எந்தவிதமான நல்லெண்ணமும் இல்லை. காங்கிரஸுடன் ஒப்பிடுகையில், நீதிக் கட்சியுடன்தான் அவருடைய கொள்கைகள் அதிகமாகப் பொருந்தியிருந்தன.

தவிர, அண்ணாவின் தோழரும் வழிகாட்டியுமான பாசுதேவ் உள்ளிட்ட பல தொழிற்சங்கப் பிரமுகர்கள், நீதிக் கட்சியுடன் நெருங்கிப் பணியாற்றிவந்தார்கள். இதனால், நீதிக் கட்சித் தலைவர்கள் தொண்டர்களுக்கு அண்ணாவின் அறிமுகம் கிடைத்தது. அவர்களுடன் இணைந்து பணிபுரியத் தொடங்கினார் அண்ணா.

அப்போது, திருவண்ணாமலை மாவட்ட மன்றத் தேர்தல் வந்தது. இந்தத் தேர்தலில், நீதிக் கட்சிக்காக அண்ணா பிரசாரம் செய்யவேண்டும் என்று விரும்பினார்கள் அவரது நெருங்கிய தோழர்கள்.

அண்ணாவுக்கும் இதில் விருப்பம்தான். ஆனால், தொத்தாவின் அனுமதியும் வாழ்த்துகளும் இல்லாமல் இந்தப் புதிய பணியில் இறங்கத் தயங்கினார் அவர்.

இதற்காக, 'சண்டே அப்சர்வர்' இதழைச் சேர்ந்த பாலசுப்ரமணியம் மற்றும் 'ஜஸ்டிஸ்' இதழைச் சேர்ந்த டி.ஏ.வி. நாதன் ஆகிய நீதிக் கட்சிப் பிரமுகர்கள், தொத்தாவை நேரில் சந்தித்தார்கள். அண்ணாவைத் தங்களுடன் அனுப்பும்படி கேட்டுக்கொண்டார்கள்.

தன்னுடைய மகன் பெரிய வேலையில் சேர்ந்து நிறையப் பெயரும் புகழும் சம்பாதிக்கவேண்டும், குடும்பத்தைக்

காப்பாற்றவேண்டும் என்றெல்லாம் கனவு கண்டுகொண்டிருந்த தொத்தாவுக்கு, அவரைத் தேர்தல் பிரசாரத்துக்கு, அதுவும் தனியாக அனுப்புவது கஷ்டமாகத்தான் இருந்திருக்கும். ஆனாலும் பாலசுப்ரமணியம், நாதன் ஆகியோரின் பேச்சை மதித்து, அண்ணாவை வாழ்த்தி அவர்களுடன் அனுப்பிவைத்தார் தொத்தா.

அந்தத் தேர்தல் பிரசாரத்தில் தொடங்கி, நீதிக் கட்சியின் தீவிரத் தொண்டராகிவிட்டார் அண்ணா. தொழிற்சங்க மேடைகளைப் போலவே, இங்கும் நேரடிச் சொற்பொழிவுகள், மொழி பெயர்ப்புகளின்மூலம் தொண்டர்களையும் பொதுமக்களையும் அவரால் மிகச் சுலபமாக நெருங்கமுடிந்தது.

அப்போதெல்லாம், அண்ணா தன்னுடைய தோற்றத்தில் அவ்வளவாகக் கவனம் செலுத்தியது கிடையாது. பொருத்த மில்லாத ஒரு சட்டையை அணிந்துகொண்டு, சரியாகப் படியாத தலைமுடி, செருப்பில்லாத கால், இடுப்பில் பொடி மட்டை, வெற்றிலைப் பாக்கு சகிதம் மேடையில் குள்ளமாக ஓர் உருவம் எழுந்து நிற்கும். ஆனால் பேச்சைத் தொடங்கியபிறகு, வார்த்தைகள் ஒவ்வொன்றும் நெருப்புபோல் வந்து விழும். கூட்டம் அசந்துபோய் கை தட்டும்.

1935-ம் ஆண்டு, காங்கிரஸ் தலைவர் ஜவஹர்லால் நேரு தமிழகத்துக்கு வந்திருந்தபோது, அவர் பேசிய ஒரு கூட்டத்தில் கலந்துகொண்ட அண்ணா, அவரிடம் சில கேள்விகளைத் தொடுத்தார். அண்ணாவின் இந்தச் செய்கையைப் பார்த்து காங்கிரஸ்காரர்கள் எரிச்சலடைந்தார்கள். நீதிக் கட்சிப் பிரமுகர்கள், தொண்டர்கள் என்று எல்லோரும் அவரது தைரியத்தை வியந்தார்கள்.

இதற்கெல்லாம் சிகரம் வைத்தாற்போல் அண்ணாவின் கேள்வி களுக்குப் பொறுமையாகப் பதிலளித்த நேரு, 'இந்தக் கேள்வி களைத் தயார் செய்தவருடைய சிந்தனை, அறிவு, ஆற்றலை நான் பாராட்டுகிறேன்' என்றார்.

இப்படிப் பல சம்பவங்களின்மூலம் நீதிக் கட்சியின் முக்கியப் பிரமுகராக மக்களிடையே படிப்படியாகக் கவனம் பெற்றுக் கொண்டிருந்த அண்ணா, சீக்கிரத்திலேயே நேரடியாகத் தேர்தலில் போட்டியிடத் தீர்மானித்துவிட்டார். இதன்மூலம்

மக்களை நேரில் சந்திப்பதற்கான ஒரு வாய்ப்பு கிடைப்பதுடன், வெற்றிபெற்றால், அந்தப் பதவியின்மூலம் அவர்களுக்கு நிறைய நன்மைகள் செய்யமுடியும் என்று நம்பினார் அவர்.

1936-ம் ஆண்டு நடைபெற்ற சென்னை நகரசபைத் தேர்தலில், பெத்துநாயக்கன்பேட்டை தொகுதியின் உறுப்பினராகப் போட்டி யிட்டார் அண்ணா. அவரை எதிர்த்து நின்றவர், காங்கிரஸ் வேட் பாளர் பாலசுப்ரமணிய முதலியார்.

அதுவரை மற்றவர்களுக்காகத் தேர்தல் பிரசாரம் செய்வது, இயக்கத்தின் கொள்கை விளக்கக் கூட்டங்களில் பங்கேற்பது என்று இயங்கிக்கொண்டிருந்த அண்ணா, முதன்முறையாகத் தனக்காக ஓட்டு கேட்டுப் பேசத் தொடங்கினார். அவருக்கு எதிராக காங்கிரஸ் தரப்பிலும் தீவிரப் பிரசாரம் முடுக்கிவிடப் பட்டிருந்ததால், போட்டி பலமாகவே இருந்தது.

அப்போது காங்கிரஸ் வேட்பாளருக்கு ஆதரவாகப் பிரசாரம் செய்துகொண்டிருந்த திரு.வி.க., சுவாரஸியமான ஓர் உவமையைப் பயன்படுத்திப் பேசினார். நந்தவனம் ஒன்றில் நாய் ஒன்று செத்துக் கிடந்தால், அந்த நாயைத் தூக்கி வெளியே எறியவேண்டுமே தவிர, நந்தவனத்தையே அழித்துவிடுவது புத்திசாலித்தனம் இல்லை. அதுபோல, காங்கிரஸ் கட்சியில் சில தீயவர்கள் இருக்கலாம். அவர்களுக்காக, அந்தக் கட்சியே மோசமானது என்று சொல்வது சரியாகாது என்கிற ரீதியில் அவருடைய பிரசாரம் அமைந்திருந்தது.

அடுத்த கூட்டத்தில், இந்த வாதத்துக்கு அவருடைய பாணி யிலேயே அட்டகாசமாக பதில் அளித்தார் அண்ணா. நந்த வனத்தில் ஒரு நாய் இறந்துபோயிருக்கிறது என்றால், அது ஏன்? அங்கே விஷக் காற்று வீசுகிறது என்றுதானே அர்த்தம்! நாயைச் சாகடிக்கும் ஒரு நந்தவனம், மனிதர்களை விட்டுவைக்கும் என்பது என்ன நிச்சயம்? அப்படிப்பட்ட ஓர் இடம், ஊருக்கு மத்தியில் இருக்கலாமா?

அண்ணாவின் பிரசாரப் பேச்சுகள் ஒவ்வொன்றும், இப்படித்தான் மக்களை நேரடியாகச் சென்றுசேரும் விதத்தில் அமைந் திருந்தன. கடினமான கொள்கைகளைப் பட்டியலிட்டு ஜனங் களைக் குழப்பாமல், அவர்களை பாதிக்கக்கூடிய விஷயங்களை மட்டும், அவர்களுக்குச் சுலபமாகப் புரியக்கூடியவகையில் விவரித்துப் பேசினார் அவர்.

இப்படி ஒரு மேடையில், 'சேரிகளில் விளக்கு இல்லை. ஆனால், கோயில்களில் மட்டும் அலங்கார விளக்குகள் மின்னுகின்றன. இந்த வித்தியாசம் ஏன்?' என்று கேள்வி எழுப்பிப் பேசினார் அண்ணா. அவருடைய அந்தக் கேள்வியை, கொஞ்சம் வேறு விதமாகத் திரித்துவிட்டது எதிர்த்தரப்பு.

அண்ணாவுக்கு ஓட்டு போட்டால், கோயில்களில் இருக்கும் விளக்குகளையெல்லாம் நீக்கிவிடுவார். ஆகவே, காங்கிரஸை ஆதரியுங்கள் என்று அவர்கள் பிரசாரம் செய்தார்கள். இதனால், கடைசி நேரத்தில் பெரும்பான்மை மக்கள் அண்ணாவுக்கு எதிராகத் திரும்பிவிட்டார்கள். அவர், தோல்வியைச் சந்திக்க வேண்டியதாயிற்று.

அந்தத் தோல்வியும், ஒருவிதத்தில் நல்லதுதான் என்றார் அண்ணா. பெரும்பாலும் காங்கிரஸ் உறுப்பினர்களே நிரம்பிய நகரசபையில், அண்ணாவின் பேச்சில் என்னதான் நியாயம் இருந்தாலும் அது நிச்சயமாக எடுபட்டிருக்காது. ஆகவே தேர்தலில் ஜெயிக்காவிட்டாலும், மக்களுக்காகத் தொடர்ந்து பணியாற்றமுடியும் என்ற திருப்தியே அவருக்குப் போதுமான தாக இருந்தது.

கிட்டத்தட்ட இதே சமயத்தில், நீதிக் கட்சியின் தலைமையில் சில முக்கியமான மாற்றங்கள் நிகழ்ந்திருந்தன. சுயமரியாதை இயக்கத் தலைவரான தந்தை பெரியார், கொள்கையளவில் நீதிக் கட்சியுடன் ஒன்றி, அதனுடன் இணைந்து பணிபுரியத் தொடங்கி யிருந்தார்.

நீதிக் கட்சியின் வளர்ச்சிப் பணிகள், தேர்தல் பிரசாரம் போன்ற வற்றில் பெரியார் தீவிரமாக ஈடுபட்டிருந்தபோதும், அதன் தலைவர்களோடு அவருக்கு அவ்வளவாக ஒத்துப்போக முடியவில்லை. காரணம், பெரியாரின் கொள்கைகளை அவர்கள் முழுவதுமாக ஏற்க மறுத்தார்கள். இதனால், இந்த உறவின் மேல்மட்டத்தில் அமைதி தென்பட்டாலும், அடியில் லேசான உரசல் நீடித்துக்கொண்டிருந்தது.

ஏற்கெனவே சுயமரியாதை இளைஞர் மன்றத்தின் உறுப்பினராக இருந்த அண்ணாவுக்கு, பெரியார் - மேடைப் பேச்சுகளின்மூலம் அறிமுகமாகியிருந்தார். அவரது பேச்சை முதன்முறை கேட்ட போது, 'என்ன இப்படிப் பச்சை பச்சையாகப் பேசுகிறார்' என்று

திகைத்துப்போன அண்ணா, பின்னர் அவர் சொல்லும் விஷயங்கள் அனைத்தும் உண்மையானவைதான் என்று புரிந்துகொண்டு, பெரியார்மீது அளவற்ற மரியாதையை வளர்த்துக் கொண்டிருந்தார்.

இப்போது தான் சார்ந்துள்ள நீதிக் கட்சியுடன் பெரியார் இணைந்து பணியாற்றுவது அவருக்கு மிகவும் தெம்பளித்தது. காரணம், நீதிக் கட்சி ஒரு மிக மோசமான சரிவைச் சந்தித்துக் கொண்டிருந்த காலகட்டம் அது.

அதுவரை தமிழகத்தின் ஆட்சிப் பொறுப்பில் இருந்த நீதிக் கட்சி இப்போது அதனை, காங்கிரஸிடம் இழந்திருந்தது. அரசியல் ரீதியிலான இந்தத் தோல்வி ஒருபக்கமிருக்க, பெரும்பான்மை மக்களிடையேயும் நீதிக் கட்சியின் கொள்கைகள் செயல்பாடுகளுக்கு ஆதரவு குறைந்து மறையத் தொடங்கியிருந்தது.

நீதிக் கட்சி மக்களிடமிருந்து மிகவும் அந்நியப்பட்டுவிட்டது என்பதை அண்ணா மிக நன்றாகப் புரிந்துகொண்டிருந்தார். பெரியார்போன்ற ஒரு மகாமனிதரால்தான், இந்தக் கட்சியைக் கடைத்தேற்றமுடியும் என்று உறுதியாக நம்பினார் அவர்.

சிறந்த பேச்சாளரான அண்ணாவை, பல உள்ளூர் மன்றங்களும் கல்வி நிறுவனங்களும் பேச அழைப்பது வழக்கம். இதன்மூலம், தொடர்ந்து பல இளைஞர்களைச் சந்திக்கிற வாய்ப்பு அவருக்குக் கிடைத்திருந்தது.

கல்லூரிப் பருவத்தில் - படிப்பில்தான் கவனம் செலுத்தவேண்டும், அதீத அரசியல் ஆர்வம் ஆகாது என்பதுதான் அண்ணாவின் கொள்கை. என்றாலும், தன்னுடைய மேடைப் பேச்சுகளைக் கேட்க வருகிற இளைஞர்கள் மாணவர்கள் சொல்லும் கருத்துகளில், நீதிக் கட்சியின் எதிர்காலம் பற்றிய சில முக்கியமான துப்புகள் தென்படுவதை உணர்ந்தார் அவர்.

குறிப்பாக, அண்ணாமலைப் பல்கலைக்கழகம் மற்றும் குடந்தைக் கல்லூரியில் அண்ணா பேசியபோது, அவரைச் சந்தித்த பல இளைஞர்கள் அவருடைய பேச்சைப் பாராட்டி மகிழ்ந்தார்கள். ஆனால் அப்போதைய சூழ்நிலையில், நீதிக் கட்சிக்குத் தாங்கள் ஆதரவு அளிப்பது சாத்தியமே இல்லை என்று வெளிப்படையாகச் சொல்லிவிட்டார்கள்.

நீங்கள் நன்றாகத்தான் பேசுகிறீர்கள். சொல்கிற விஷயங்கள் எல்லாமே, உசத்தியாக உவப்பாகத்தான் இருக்கிறது. ஆனால் நீங்கள் சார்ந்திருக்கிற கட்சி, ஆடம்பர மன்னர்கள், உல்லாசப் பிரியர்களின் பிடியில் சிக்கியிருக்கிறது. இந்தப் போக்கை மாற்றி, நிஜமாகவே உங்கள் கட்சி மக்களுக்குச் சேவை செய்கிறது என்று தெரிந்தால்தான், மாணவர்கள் இளைய தலைமுறையினரின் ஆதரவை நீங்கள் எதிர்பார்க்கமுடியும்.

ஏற்கெனவே இதைப்பற்றி நன்கு யோசித்திருந்த அண்ணாவுக்கு, இளைஞர்களின் இந்தத் திட்டவட்டமான பேச்சு அதிர்ச்சி அளிக்கவில்லை. மாறாக, கட்சியை மீண்டும் வளர்ச்சிப் பாதையில் கொண்டுசெல்வதற்கான ஒரு நல்ல வாய்ப்பாக இதனை நினைத்தார் அவர்.

இந்த இளைஞர்கள் சொல்வதுபோல், நீதிக் கட்சியில் பணக்காரர் களின் ஆதிக்கம் அதிகமாகிவிட்டது என்பது உண்மைதான். அவர்களின் சில ஆடம்பரச் செயல்பாடுகளால், கட்சியின் பெயர் கெட்டுப்போகிறது. எந்நேரமும் உல்லாசத்தில் திளைத்துக் கொண்டிருக்கும் இந்தக் கட்சியின் தலைவர்கள், நமக்காகப் பாடுபடுவார்கள் என்று மக்கள் எப்படி நம்புவார்கள்?

கட்சியைச் சரிவினுள் பிடித்துத் தள்ளிக்கொண்டிருக்கும் இந்தச் சுழலில் இருந்து விடுபடவேண்டுமானால், அதற்கு மிகச் சில வழிகள்தான் உண்டு என்று தீர்மானித்தார் அண்ணா. மக்களுக் காகப் பாடுபடுகிற தலைவர்களைமட்டும் வைத்துக்கொண்டு, மற்றவர்களை வெளியே தள்ளிவிடவேண்டும். கட்சியில் இளரத்தம் பாய்ச்சவேண்டும். காங்கிரஸின் செல்வாக்குக்கு ஈடுகொடுக்க வேண்டும். இத்தனையும் அவசரம், அவசியம்.

இந்தக் கோணத்தில் பார்க்கும்போது, பெரியாரின் பங்களிப்பு நீதிக் கட்சிக்கு மிகச் சரியான நேரத்தில் கிடைத்திருக்கும் வரம் என்று எண்ணினார் அண்ணா. சுயநலப் பேர்வழிகளை எல்லாம் துரத்திவிட்டு, பெரியார் நீதிக் கட்சியின் தலைமையை ஏற்க வேண்டும் என்று விரும்பினார் அவர். நீதிக் கட்சியின் எதிர்காலம் பெரியார் கையில்தான் என்று உறுதியாகத் தீர்மானித்திருந்தார் அண்ணா.

இந்தக் காலகட்டத்தில்தான், திருப்பூர் இளைஞர் மாநாட்டில் முதன்முறையாகப் பெரியாரைத் தனிப்பட்டமுறையில் சந்தித்

தார் அண்ணா. அந்த முதல் சந்திப்பிலேயே, அவர்களுக்குள் மிக நெருங்கிய ஒரு பந்தம் உருவாகிவிட்டது.

ஏற்கெனவே பெரியாரைத் தன்னுடைய மானசீக குருவாக ஏற்றுக்கொண்டிருந்தவர் அண்ணா. பெரியாருடனான இந்த சந்திப்புக்குப் பிறகு, அந்த எண்ணமும் நம்பிக்கையும் மேலும் உறுதிப்பட்டது. 'அன்றுமுதல் அவர் என் தலைவரானார். நான் அவருக்கு சுவீகாரப் புத்திரனாகிவிட்டேன்!' என்று அந்தத் தருணத்தை விவரிக்கிறார் அண்ணா.

திருப்பூருக்குப் பிறகு, துறையூரில் நடைபெற்ற இன்னொரு மாநாட்டிலும் அண்ணாவின் பேச்சை விரும்பிக் கேட்டு ரசித்தார் பெரியார். அதன்பிறகு, அநேகமாக தான் பங்குபெற்ற எல்லாக் கூட்டங்களிலும் அண்ணாவைப் பேசச் செய்து மகிழ்ந்தார் பெரியார்.

பெரியாரின் புரட்சிகரமான கருத்துகள் செயல்பாடுகளைக் கேட்டறிந்த பலர், பெரியாரைத் தங்களுடைய ஊர்களுக்கு வருமாறு அழைத்து கௌரவித்தார்கள்.

இந்தப் பயணங்கள் எல்லாவற்றிலும், அண்ணாவைத் தவறாமல் உடன் அழைத்துக்கொண்டு செல்வார் பெரியார். அவருடைய மேடைப் பேச்சுகளை ஆங்கிலத்தில் மொழிபெயர்ப்பது அண்ணாவின் பொறுப்பு.

இப்படிப் பெரியாருடன் காசி, டேராடூன், ஹரித்துவார் உள்ளிட்ட பல வட இந்திய நகரங்களுக்குச் சென்றிருக்கிறார் அண்ணா. இந்தப் பயணங்களின்போது பலவிதமான மக்கள், தொண்டர்கள், தலைவர்களைச் சந்திக்கிற வாய்ப்பு அவருக்குக் கிடைத்தது. அதைவிட முக்கியம், பெரியாருடன் நிறைய நேரம் செலவிட்டு பல்வேறு முக்கிய விஷயங்களைப்பற்றி விவாதிக் கவும், அவரது எண்ணங்களை நேரடியாகக் கேட்டுத் தெரிந்து கொள்ளவும் முடிந்தது.

பெரியார் - அண்ணாவின் வட இந்தியப் பயணங்களின்போது, பல வேடிக்கையான சம்பவங்கள் நிகழ்ந்திருக்கின்றன. உதாரண மாக, வெண்தாடி வேந்தரான பெரியாரை மூத்த சாமியாராகவும், அண்ணாவை அவருடைய சிஷ்யரான இளைய சாமியாராகவும் நினைத்து, காலில் விழுந்து வணங்கி வழிபட்ட பக்தகோடிகளும் உண்டு.

பின்னர் பெரியார் பேசத் தொடங்கியபிறகு, உண்மையைப் புரிந்துகொண்டு அவரது கருத்துகளை ஆதரிக்கத் தொடங்கி விட்டார்கள். அண்ணாவின் அழகிய மொழிபெயர்ப்பானது, பெரியாரின் கருத்துகளை தமிழ் அறியாதவர்களுக்கும் அதே தெளிவு அழுத்தத்துடன் கொண்டுசென்றது.

அண்ணாவின் மொழிபெயர்ப்பைக் கேட்டு மகிழ்ந்த சிலர், 'நீங்களும் சிறிது நேரம் பேசுங்கள்' என்று அவரைக் கேட்டுக் கொண்டார்கள். ஆனால், பெரியார் இதற்கு அனுமதி வழங்க வில்லை. இதனால், 'நான் பெரியாரின் பேச்சை மொழிபெயர்க்க மட்டும்தான் வந்தேன்' என்று அவர்களிடம் பணிவோடு சொல்லி மறுத்துவிட்டார் அண்ணா.

பெரியாரின் நெருங்கிய சீடராகவும் தொண்டராகவும் மாறிவிட்ட அண்ணா, அவரது 'விடுதலை' மற்றும் 'குடி அரசு' இதழ்களில் துணை ஆசிரியராக வேலைக்குச் சேர்ந்தார். நெடுநாள்களுக்குப் பிறகு, அவர் விரும்பியதுபோன்ற வேலை அமைந்தது. அரசியல் சமூக ஆர்வங்களைத் தியாகம் செய்யாமல், தொடர்ந்து தீவிரமாகச் செயல்படமுடிந்தது. சொர்க்கமே பூமிக்கு வந்து விட்டதுபோன்ற உற்சாகத்துடன் 'விடுதலை'ப் பணியில் ஈடுபட்டார் அண்ணா.

ஈரோட்டில் பெரியாரின் நேரடிப் பராமரிப்பில் பணியாற்றத் தொடங்கிய அண்ணா, கிடைக்கிற மிகச் சில வசதிகளை வைத்துக்கொண்டு பலவிதமாகவும் எழுதிப் பழகினார். பெரும்பான்மைத் தொண்டர்களுக்குச் சென்றுசேரும் வகையில் எளிமையாகவும் நேரடியாகவும் அமைந்த அவருடைய எழுத்துத் திறன் இங்குதான் மெருகேறியது.

ரயில் நிலைய விளக்கு வெளிச்சத்தில்கூட, சுறுசுறுப்பாக உட் கார்ந்து எழுதக்கூடியவர் அண்ணா. 'விடுதலை'யில் அவர் எழுதிய கட்டுரைகள், தலையங்கங்கள், உரையாடல்கள் போன்றவை பலருடைய பாராட்டு வரவேற்பைப் பெற்றுள்ளன. சாதாரணமாக யாரையும் மனம் வந்து புகழ்ந்துவிடாத பெரியார்கூட, அண்ணா வின் எழுத்துகளை வெகுவாகப் பாராட்டியிருக்கிறார்.

இந்தக் காலகட்டத்தில் அவ்வப்போது பெரியாருக்கும் அண்ணா வுக்கும், சின்ன பெரிய கருத்து வேறுபாடுகள் முளைத்ததுண்டு. காரணம், பத்திரிகையில் எதை எழுதவேண்டும், எதை எழுதக் கூடாது, யாரைப் பாராட்டவேண்டும், யாரை விமரிசிக்க

வேண்டும் என்பதுபோன்ற விஷயங்களில் பெரும்பாலும் அவர் களுக்குள் ஒத்த கருத்து இருக்கும். ஆனால், சில சமயங்களில் அவர்கள் இருவரின் தனித்தன்மை காரணமாக உரசல்கள் ஏற்படுவதுண்டு. எதற்காகவும் யாருக்காகவும் தன்னுடைய கொள்கையை விட்டுக்கொடுப்பதில்லை என்பதில் உறுதியாக இருந்தார் அண்ணா.

உதாரணமாக, ஒரு முக்கியப் பிரமுகரைக் காரசாரமாக விமரி சித்து 'விடுதலை'யில் தலையங்கம் எழுதியிருந்தார் அண்ணா. அந்த சமயத்தில், சம்பந்தப்பட்ட பிரமுகர் அதே பத்திரிகைக்குத் தாராளமாக நன்கொடை அனுப்பிவிட்டார்.

இதைக் கேள்விப்பட்டதும், 'அந்தத் தலையங்கத்தை மாற்றி விடு' என்றார் பெரியார். நமக்கு நன்கொடை வழங்கியவரை விமரிசிப்பது நாகரிகம் அல்ல. அதற்கு பதிலாக, அவரை நாலு வார்த்தை பாராட்டிவிடலாம் என்பது அவருடைய எண்ணம்.

ஆனால், அண்ணா இதனை ஏற்க மறுத்துவிட்டார். தன்னுடைய கருத்துக்கு விரோதமாக அப்படியொரு பாராட்டுக் கட்டுரை எழுதமுடியாது என்று அவர் சொல்லிவிட்டதால், வேறு வழியில்லாமல் பெரியாரே அதனை மாற்றி எழுதவேண்டிய தாயிற்று.

இப்படிப் பல கருத்து வேறுபாடுகள், செல்லச் சண்டைகள். சில சமயங்களில் இது மிகத் தீவிரமாகிவிட்டால், கோபித்துக் கொண்டு ஈரோட்டிலிருந்து காஞ்சிபுரத்துக்குத் திரும்பிவிடுவார் அண்ணா.

அவர் அப்படிக் கிளம்பிச் சென்றபிறகுதான், பெரியாருக்கு மனம் துடிக்க ஆரம்பிக்கும். மீண்டும் அவர் பழையபடி 'விடுதலை'ப் பணிக்குத் திரும்பி வரவேண்டும் என்று கேட்டுக்கொண்டு அண்ணாவுக்குக் கடிதம் எழுதுவார் பெரியார். இதற்காகவே காத்திருந்ததுபோல், அண்ணாவும் ஈரோட்டுக்குக் கிளம்பி விடுவார்.

ஆனால், இதுபோன்ற தாற்காலிக ஊடல் உரசல்களெல்லாம் பெரிய விரிசலாகிவிடவில்லை.

முப்பதுகளின் இறுதியில், சற்றும் எதிர்பாராத நேரத்தில் தமிழ கத்தை ஒரு திடீர் தீ தாக்கியது. அது வெறும் தீ அல்ல, ஹிந்'தீ'!

5

1937 ஜூலை 14-ம் தேதி, ராஜாஜி தலைமை யிலான காங்கிரஸ் அரசு, தமிழகத்தின் ஆட்சிப் பொறுப்பை ஏற்றது. ராஜாஜி உள்ளிட்ட பதி னொரு பேர் அமைச்சர்களாகப் பொறுப்பேற்றுக் கொண்டார்கள்.

ஆட்சிக்கு வந்த வேகத்தில், ஒரு பெரிய வெடி குண்டைத் தூக்கிப்போட்டார் ராஜாஜி. ஹிந்தியைக் கட்டாயப் பாடமாக மாற்றப்போவ தாக அவர் அறிவித்ததும், உடனடியாகத் தமிழ கம் முழுவதும் எதிர்ப்புப் போராட்டங்கள் தொடங்கிவிட்டன.

ஒரு மொழியை விரும்பி ஏற்றுக்கொள்வது அல்லது ஆசை தேவை உள்ளவர்கள் படிக்கலாம் என்பது பரவாயில்லை. ஆனால் இதைப் படித்தே தீரவேண்டும் என்று, அதுவும் தமிழர்களுக்கு அதிகம் பரிச்சயமில்லாத ஒரு வடமொழியை வலுக்கட்டாயமாகத் திணிக்கையில், பிரச்னை வரும் என்று ராஜாஜி எதிர்பார்த்திருக்க வேண்டும். தெரிந்தே ஆபத்தில் இறங்கினாரா அல்லது தெரி யாமல் தேன்கூட்டில் கை வைத்துவிட்டாரா என்று இப்போதும் நிச்சயமாகச் சொல்வதற்கில்லை.

ஹிந்தியை இப்படிக் கட்டாயமாகப் புகுத்து வதை எதிர்ப்போம் என்ற உறுதியான கோஷத்

துடன் பல்வேறு அறிஞர்கள் போராட்டத்தில் குதித்தார்கள். இவர்களுள் ஈழத்தடிகள், பசுமலை நாவலர் சோமசுந்தர பாரதி யார், மறைமலை அடிகள், பெரியார், கி ஆ பெ விசுவநாதம், பூவாளூர் பொன்னம்பலனார் உள்ளிட்ட பலரை, குறிப்பிட்டுச் சொல்லவேண்டும்.

பெரியாரைப் பொறுத்தவரை, ஹிந்தி என்பது பார்ப்பனர்கள் வேண்டுமென்றே திணிக்கும் ஒரு ரகசிய ஆயுதம். பார்ப்பனர் அல்லாத குடும்பத்தைச் சேர்ந்த பிள்ளைகள், மேல்படிப்பு படிக்கமுடியாதபடி தடுக்கும் முயற்சிதான் இது என்று வர்ணித்த அவர், தீவிர ஹிந்தி எதிர்ப்பு இயக்கத்தை முன்னின்று நடத்தத் தொடங்கினார்.

தமிழகமெங்கும் நடைபெற்ற இந்தப் போராட்டங்களில்- பெரி யாரின் தலைமையில் அண்ணா, கி.ஆ.பெ. விசுவநாதம், நாவலர் சோமசுந்தர பாரதியார், மூவலூர் ராமாமிர்தம் அம்மையார் உள்ளிட்ட பலரும் கலந்துகொண்டார்கள். ஹிந்தியைக் கட்டாயப் பாடமாக வைத்திருக்கும் கல்வி நிறுவனங்களுக்கு முன்னால் ஆர்ப்பாட்டம் நடத்துவது, கூட்டங்கள், எதிர்ப்புப் பேரணிகள், மறியல் நடத்துவது, ஹிந்தி எதிர்ப்பு மாநாடுகளுக்கு ஏற்பாடு செய்வது என்று, பல்வேறு பணிகளில் ஈடுபட்ட ஏராளமான தொண்டர்களும் தலைவர்களும் கைது செய்யப்பட்டு சிறையில் தள்ளப்பட்டார்கள்.

அப்போதும், அரசாங்கம் நினைத்தபடி போராட்டம் ஓய்ந்துவிட வில்லை. ஒரு கும்பலை உள்ளே தள்ளினால், அதைவிடப் பெரிதாக இன்னொரு கூட்டம் எழுந்து வந்து போராட்டம் நடத்திக்கொண்டிருந்தது.

இத்தனை எதிர்ப்பைப் பார்த்துவிட்டுத் தன்னுடைய முடிவை மறுபரிசீலனை செய்த ராஜாஜி, கட்டாய ஹிந்தி என்பதை மாற்றி, சில பள்ளிகளில் மட்டும், அதுவும் எல்லோரும் நிச்சயமாகப் படிக்கவேண்டும் என்கிற அவசியம் இல்லை என்று அறிவித் தார். இதற்குப்பிறகும், போராட்டத்தின் வீரியம் குறையவே இல்லை.

ஹிந்தி எதிர்ப்புப் பிரசாரத்தின் முக்கியத் தலைவராகத் திகழ்ந்த அண்ணா, ஓய்வெடுக்க நேரமில்லாதபடி தமிழகமெங்கும் சுற்றி னார். மக்களிடையே மொழி உணர்வைத் தூண்டிப் பேசினார்.

இதன்மூலம், மாநில அளவில் அவருடைய பெயரும் புகழும் பரவிக்கொண்டிருந்தது.

மேடையேறி வீராவேசமாகப் பேசுவதோடு மட்டும் நின்று விடாமல், போராட்டத்தின் எல்லாவிதமான அம்சங்களிலும் பங்கெடுத்துக்கொண்டார் அண்ணா. எந்தத் தயக்கமோ வெற்று கௌரவமோ இல்லாமல், போஸ்டர் ஒட்டுவதில் தொடங்கி அனைத்துப் பணிகளையும் இழுத்துப் போட்டுக்கொண்டு செய்தார்.

அண்ணா மட்டுமின்றி, அநேகமாக எல்லாத் தலைவர்களும் தொண்டர்களைப்போலக் களத்தில் இறங்கிப் பணியாற்றிய தால், ஹிந்தி எதிர்ப்பின் வீரியம் அதிவேகமாக உயர்ந்தது. மளமளவென்று பரவிக்கொண்டிருக்கும் எதிர்ப்புத் தீயைச் சமாளிப்பதற்காக, ஏராளமான கிளர்ச்சியாளர்களைக் கைது செய்து சிறையில் அடைத்தது காங்கிரஸ் அரசு.

அரசுக்கு எதிராக மக்களைத் தூண்டிவிட்ட குற்றத்துக்காக, அண்ணாவுக்கு நான்கு மாத சிறைத் தண்டனை கிடைத்தது. நல்ல விஷயத்துக்காகப் போராடிப் பெற்ற இந்தத் தண்டனையை, அண்ணா மிகுந்த மகிழ்ச்சியுடன் ஏற்றுக்கொண்டார். அதே சமயம், தொத்தாவையும் பிற குடும்பத்தினரையும் பிரிந்து செல்வதுதான் அண்ணாவுக்குத் தாங்கமுடியாத வருத்தமாக இருந்தது. அவர்களுக்கும், சிறையில் அண்ணா எப்படிக் கஷ்டப்படுகிறாரோ என்கிற கவலைதான் எந்நேரமும்.

உரிய அனுமதி பெற்று, அண்ணாவைச் சிறையில் வந்து பார்த்தார் தொத்தா. அங்கிருந்த ஜெயிலரிடம், 'பையனுக்கு உடம்பு சரியில்லை' என்று அழாக்குறையாகக் குறிப்பிட்ட அவர், அண்ணாவுக்கு தினமும் குளிக்க வெந்நீர் தரும்படி அவரைக் கேட்டுக்கொண்டார்.

அப்போதுதான் முதன்முதலாகச் சிறை சென்றிருந்த அண்ணா, இதனையும் ஒரு நல்ல அனுபவமாகவே எண்ணினார். ஜெயிலில் பெரியாருடன் அதிக நேரம் ஒன்றாகச் செலவிடமுடிந்ததுதான் அவருக்குப் பெரிய சந்தோஷம்.

பெரியாரும் அண்ணாவும் சிறையில் இருக்கும்போது(1938), வெளியே நீதிக் கட்சியின் மாநாடு நடந்து முடிந்தது. இதில், பெரியார் அந்தக் கட்சியின் தலைவராகத் தேர்ந்தெடுக்கப்பட்டார்.

பல நாள்களுக்குமுன் அண்ணா ஆசைப்பட்ட விஷயம், ஒரு வழியாக நிறைவேறிவிட்டது. பெரியார் நீதிக் கட்சியின் தலைவராகிவிட்டார்.

சிறையிலிருந்து வெளியே வந்த அண்ணா, பெரியாரின் தலைமை தந்த உற்சாகத்துடன், மக்கள் மத்தியில் நீதிக் கட்சியின் செல்வாக்கை உயர்த்துவதற்கான முயற்சிகளில் இறங்கினார். இதற்காக அவர் தேர்ந்தெடுத்த எளிய ஆயுதங்கள் இரண்டு: மேடைப் பேச்சு மற்றும் பத்திரிகை ஊடகம்.

இந்த இரண்டிலும், அண்ணா ஏற்கெனவே மிகப் பிரமாதமான திறமையாளர் என்பதால், முன்பைவிடத் தீவிரமாகக் கட்சிப் பணியாற்றத் தொடங்கினார் அவர். அநேகமாகத் தமிழகத்தின் மூலை முடுக்குகளுக்கெல்லாம் பயணம் செய்து, பெரியாரின் நீதிக் கட்சியின் கொள்கைகளைப் பேசிப் புரியவைத்த அவர், படித்தவர்கள், பாமரர்கள் என்று எல்லாத் தரப்பினரையும் கவர்ந்தார்.

மேடைப் பேச்சின் மூலம் மக்களின் கவனத்தைக் கவர்வது ஒரு கலை. அதில் சொல்லப்படும் விஷயங்களை அவர்கள் முழுமையாக நம்பவேண்டும். அதன்படி செயல்படவேண்டும் என்று தூண்டுவது, அதைவிடக் கஷ்டமான விஷயம். இந்த இரண்டிலும் அண்ணா பிரமாதமான விற்பன்னராக இருந்தார்.

அவருடைய மேடைப் பேச்சுகளைக் கேட்டவர்கள் பாக்கியசாலிகள். ஆர்ப்பாட்டம் இல்லாத, எளிமையும் நளினமும் கலந்த வசீகரமான கரகரப்புக் குரல், கண்ணியமான உடல்மொழி, தடையில்லாத நீரோடைபோல், சங்கீதம்போல் பாயும் பேச்சு, நல்ல தமிழ்ச் சொல்வளம், கருத்துகளைச் சுலபத்தில் புரியவைப்பதற்காக, பொருத்தமான நினைவில் நிற்கும்படியான உவமைகளைப் பயன்படுத்தும் லாகவம், கருத்துகளை வெட்டி ஒட்டிப் பேசும்போது அழுத்தமான வாதங்கள், பிசிறில்லாத புள்ளிவிவரங்கள் எனப் பலவிதங்களில் அண்ணாவின் மேடைப் பேச்சுகள் மக்களைச் சுண்டியிழுத்தன.

அண்ணா மேடையேறிப் பேசினால், அவர் என்ன சொன்னாலும் கேட்டுக்கொள்ளத் தயாராக இருந்தது கூட்டம். அவருடைய பேச்சைக் கேட்பதற்காகப் பக்கத்து ஊர்களில் இருந்து வண்டி கட்டிக்கொண்டு கிளம்பி வந்த ரசிகர்கள் உண்டு. அவரது கருத்து

களுடன் உடன்படாதவர்கள்கூட தங்களை மறந்து கைதட்டி மகிழ்வது வழக்கம்.

மேடைகளில் அண்ணா பெற்றிருந்த அசாத்திய ஆளுமைக்கு உதாரணமாக, ஒரே ஒரு சம்பவத்தைக் குறிப்பிட்டா போதும்.

ஊத்தங்கரையில் ஏற்பாடாகியிருந்த ஒரு கூட்டத்தில், அண்ணா பேசப்போகிறார் என்று அறிவிப்பு வெளியாகியிருந்தது. ஏராளமானவர்கள் வந்து குவிந்துவிட்டார்கள்.

ஆனால் இந்தக் கூட்டத்தில் கலந்துகொள்வதற்காகக் கிளம்பி வந்த அண்ணாவின் கார், பாதி வழியில் நின்றுவிட்டது. ஒரு வழியாக அதைச் சரி செய்து புறப்பட்டால், சிறிது தூரத்துக்குள் புதிதாக வேறொரு பிரச்னை முளைத்து, கார் மீண்டும் திணறி நின்றுவிட்டது.

வேறுவழியில்லாமல், பேருந்து பிடித்து ஊத்தங்கரைக்குச் சென்று சேர்ந்தார் அண்ணா. இதற்குள் நடுராத்திரி கடந்து, நேரம் அதிகாலை நான்கு மணியைத் தொட்டிருந்தது.

அண்ணாவின் கூட்டமோ முந்தைய நாள் மாலை ஆறு மணிக்கு. இந்தப் பிரச்னைகளால் கிட்டத்தட்ட பத்து மணி நேரம் தாமதமாக ஊத்தங்கரையைச் சென்றடைந்தார் அவர்.

ஆனால், ஆச்சரியம்! மாலை நேரக் கூட்டத்துக்கு வந்த மக்கள், அண்ணா வரவில்லை என்றதும் வீடு திரும்பவே இல்லை. காரணம், அண்ணாவின் பேச்சைக் கேட்காமல் திரும்பிப் போக யாருக்கும் மனம் இல்லை. இதோ வந்துவிடுவார், இதோ வந்து விடுவார் என்று நெடுநேரம் ஆவலோடு காத்துக்கொண்டிருந்த வர்கள், அங்கேயே துண்டை விரித்துத் தூங்கிப்போயிருந் தார்கள்.

இப்படிப்பட்ட தீவிர ரசிகர்களை ஏமாற்ற விரும்பாத அண்ணா, எல்லோரையும் தட்டி எழுப்பிவிட்டு தன்னுடைய பேச்சைத் தொடங்கினார். கூட்டம் தூக்கத்தை மறந்து, அண்ணாவின் சொற்பொழிவைக் கேட்டு ரசித்துக்கொண்டிருந்தது.

பொதுக் கூட்டங்களில் பேசுவது, அண்ணாவுக்கு மிகவும் பிடித்த மான விஷயம். தனது ஒவ்வொரு மேடையையும், மக்களை நேரடியாகச் சந்திப்பதற்கான வாய்ப்பாகவே எண்ணிய அவர்,

அங்கே மட்டும்தான் மனம்விட்டுப் பேசமுடிகிறது என்று மன நிறைவோடு குறிப்பிட்டிருக்கிறார்.

1938-ம் ஆண்டில் தொடங்கி, அண்ணா தனது பொது வாழ்வில் பல முறை சிறை சென்றிருக்கிறார். அப்போதெல்லாம், சிறையில் வசதிகள் குறைவு. ஒரே அறைக்குள் அடைந்து கிடக்கவேண்டும், குடும்பத்தினரைப் பிரிந்திருக்கவேண்டும் என்றுகூட அவருக்குக் கவலை ஏற்பட்டதில்லை. மக்களைச் சந்திக்கமுடியாதபடி இப்படிச் சிறைக்குள் முடக்கிவிட்டார்களே என்றுதான் நினைத்து நினைத்து வருந்துவார் அவர்.

முப்பதுகளின் இறுதிப் பகுதியில், தனது அபாரமான மேடை ஆளுமையின்மூலம் நீதிக் கட்சியின் பிரசார அடையாளமாக மிகப் பிரபலமாகிவிட்டார் அண்ணா. இந்தக் காலகட்டத்தில் தான், 1940-ம் ஆண்டு நீதிக் கட்சி மாநாடு திருவாரூரில் ஏற்பாடாகியிருந்தது.

நீதிக் கட்சியின் வரலாறில், இந்தத் திருவாரூர் மாநாடு மிக முக்கியமானது. காரணம், அதுவரை பார்ப்பனர் அல்லாத மக்களின் நலனுக்காகப் போராடுவது, ஹிந்தியை எதிர்ப்பது என்கிற இரு விஷயங்களில் மட்டும் தீவிரமாகச் செயல்பட்டுக் கொண்டிருந்த நீதிக் கட்சி, திருவாரூரில்தான் - 'திராவிட நாடு, திராவிடர்க்கே' என்ற கோஷத்தை முன்வைத்தது.

இந்தியாவின் தென் பகுதியில், தமிழ், தெலுங்கு, கன்னடம், மலையாளம், துளு ஆகிய மொழிகளைப் பேசும் மக்கள் வாழ்கிற பிரதேசம்தான். 'திராவிட நாடு' என்று வர்ணிக்கப்பட்டது. இந்தத் திராவிட நாட்டை ஆளும் பொறுப்பு, இங்கிருக்கும் திராவிடர்களுக்கே வழங்கப்படவேண்டும் என்று குரல் எழுப்பத் தொடங்கியது நீதிக் கட்சி.

'இது எங்களுடைய பகுதி, இதனை நாங்கள் தனியாக ஆட்சி செய்துகொள்கிறோம். வெள்ளைக்காரனும் வேண்டாம், வட நாட்டவனும் வேண்டாம். திராவிட நாடு திராவிடர்க்கே வேண்டும்!' - இதுதான் அடுத்த பல ஆண்டுகளுக்கு, நீதிக் கட்சியின் முக்கியக் கொள்கை பிரசாரமாக அமைந்தது.

திருவாரூர் நீதிக் கட்சி மாநாட்டில், திராவிட நாடு தீர்மானத்தை வழிமொழிந்தார் அண்ணா. திராவிடர்களின் கலை, நாகரிகம், பொருளாதார முன்னேற்றத்துக்கான வழிமுறைகள் உள்ளிட்ட

பல விஷயங்களையும் முன்னிறுத்தி அவர் விரிவாகப் பேசியது, தொண்டர்களிடையே நல்ல வரவேற்பைப் பெற்றது.

ஆனால் தலைவர்கள் மட்டத்தில், நீதிக் கட்சி இன்னும் 'பழைய' நிலையிலேதான் இருந்தது. இனிமேலாவது கட்சி உருப்பட வேண்டுமானால், ஆடம்பரப் பிரிபர்கள், ஏழைகளின் குரல்களை கவனிக்கவிரும்பாமல் அல்லது அதற்கு நேரமில்லாமல் ஓய்வு எடுத்துக்கொண்டிருக்கிற நிலைமையை மாற்றியாகவேண்டும். அதற்குப் பெரியாரின் தலைமை அமைந்திருக்கும் இந்தச் சூழ்நிலைதான் மிகச் சரியான நேரம் என்று தீர்மானித்தார் அண்ணா.

இந்த நேரத்தில், கட்சியின் பொதுச் செயலாளராக இருந்த கி.ஆ.பெ. விசுவநாதம், சில கருத்து வேறுபாடுகளால் தனது பொறுப்பிலிருந்து விலகத் தீர்மானித்துவிட்டார். அடுத்த பொதுச் செயலாளராக, அண்ணா தேர்ந்தெடுக்கப்பட்டார்.

இதையடுத்து, தமிழகமெங்கும் சுறுசுறுப்பாகச் சுற்றுப்பயணம் கிளம்பினார் அண்ணா. ஊர் ஊராகச் சென்று, கட்சிக்குப் பெரு வாரியான மக்களின் ஆதரவைத் திரட்டுவதுதான் இந்தக் கால கட்டத்தில் அவருடைய மிக முக்கியப் பணியாக இருந்தது.

திராவிடர்களுக்குத் தனி நாடு வேண்டும் என்கிற கோரிக்கையை வலியுறுத்துவதற்காகவும் மக்களிடையே பரவலான விழிப் புணர்ச்சியை உருவாக்குவதற்காகவும், 1942-ம் ஆண்டு, காஞ்சியில் 'திராவிட நாடு' எனும் புதிய பத்திரிகையைத் தொடங்கினார் அண்ணா. அதில் திராவிட நாடு கோரிக்கை தொடர்பான கட்டுரைகள், பிற படைப்புகளைத் தொடர்ந்து எழுதத் தொடங்கினார் அவர்.

கிட்டத்தட்ட இதே சமயத்தில், திராவிடர்களின் உரிமைக்காகப் போராடும்; 'திராவிடர் கழகம்' என்ற துணை மன்றம் ஒன்றை காஞ்சிபுரத்தில் தோற்றுவித்தார் அண்ணா. இந்த மன்றம்தான் பின்னர் மிகப் பெரியதாக வளர்ந்து, 'நீதிக் கட்சி' என்கிற தாய்க் கழகத்தைத் தனக்குள் ஏற்றுக்கொண்டது.

ஆனால் அதற்கெல்லாம் முன்னதாக, நீதிக் கட்சியில் அதன் தலைவர் பெரியாருக்கு எதிராகச் சிலர் கிளம்பியிருந்தார்கள். அவருடைய அதிரடி மற்றும் அதி தீவிர நடவடிக்கைகள் பிடிக்காமல், அவரிடமிருந்து தலைமையைக் கைப்பற்றிவிட வேண்டும் என்று முயற்சி செய்துகொண்டிருந்தார்கள் இவர்கள்.

பெரியாரைக் கீழே தள்ளிவிடப் பார்க்கும் இவர்கள் யார் என்று கொஞ்சம் கவனித்தார் அண்ணா. அவர் எதிர்பார்த்ததுபோலவே, நீதிக் கட்சியில் நீக்கமற நிறைந்திருந்த ஆடம்பரப் பிரியர்களின் கூட்டணிதான்.

கட்சியைக் கெடுத்துக் குட்டிச்சுவராக்கிக்கொண்டிருக்கும் இவர்களை எப்படி வெளியே துரத்தலாம் என்று அண்ணா யோசித்துக்கொண்டிருக்கையில், அவர்கள் பெரியாரையே கவிழ்க்கிற ஏற்பாடுகளைச் செய்துகொண்டிருந்தார்கள். அவர் களிடம் இருக்கும் பண பலத்தை வைத்துப் பார்க்கிறபோது, எப்படியாவது இந்த முயற்சியில் வெற்றிபெற்றுவிடக் கூடும்.

நீதிக் கட்சிக்கு ஓர் 'அவசர சிகிச்சை' தேவைப்படுகிறது என்று புரிந்துகொண்டார் அண்ணா. அதற்கு அவர் தேர்ந்தெடுத்த இடம், சேலம்.

முதலாவதாக, எல்லோரும் தனக்கு எதிராகச் செயல்படு கிறார்கள் என்று வருத்தத்தில் இருந்த பெரியாரிடம், அவருக்கு உறுதுணையாகத் தான் இருப்பதைத் தெளிவுபடுத்தினார் அண்ணா. நீதிக் கட்சியை வடிகட்டிச் சீர்திருத்த என்ன செய்ய லாம் என்று அவர்கள் இருவரும் தீவிரமாக யோசித்து ஒரு முடிவெடுத்தார்கள்.

பெரியாரின் தலைமையில் கூடிய சேலம் நீதிக் கட்சி மாநாட்டில், இந்த யோசனைகள் முன்வைக்கப்பட்டன. சரித்திர முக்கியத்துவம் வாய்ந்த இந்தத் தீர்மானத்துக்கு, 'அண்ணாதுரை தீர்மானம்' என்று அவருடைய பெயரையே சூட்டி அழைத்தார் பெரியார்.

நம்முடைய எதிரிகளை முறியடிக்கவும் பெரும்பான்மை மக்களின் ஆதரவைத் திரட்டவும், கட்சியில் சில முக்கியமான மாற்றங்களைச் செய்தாகவேண்டும் என்ற அண்ணா, அதற்குப் பல யோசனைகளைச் சிபாரிசு செய்தார்.

முதலாவதாக 'நீதிக் கட்சி' என்ற பெயரை வைத்து, அதன் கொள்கை நோக்கங்களைப் பலரால் உணர்ந்துகொள்ளமுடிவ தில்லை. ஆகவே, மக்களுக்குச் சரிவரப் புரியாத இந்தப் பெயரை மாற்றி, அவர்களுடன் தொடர்புடைய நேரடியான வேறொரு பெயரைத் தேர்ந்தெடுக்கவேண்டும்.

இதற்காகச் சிபாரிசு செய்யப்பட்ட பெயர் - 'திராவிடர் கழகம்' என்பது. திராவிட மக்களுக்காக வாதாடுகிற, தென்னாடு

திராவிட நாட்டின் உரிமைகளுக்காகக் குரல் கொடுக்கிற இயக்கம் என்பதைக் குறிக்கும்வகையில் இந்தப் பெயர் தேர்ந்தெடுக்கப்பட்டது.

அடுத்து, மக்களிடையே நமது இயக்கத்துக்குப் பெருவாரியான ஆதரவு கிடைக்கவேண்டுமானால், நாம் அவர்களுக்காகப் போராடுகிறோம் என்ற எண்ணத்தை அவர்களுக்குள் உருவாக்க வேண்டும். அதாவது, நாங்கள் அரசாங்கத்துக்கு நெருக்கமான வர்கள் இல்லை. உங்களோடு வாழ்ந்து, உங்களுடைய நோக்கங் களுக்காகப் போராடுகிறவர்கள் என்று தெள்ளத்தெளிவாக உணர்த்தியாகவேண்டும்.

இதற்கு சாட்சியாக, அப்போதைய ஆங்கிலேய அரசாங்கத்தால் அருளப்பட்ட கௌரவப் பட்டங்கள் அனைத்தையும் நீதிக் கட்சித் தலைவர்கள், உறுப்பினர்கள் துறந்துவிடவேண்டும் என்றார் அண்ணா. சர், ராவ் பகதூர், திவான் பகதூர், ராவ் சாகேப், கான் பகதூர் என்று எந்தப் பட்டமானாலும் சரி அதனைத் தூக்கி எறிந்துவிட்டு, சாதாரணமாக மக்களின் அருகே சென்று உட்காரவேண்டும்.

இதேபோல் - கௌரவ நீதிபதி, ஆலோசகர் என்பதுபோன்ற நியமனப் பதவிகளை வகிக்கிறவர்கள், அதை உடனடியாக ராஜிநாமா செய்துவிடவேண்டும். இனிமேல் வெள்ளையர் களாக வலிய வந்து இதுபோன்ற பதவிகள், பட்டங்களைக் கொடுத்தாலும் ஏற்றுக்கொள்ளக் கூடாது.

அடுத்து - நீதிக் கட்சியின் உறுப்பினர்கள், தங்களுடைய பெய ருக்குப் பின்னால் உள்ள ஜாதிப் பெயரை நீக்கிவிடவேண்டும். அப்போதுதான், எந்த வித்தியாசமும் இல்லாமல் மக்களுடன் கலந்து அவர்களுக்காகப் பணிபுரியமுடியும்.

அரசாங்கத்துக்கு நம்முடைய எதிர்ப்பைக் காண்பிக்கும் வகை யில், அவர்களால் தொகுதி வகுக்கப்பட்டு நடக்கும் எந்தத் தேர் தலிலும் நீதிக் கட்சி பங்குபெறக் கூடாது. அதாவது, நியமனப் பொறுப்புகளைப் போலவே, அவர்களது ஆட்சிமுறையின் பேரில் தேர்ந்தெடுக்கப்படும் பொறுப்புகளும் நமக்கு வேண்டாம்.

இப்படி அடுக்கடுக்காகச் சிறிய, பெரிய குண்டுகளைச் சரமாரி யாக வீசினார் அண்ணா. அப்போதைய நீதிக் கட்சியின் முக்கியப்

பொறுப்பில் இருந்த பலர், இதையெல்லாம் கேட்டுத் திகைப்பில் ஆழ்ந்துவிட்டார்கள்.

காரணம், அவர்களில் பெரும்பாலானோர் தங்களுடைய பெயருக்கு முன்னால் இருக்கும் பட்டங்களையும் பின்னால் இருக்கும் ஜாதிப் பெயர்களையும், மிகப் பெரிய கௌரவமாகக் கருதுகிறவர்கள். அந்த மரியாதைகளை இழப்பதுபற்றி அவர் களால் கற்பனைகூட செய்யமுடியாது.

ஆனால் இதையெல்லாம் துறந்தால்தான், மக்கள் மனத்தில் இடம் பிடிக்கமுடியும். அப்போதுதான் நீதிக் கட்சியிலும் உங்களுக்கு இடம் உண்டு என்று சொல்லிவிட்டார் அண்ணா. இது அவர் களால் ஜீரணிக்கமுடியாத விஷயமாக இருந்தது.

இந்தத் தீர்மானத்துக்கு பரவலான எதிர்ப்பு வரும் என்று தெரிந்தேதான், அண்ணா அதனை முன்வைத்திருந்தார். பெரியாரின் எதிரிகளைக் கட்சியிலிருந்து வெளியேற்றுவதற்கான முயற்சி அல்ல இது. நிஜமாகவே நீதிக் கட்சி இப்போது எங்கே இருக்கிறது என்று சுய விமரிசனம் செய்வதாக, அங்கிருந்து முன்னேறவேண்டுமானால் அதற்கு என்ன செய்யவேண்டும் என ஆக்கப்பூர்வமாகச் சிந்திப்பதாக, அண்ணாவின் தீர்மானம் அமைந்திருந்தது.

இதுபோன்ற ஒரு கசப்பு மருந்துக்கு பயந்தால், கட்சியைப் பாழாக்கிக்கொண்டிருக்கும் வியாதியைத் தீர்த்துவிடமுடியாது. ஆகவே, இதுதான் பெரும்பான்மை நீதிக் கட்சியினரின் முடிவு. இதற்குச் சம்மதிக்காதவர்கள் எல்லாம் வெளியே போக வேண்டியதுதான் என்கிற தர்மசங்கடமான நிலைமையை உருவாக்கிவிட்டார் அவர்.

அண்ணாவின் இந்தத் தீர்மானத்துக்கு, கட்சித் தலைவர் பெரி யாரின் முழு ஆதரவு இருந்தது. அதன் பிரதான நோக்கத்தைப் புரிந்துகொண்ட பெரும்பான்மைத் தொண்டர்களும் இந்த யோசனைகளை வரவேற்றார்கள். முக்கியமாக, புரட்சிகரமான இந்த மாற்றங்களுக்கு இளைய தலைமுறையினர் ஆரவாரமான ஆதரவு அளித்தார்கள்.

ஆனால், கட்சியின் தலைமைப் பொறுப்பில் இருந்த மற்ற சிலருக்குத்தான், இதனை ஏற்றுக்கொள்ள மனம் இல்லை. அண்ணாவின் தீர்மானத்தை எப்படியாவது தோற்கடித்துவிட

வேண்டும் என்கிற எண்ணத்துடன், அதனைப் பலர் எதிர்த்துப் பேசத் தொடங்கினார்கள்.

இந்த வாத விவாதங்கள் மணிக்கணக்காகத் தொடர்ந்தன. தனது தீர்மானத்தில் அவர்கள் என்ன ஓட்டை கண்டுபிடித்தாலும், சட்டென்று அதற்குப் பொருத்தமான ஒரு பதிலடி கொடுத்தார் அண்ணா. இதனால், பெரும்பான்மை உறுப்பினர்களின் ஆதரவுடன் 'அண்ணாதுரை தீர்மானம்' நிறைவேறியது.

தீர்மானம் என்னவோ நிறைவேறிவிட்டது. ஆனால், அது விதித் துள்ள கட்டாயங்களைப் பொறுக்கமுடியாத சிலர், கட்சியி லிருந்து தானாகவே வெளியேறிவிட்டார்கள். அதாவது, கட்சிக் காக வெற்று கௌரவங்களைத் தியாகம் செய்து மக்களோடு இணைந்து போராட விரும்பாதவர்களைக் களையெடுக்கும் நடவடிக்கையாக இது அமைந்துவிட்டது.

அண்ணாதுரை தீர்மானத்தின் மூலம் நீதிக் கட்சியில் பெரியாரின் தலைமை உறுதிப்பட்டது மட்டுமின்றி, இளைய தலைமுறை யினர் விரும்பியபடி அது ஆடம்பரக்காரர்களின் பிடியிலிருந்தும் விடுபட்டுவிட்டது. இனிமேல் அதனை, ஒரு முழுமையான மக்கள் இயக்கமாக வளர்ப்பதில் எந்தத் தடையும் இருக்காது என உற்சாகமானார் அண்ணா.

கட்சியின் உள் விவகாரங்கள் ஓரளவு சரியாகிவிட்டதால், அடுத்து வந்த திருச்சி மாநாட்டில், திராவிட நாடு கோரிக்கை மிகத் தீவிரமாக வலியுறுத்தப்பட்டது. திராவிட நாடு என்பது என்ன? அதைத் தனி நாடாகப் பிரிக்கவேண்டும் என்ற கோரிக்கையின் அவசியம், அதற்கான காரணங்கள், முன் உதாரணங்கள் என்று அடுக்கடுக்கான வாதங்கள், புள்ளி விவரங்களை முன்வைத்துப் பிரமாதமாகப் பேசினார் அண்ணா.

இந்தியா ஒரு துணைக்கண்டம். அதன் தென்பகுதியில் வாழ்கிற வர்கள், வடநாட்டவர்களால் ஆளப்படுவது எந்தவிதத்திலும் சரியாகாது என்று வாதாடினார் அண்ணா. வடக்கே உள்ளவர் களால் திராவிடர்களின் நலன் பாதிக்கப்படுவதைத் தவிர்க்க வேண்டுமானால், ஐரோப்பாவைப்போல் இந்தியாவும் பல நாடுகளாகப் பிரிக்கப்படவேண்டும் என்பது திராவிடர் கழகத்தின் முதன்மைக் கோரிக்கையாக முன்னிறுத்தப்பட்டது.

திராவிட நாடுபற்றிய விழிப்புணர்வை மக்களிடையே ஏற்படுத்து வதற்காக, பெரியாரின் நிரந்தரத் தலைமையின்கீழ் பணிபுரியத் தீர்மானித்தது திராவிடர் கழகம். அவருடைய முக்கியமான தளபதியாக, அண்ணா அடையாளம் காணப்பட்டார்.

அண்ணாவுக்கென்று அன்பர்கள், ஆதரவாளர்கள் வட்டம் பெருக ஆரம்பித்தது. முக்கியமாக மாணவர்கள், இளைஞர்கள் அவரைத் தங்களுடைய மானசீக குருநாதராக ஏற்றுக்கொண்டு, அரசியல் சமூகப் பணிகளில் ஈடுபட ஆரம்பித்தார்கள்.

இதற்காக, 'திராவிட மாணவர் கழகம்' என்ற புதிய அமைப்பும் உருவாக்கப்பட்டது. இதில் பங்குபெற்றிருந்த பெரும்பாலா னோர், அண்ணாவின் பேச்சுகளைக் கேட்டு அவரது எழுத்துகளைப் படித்து அரசியலுக்கு வந்தவர்கள்தான்.

தவிரவும், திராவிடர் கழகத்தின் இளைய உறுப்பினர்களாக உள்ளே நுழைந்து, அண்ணாவின் வழிகாட்டுதலில் குறிப்பிடத் தக்க தலைவர்களாக உருவானவர்கள் பலர். இவர்களுள் குறிப்பிட்டுச் சொல்லவேண்டியவர்கள் - நெடுஞ்செழியன் (நாராயணசாமி), அன்பழகன் (ராமையா), தவமணி ராசன், இளம்வழுதி, கே ஏ மதியழகன், ஏ பி ஜனார்த்தனம், மு.கருணாநிதி, தில்லை வில்லாளன், அரங்கண்ணல், அப்பாவு, கோகுல கிருஷ்ணன், பொன்னுவேலு, என்.எஸ். இளங்கோ முதலியோர்.

இப்படி ஒரு தலைமுறையே அண்ணாவால் கவரப்பட்டு, சமூக அக்கறையோடு பொது வாழ்க்கையில் ஈடுபட முன்வந்தது. ஆனால், அவர்களைத் தனது கட்சியின் நோக்கங்களுக்காகப் பயன்படுத்திக்கொள்ளவேண்டும் என்கிற மலிவான சுயநல எண்ணம் அண்ணாவுக்கு இல்லை.

இதற்குச் சிறந்த உதாரணமாக, திருவாரூரில் இருந்து அண்ணா வின் 'திராவிட நாடு' இதழில் கட்டுரைகளை எழுதிக்கொண் டிருந்த ஓர் இளைஞரைக் குறிப்பிடலாம். அவரது எழுத்துகளை விரும்பிப் படித்த அண்ணா, அடுத்தமுறை திருவாரூர் சென் றிருந்தபோது அவரைச் சந்திக்க விரும்புவதாகச் சொன்னார்.

முதன்முறையாக அண்ணாவைச் சந்திக்கப்போகிற பரவசம் கலந்த பதற்றத்துடன் வந்தார் அந்த இளைஞர். ஆனால் அவரைப்

பார்த்ததும், அண்ணாதான் ஆச்சரியத்தில் மூழ்கிப்போனார். தீவிரமான அந்த எழுத்துகளுக்குச் சொந்தக்காரர் பெரிய ஆளாக இருப்பார் என்று எதிர்பார்த்தால், இப்படி ஒரு பொடிப் பையன் வந்து நிற்பதை அவரால் நம்பக்கூட முடியவில்லை.

'படிக்கிறாயா?' என்று அவரிடம் கேட்டார் அண்ணா. ஆமாம் என்று தலையை ஆட்டினார் அந்த இளம் எழுத்தாளர்.

அடுத்த விநாடி, 'இனிமேல் கட்டுரை எதுவும் எழுதி அனுப் பாதே' என்று கண்டிப்பாகச் சொல்லிவிட்டார் அண்ணா. என்ன தான் அவருடைய சிறப்பான எழுத்தாக இருந்தாலும், படிக்கிற நேரத்தில், அதில்மட்டும்தான் கவனம் இருக்கவேண்டும் என்பது அண்ணாவின் உறுதியான எண்ணம்.

'எழுதாதே!' என்று அண்ணாவிடம் கண்டிப்பான ஆசிர்வாதம் பெற்ற அந்த இளைஞர், பின்னர் அண்ணாவின் அன்புத் தம்பியாக மாறி, தமிழகத்தின் முதல்வராகவும் உயர்ந்தார். அவர் மு.கருணாநிதி.

எது நடந்தால் எனக்கு என்ன? என்கிற அலட்சியப்போக்கைத் தவிர்த்து, இளைஞர்கள் சமூக அக்கறையோடு இருக்கவேண்டும் என்பதைத் திரும்பத் திரும்ப வலியுறுத்தியவர் அண்ணா. ஆனால் கட்சிகள், அவர்களை தங்களது நோக்கங்களை நிறைவேற்றும் ஆயுதங்களாகப் பயன்படுத்திக்கொள்வதை அவர் எப்போதும் விரும்பியதில்லை.

இதனால் கட்டாயத்தால் அன்றி, இயல்பான ஆர்வத்தால் திராவிடர் கழக இளைஞர் படை உருவானது. கழகத்தின் அடுத்த கட்ட வளர்ச்சியை இவர்கள்தான் தீர்மானித்தார்கள்.

இப்படி அண்ணாவுக்காகக் கழகத்தில் இணைந்த ஏராளமான இளைஞர்கள், அவரைத் தங்களது தலைவராக, குருநாதராகக் கருதினார்கள். இதேபோல், பெரியாரும் அண்ணாமீது முழு நம்பிக்கை வைத்திருந்தார். இதையெல்லாம் பார்க்கையில், கட்சியிலிருந்த மற்ற தலைவர்கள் பிரமுகர்கள் சிலர் எரிச்சல் அடைந்தார்கள்.

கட்சியில் அண்ணாவின் செல்வாக்கைக் குறைக்கவேண்டு மானால் என்ன செய்யவேண்டும் என்று யோசித்தபோது, அவர்களுக்கு ஒரே ஒரு விஷயம்தான் தோன்றியது. பெரியாரை

யும் அண்ணாவையும் உடனடியாகப் பிரித்தாகவேண்டும் என்பதே அது.

இந்த நோக்கத்துடன், அவர்கள் தங்களது 'முயற்சி'களைத் தொடங்கினார்கள். பெரியாரின் கோப இயல்பும் அவருடன் கொண்டிருக்கும் கருத்து வேறுபாடுகளைத் தயங்காமல் வெளிப் படையாகச் சொல்லும் அண்ணாவின் சுபாவமும், இந்தத் தீயில் நெய்யை ஊற்றியது.

ஒரு தீவிரமான பனிப்போர் தொடங்கியது.

6 குற்றவாளி யார்?

1946-ம் ஆண்டு, திராவிடர் கழகத்தின் ஓர் இணைப் பிரிவாக, 'கறுப்புச் சட்டைத் தொண்டர் படை'யை உருவாக்கினார் பெரியார்.

கறுப்பு என்பது, துக்கத்தின் அடையாளம். ஒடுக்கப்பட்டுத் துயரத்தில் இருக்கும் மக்களுக் கான இயக்கம் இது எனும் கருத்தை வலி யுறுத்தும்வகையில், இந்தப் படையில் இடம் பெறும் தொண்டர்கள் அனைவரும் கறுப்புச் சட்டை அணியவேண்டும் என்று அறிவித்தார் பெரியார்.

ஒரு குறிப்பிட்ட நோக்கத்துக்காகக் குழுவாக இணைந்து செயல்படுகிறவர்கள், ஒரே மாதிரி யான வண்ணத்தில் சீருடை அணிவது வழக்கம். இந்த அடிப்படையில்தான், முக்கிய மான கழகப் பணிகளில் ஈடுபடும் திராவிடர் கழகத் தொண்டர் படையினர், பெரியார் தேர்ந்தெடுத்த கறுப்புச் சட்டையை அணிந்து செயல்பட்டார்கள்.

ஆனால் இப்படித் தொடங்கிய கறுப்புச் சட்டைப் பழக்கம், விரைவில் திராவிடர் கழகத்தின் அடையாளமாகவே மாறிவிட்டது. தொண்டர் படையில் இடம் பெற்றுள்ளவர்கள் மட்டு மின்றி, கழகத்தைச் சேர்ந்த எல்லோரும்,

எப்போதும் கறுப்புச் சட்டைதான் அணிய வேண்டும் என்று எதிர் பார்க்கத் தொடங்கினார் பெரியார்.

விஷயம் அதோடு நிற்கவில்லை. கறுப்பு அல்லாத வேறு நிறங் களில் சட்டை அணிந்து வெளியே வருகிறவர்கள், கழகத்தின் விரோதிகள் துரோகிகள் என்றெல்லாம் பிரசாரம் தொடங்கியது. இதனால், விரும்பினாலும் விரும்பாவிட்டாலும் - திராவிடர் கழகத்தைச் சேர்ந்தவர்கள் அனைவரும் கறுப்புச் சட்டை அணியவேண்டியது கட்டாயமாகிவிட்டது.

அண்ணா உள்ளிட்ட கழகப் பிரமுகர்கள் பலருக்கு, இந்தக் கறுப்புச் சட்டை அடையாளத்தில் அவ்வளவாக ஒப்புதல் இல்லை. காரணம், தமிழர்களைப்பொறுத்தவரை கறுப்பு என்பது அமங்கலமான விஷயம். உலக அளவில்கூட எதிர்மறையான மனிதர்கள், இயக்கங்களைத்தான் கறுப்பாக அடையாளப் படுத்துவார்கள்.

அதுமட்டுமின்றி, கறுப்புச் சட்டைதான் திராவிடர் கழகம் என்று ஆகிவிட்டால், அதற்குக் கிடைக்கக்கூடிய நியாயமான மதிப்பு குறைந்து, அது வெறும் அலங்காரமாகிவிடும் என்றார் அண்ணா. கறுப்புச் சட்டை அணிந்த ஒருவர் ஊழல் செய்தால் அல்லது தவறான செயல்பாடுகளில் ஈடுபட்டால், ஒட்டுமொத்தக் கழகத் துக்கும் அதனால் கெட்ட பெயர் ஏற்படும் அல்லவா?

இப்படிப் பல காரணங்களால், பெரியார் மற்றும் அவரது ஆதர வாளர்கள் முன்னிறுத்திய கறுஞ்சட்டை இயக்கத்தை அண்ணா அவ்வளவாக ஆதரிக்கவில்லை. எனினும், கட்சியில் அநாவசிய உரசல்களைத் தவிர்ப்பதற்காக, திராவிடர் கழகக் கூட்டங்கள், பிற நிகழ்ச்சிகளில் கறுப்புச் சட்டையுடனே கலந்துகொண்டார் அவர்.

கடைசியில், அண்ணா பயந்ததுபோலவேதான் ஆனது. கறுப்புச் சட்டைத் தொண்டர்கள் சில வன்முறைச் சம்பவங்களில் ஈடுபட்டதாகக் காரணம் காட்டி, அதனைச் சட்டவிரோதமான அமைப்பு என்று அறிவித்துவிட்டது அரசாங்கம்.

இதனை எதிர்த்து, போராட்டத்தில் குதித்தது திராவிடர் கழகம். தன்னுடைய தனிப்பட்ட கருத்து வேறுபாடுகளை மறந்து, இந்த எதிர்ப்பு இயக்கத்தில் முன்னின்று பணியாற்றினார் அண்ணா. எனினும், இந்த விஷயத்தில் பெரியாருடன் அவருக்கு ஏற் பட்டிருந்த விரிசல், முழுதுமாக அடைபட்டுவிடவில்லை.

இதேபோல், புரட்சிக் கவிஞர் பாரதிதாசனுக்குப் பாராட்டு விழா நடத்தி, லட்சக்கணக்கான தொகையை அன்பளிப்பாக வழங்கிய விவகாரத்திலும், அவருக்கும் பெரியாருக்கும் கருத்து வேறுபாடுகள் இருந்தன. இதெல்லாம் அநாவசியம் என்று பெரியார் கருதியபோதும், பிடிவாதமாகப் பாரதிதாசன் பாராட்டு விழாவைச் சிறப்போடு நடத்தி முடித்தார் அண்ணா.

பெரியார் - அண்ணா இடையிலான பனிப்போரின் ஆரம்பகால நிகழ்வுகளாக, இப்படிப் பல சம்பவங்களைக் குறிப்பிடமுடியும். ஆனால், இதற்கெல்லாம் ஆழத்தில், தந்தை - மகன்போல் பழகிய அவர்கள், திடீரென்று ஆளுக்கொரு திசையில் திரும்பிக்கொண்டது ஏன் என்று யோசித்தால், சில அடிப்படை விஷயங்கள் புரியவரும்.

திராவிடர் கழகத்தைப் பெரும்பான்மை மக்களிடம் கொண்டு செல்லவேண்டும், எல்லாத் தரப்பினரின் ஆதரவையும் திரட்ட வேண்டும் என்பது அண்ணாவின் எண்ணம். இதற்குத் தடையாக அமையக்கூடிய எந்த நடவடிக்கையையும் அவர் விடாப்பிடியாக எதிர்த்துவந்தார்.

துரதிருஷ்டவசமாக - இந்தக் காலகட்டத்தில் பெரியார் எடுத்த பல முடிவுகள், அண்ணாவின் இந்த நோக்கத்துடன் பொருந்த வில்லை. அவற்றுக்கு மாற்று ஏற்பாடுகளை அண்ணா சுட்டிக் காட்டியபோது, பெரியாருக்கும் அவரது ஆதரவாளர்களுக்கும் கோபம் வந்தது.

இதற்கு நேரெதிராக, வெகுஜனத்தைச் சென்றடைய அண்ணா செய்த எல்லா முயற்சிகளையும் அவர்கள் தீவிரமாக எதிர்த் தார்கள். உதாரணமாக, அவருடைய கலை இலக்கியப் பணி களால் திராவிடர் கழகத்தின் அடிப்படைக் கொள்கைகள் நீர்த்துப் போய்விடுகின்றன என்று பெரியார் உள்ளிட்ட பலர் கருதி னார்கள்.

ஆனால், அந்நாளின் பெரிய கட்சிகளான காங்கிரஸ், நீதிக் கட்சி, கம்யூனிஸ்ட்கள் என்று எல்லோரும் நினைக்கத் தவறிய ஒரு கோணம், அண்ணாவுக்கு நன்றாகப் புரிந்திருந்தது. நாடகம் சினிமா போன்ற கலைகளை, வெறும் பொழுதுபோக்குச் சாதனங்களாக அல்லாமல் பிரசார உத்திகளாகவே பார்த்தார் அவர்.

அதாவது, ஒரு விஷயத்தைக் கட்டுரையாக எழுதினால் படிக்கத் தெரிந்த பத்து பேரைச் சென்றடையும். அதையே மேடையில் பேசினால், நூறு பேரோ ஆயிரம் பேரோ பயனடைவார்கள். ஆனால், 'அரசியல் மேடைகளே எனக்கு அலர்ஜி' என்று ஒதுங்கியிருக்கும் மிஸ்டர். பொதுஜனத்திடம் இந்த விஷயத்தைச் சென்று சேர்ப்பது எப்படி?

சுவாரசியமான கதைப் பின்னணியில் நாடகங்களையும் சினிமாக்களையும் பயன்படுத்தத் தொடங்கினார் அண்ணா. முற்போக்குக் கருத்துகளைக் கலந்து பரிமாறிய அவரது எழுத்து பாணி, மக்களிடையே நல்ல வரவேற்பைப் பெற்றது.

ஆனால், இதுபோன்ற முயற்சிகளால் கட்சியின் கொள்கைகள் முக்கியத்துவம் இழந்துவிடும் என்று கருதினார் பெரியார். இதனால், அண்ணாவின் கலை இலக்கியப் பணிகளை அவர் பெரிதாக மதிக்கவோ ஊக்குவிக்கவோ இல்லை.

கடைசியாக, பொதுத் தேர்தல். மக்களால் தேர்ந்தெடுக்கப் பட்ட ஆட்சி என்பதான ஜனநாயக முறையில் பெரியாருக்குச் சம்மதம் இல்லை. ஆனால், அண்ணாவுக்கு அதில் அழுத்த மான நம்பிக்கை உண்டு. அதன்மூலமே மக்களுக்கு நிஜமான சேவை செய்யமுடியும் என்று உறுதியாக நம்பினார் அவர்.

யோசித்துப் பார்த்தால், இத்தனை கருத்து வேறுபாடுகளுக் கிடையே, பெரியாரும் அண்ணாவும் எப்படிதான் ஒரே கட்சியின் தலைவர், பொதுச் செயலாளராக இணைந்து பணியாற்றி னார்களோ என்கிற வியப்பு வருகிறது. பெரியாரிடம் பாடம் கற்றுக்கொண்டு, அதனைப் பெருமையுடன் குறிப்பிடுகிற ஒருவர், இத்தனை தூரம் அவரிடமிருந்து வித்தியாசப்படுவது நிச்சயமான ஆச்சரியம்தான்.

இத்தனை சிரமங்கள் உரசல்களுக்கு நடுவிலும், பெரியார் - அண்ணா இணைந்து பணியாற்றிக்கொண்டிருந்தார்கள் என்றால் அதற்கு முக்கியமான காரணங்கள் இரண்டு. இருவரும் பொதுவாகப் பகிர்ந்துகொண்ட சமூக அக்கறை, அண்ணாவின் விட்டுக்கொடுக்கும் தன்மை.

எந்தப் பிரச்னையில் பெரியாருடன் கருத்து வேறுபாடு ஏற்பட்டா லும், அதனை வலிக்காமல் சொல்வதில் அண்ணா நிபுணர். மிகுந்த

மரியாதையுடன், நீங்கள் செய்வது தவறு என்பதை பெரியாரிடமே தயங்காமல் சொல்லிவிடுவார் அவர்.

இதுபோன்ற உரசல்கள் ஊடல்கள் அனைத்தும், உள்கட்சி விவகாரங்களாக இருந்தவரை எந்தப் பிரச்னையும் இல்லை. முதன்முறையாக பெரியார்-அண்ணா இடையிலான கருத்து வேறுபாடு பகிரங்கமாக வெளிச்சத்துக்கு வந்தது, 1947-ம் ஆண்டின் மத்தியில்.

அப்போதுதான், இந்தியாவுக்குச் சுதந்தரம் தருவதாக பிரிட்டிஷ் அரசு முடிவுசெய்திருந்தது. ஆகஸ்ட் 15-ம் தேதி, இந்தியாவை இரு பிரிவுகளாகப் பிரித்து, இந்தியா, பாகிஸ்தான் ஆகிய இந்த இரண்டு தேசங்களுக்கும் முழு விடுதலை அளிப்பதாக அறிவிக்கப்பட்டது.

கிட்டத்தட்ட தொண்ணூறு ஆண்டுகளுக்குமேலாக இந்தியச் சுதந்தரத்துக்காகப் பாடுபட்டுக்கொண்டிருந்த ஏராளமானவர்கள், இந்த அறிவிப்பைக் கேட்டதும் சந்தோஷத்தில் திளைத்தார்கள். சுதந்தரத் திருநாளை உற்சாகமாகக் கொண்டாடுவதற்கான ஏற்பாடுகள் மும்முரமாகத் தொடங்கின.

ஆனால் பெரியாருக்கு மட்டும், இந்தச் சுதந்தரம் முழுமையானது அல்ல என்று தோன்றியது. திராவிடர்களுக்குத் தனி நாடு வேண்டும் என்று இத்தனை வருடங்களாகக் கேட்டுக் கொண்டிருக்கிறோம். அது இன்னும் கிடைக்கவில்லை எனும் போது, சுதந்தரத்தால் திராவிடர்களுக்கு என்ன பலன் என்று யோசித்தார் அவர்.

அதாவது, இத்தனை நாள்களாக யாரோ ஓர் அந்நியன் நம்மை ஆண்டுகொண்டிருந்தான். இனிமேல், வடநாட்டவர்கள் நம்மை ஆளப்போகிறார்கள். இதில் திராவிடர்கள் சந்தோஷப்பட என்ன இருக்கிறது என்று யோசித்த அவர், திடுதிப்பென்று ஒரு குண்டைத் தூக்கிப்போட்டார். 'ஆகஸ்ட் பதினைந்து - திராவிடர் களுக்கு இன்ப நாள் அல்ல, நம்மவர்கள் அதனைத் துன்ப நாளாகவே அனுசரிக்கவேண்டும்.'

1947 ஜூலை 27-ம் தேதி, பெரியார் இந்த அறிவிப்பை வெளியிட்ட போது, அவருடைய சொந்தக் கழகத்தின் உறுப்பினர்களே அதிர்ச்சியில் ஆழ்ந்துவிட்டார்கள். திராவிட நாடு எதிர்பார்த்துக் கிடைக்காத ஏமாற்றம் புரிந்துகொள்ளக்கூடியதுதான். ஆனால்

அதற்காக, இத்தனை கஷ்டத்துக்குப்பிறகு (இந்திய) நாட்டுக்குச் சுதந்தரம் கிடைக்கும் நாளை யாரேனும் துக்கமாகக் கருதுவார் களா?

பெரியாரின் இந்த அறிவிப்பை முழுமனத்தோடு ஏற்கமுடியாத அண்ணா, ஆகஸ்ட் பதினைந்தை சந்தோஷமாகவே கொண்டாட வேண்டும் என்று கருதினார். திராவிட நாட்டை, வடக்கத்திக் காரர்கள் ஆட்சி செய்வதில் அவருக்கும் சம்மதம் இல்லைதான். ஆனால் இந்த இருவருக்கும் பொது எதிரியான வெள்ளையர்கள் நாட்டிலிருந்து வெளியேறுவதை, உற்சாகமாகக் கொண்டாடித் தீர்க்கவேண்டாமோ?

'துக்க நாள்' விஷயத்தில் அண்ணாவுக்குத் தயக்கம் ஏற்பட இன்னொரு காரணம், இத்தனை ஆண்டுகளாக, திராவிடர் கழகத்தின் தாய்க் கட்சியான நீதிக் கட்சி ஆங்கிலேயர்களுக்குச் சார்பாக இயங்குகிறது என்று பரவலாகப் பேசப்பட்டது. சமீபத்தில்தான், அண்ணாதுரை தீர்மானம் உள்ளிட்ட பல நடவடிக்கைகளால் அந்த அவப்பெயரைக் கஷ்டப்பட்டுத் துடைத்துக்கொண்டிருந்தார்கள் கழக முன்னோடிகள்.

இந்த நிலைமையில், இப்போது ஆங்கிலேயர்கள் இங்கிருந்து வெளியேறும் தருணத்தை நாம் துக்கமாகக் கருதினால், மக்களுக்கு ஏற்பட்டிருந்த சந்தேகத்தை நாமே உறுதி செய்வது போல் ஆகிவிடும். எல்லோரும் சந்தோஷமாக வரவேற்கும் சுதந்தரத்தை நாம் மட்டும் கொண்டாட மறுத்தால், ஆங்கிலேயர் கள் வெளியேறுவதை நினைத்து திராவிடர் கழகம் வருந்துகிறது என்று மக்கள் நினைத்துவிடமாட்டார்களா?

இப்படிப் பல கோணங்களில் யோசித்துப் பார்த்தபிறகு, ஆகஸ்ட் பதினைந்தை துக்க நாளாக எண்ணுவது சரியல்ல என்று தீர்மானித்தார் அண்ணா. திராவிடர்களுக்கு இதில் உடனடிப் பலன் இல்லாவிட்டாலும், நீண்டநாள் நோக்கில் சிந்தித்து நாடு சுதந்தரம் பெறுவதை மனமார வரவேற்பதுதான் நல்லது என்பது அவருடைய எண்ணம்.

ஆனால் கட்சித் தலைவர், குருநாதர் பெரியாருடைய கட்டளையை மீறமுடியுமா? பெரியார் ஒரு முடிவெடுத்து விட்டால், அதில் பிடிவாதமாக இருப்பார். மறு பரிசீலனைக் கெல்லாம் வாய்ப்புகள் மிக மிகக் குறைவு.

இந்த விஷயம் நன்றாகத் தெரிந்திருந்தும்கூட, ஆகஸ்ட் பதினைந்து விவகாரத்தைப்பற்றி விவாதித்து ஒரு முடிவெடுப் போம் என்று பெரியாருக்குத் தகவல் அனுப்பினார் அண்ணா. ஆனால், இதுபற்றிப் பேசுவதற்கு ஒன்றுமே இல்லை என்று ஒரேயடியாக மறுத்துவிட்டார் பெரியார்.

தயக்கத்துடன், தன்னுடைய நண்பர்கள் ஆலோசர்களுடன் இதுபற்றி விவாதித்தார் அண்ணா. பெரியார் தன்னிச்சையாக எடுத்துவிட்ட இந்த முடிவில், பலருக்குச் சம்மதம் இல்லை என்பது அவருக்குத் தெரியவந்தது.

மிகுந்த சிந்தனைக்குப்பிறகு, இதுபற்றித் தானும் ஒரு விரிவான அறிக்கையை வெளியிடவேண்டும் என்று முடிவெடுத்தார் அண்ணா. வெறுமனே பெரியாரின் கருத்தை மறுப்பதாக இல்லா மல், ஆகஸ்ட் பதினைந்தை ஏன் சந்தோஷமாகக் கொண்டாட வேண்டும் என்று அழுத்தமாக உண1ர்த்தும்வகையில் அந்த அறிக்கையாக / கட்டுரையாக எழுதினார் அவர்.

இந்தியச் சுதந்தர நாளுக்குச் சில தினங்கள் முன்பாக (ஆகஸ்ட் 10) அண்ணாவின் அந்தக் கட்டுரை 'திராவிட நாடு' இதழில் வெளி வந்தது. முதன்முறையாக கழகத் தலைவர் பெரியாரின் கருத் துக்கு எதிராக, பொதுச் செயலாளர் அண்ணாவின் மாற்றுக் கருத்து பகிரங்கமாக முன்வைக்கப்பட்டது.

இந்த அறிக்கையில் அண்ணா வலியுறுத்திய சில முக்கியமான வாதங்கள்:

- உலகம் முழுதும் கூர்ந்து கவனிக்கிற ஒரு மகத்தான சம்பவத்தை, நம்முடைய கொள்கைகளை மட்டும் அளவு கோலாகக் கொண்டு அளந்து பார்ப்பது சரியல்ல.
- சுதந்தர தினத்தை உதாசீனம் செய்தால், நீதிக் கட்சியை ஆங்கிலேய ஆதரவு இயக்கம் என்று பலர் சொல்லிக் கொண்டிருந்ததை, நாமே உறுதிசெய்வதுபோலாகிவிடும்.
- இரண்டு நூற்றாண்டுகளாக இந்தத் துணைக் கண்டத்தின் மீது இருந்துவந்த பழிச்சொல்லை, இழிவை நீக்கும் ஆகஸ்ட் 15, திராவிடர்க்குத் திருநாள்.

பெரியாரின் 'துக்க நாள்' அறிவிப்பை அண்ணா இப்படி நேரடி யாக மறுத்து, அதனை 'இன்ப நாள்' என்று குறிப்பிட்டது

பலருக்கு ஆச்சரியம். அதே கட்டுரையில், பெரியாரின் சிந்தனைப் போக்கைப்பற்றிய தனது வருத்தங்களையும் சற்றே மறைமுக மாகக் குறிப்பிட்டிருந்தார் அண்ணா. இதைப் படிப்பவர்கள் எந்த அளவு அதிர்ச்சியடைவார்கள் என்பது அண்ணாவுக்கும் நன்றாகத் தெரிந்திருந்தது.

அதனால்தான், கழகக் கட்டுப்பாடை மீறிய குற்றத்துக்காகத் தன்னைக் கழகத்திலிருந்து வெளியேற்றினாலும், சமூகச் சீர்திருத்தம், பொருளாதார சமத்துவம், திராவிடத் தனியரசு ஆகிய நோக்கங்களுக்காக வெளியிலிருந்தும் பாடுபட்டுவரு வேன் என்று அறிவித்துவிட்டார் அண்ணா.

அதாவது, ஆகஸ்ட் பதினைந்து விஷயத்தில் இதுதான் என் கருத்து. கழகத்தின் அல்லது அதன் தலைவரின் கட்டாயத்துக்காக நான் அதனை மாற்றிக்கொள்ள வேண்டியதில்லை, மாற்றிக் கொள்ளவும் மாட்டேன். இதன்மூலம் கழகத்தின் அடிப்படை நோக்கங்களிலிருந்து நான் விலகிவிட்டதாக அர்த்தம் இல்லை என்று அண்ணா சொல்லாமல் சொல்லிவிட்டார்.

அவர் எதிர்பார்த்ததுபோலவே, இந்த அறிவிப்பு பல்வேறு அதிர்வு அலைகளை உருவாக்கியது. நாடு முழுதும் சுதந்தர தினத்தை உற்சாகமாகக் கொண்டாடிக்கொண்டிருக்கையில், திராவிடர் கழகத்தில்மட்டும் - அண்ணாவின் நோக்கம் என்ன, ஏன் திடீரென்று அவர் பெரியாரைப் பகிரங்கமாக எதிர்க்க வேண்டும் என்கிற விவாதங்கள்தான் நடந்துகொண்டிருந்தன.

பெரியார் ஆதரவாளர்கள், அண்ணா அவருக்கு எதிராகக் கோஷ்டி சேர்க்கிறார் என்று விமரிசித்தார்கள். அண்ணா கதர்ச் சட்டை அணிந்துகொண்டு காங்கிரஸ்காரராகிவிட்டார் என்று கிண்ட லடித்தவர்கள்கூட உண்டு.

ஒரு சின்னக் கருத்து வேறுபாடை, இப்படி ஊதிப் பெரிதாக்க வேண்டியதில்லை என அண்ணாவின் அன்புக்குரிய சிலர் அவர்களுக்குப் பதிலடி கொடுத்தார்கள். இவர்கள் அனைவரும் - எதிர்கோஷ்டியினர், கலகக்காரர்கள் என அடையாளம் காணப் பட்டார்கள்.

இப்படி இருதரப்பைச் சேர்ந்தவர்களும் அறிக்கைகள், மேடைப் பேச்சுகள், கட்டுரைகள் எனப் பல வடிவங்களில் மாற்றி மாற்றி ஒருவரையொருவர் குற்றம் சாட்டிக்கொண்டிருந்தார்கள்.

இதனால், கருத்தளவில் திராவிடர் கழகம் - பெரியார் ஆதரவாளர்கள், அண்ணா ஆதரவாளர்கள் என இரண்டு துண்டுகளாகப் பிரிந்துவிட்டது.

பெரியாரின்மீது மிகுந்த மரியாதை கொண்டிருந்த அண்ணா, இந்த நிலைமையைக் கொஞ்சமும் விரும்பவில்லை. உண்மையில், கழகத்தைப் பிளப்பதோ தலைமையைக் கைப்பற்றுவதோ அவருடைய நோக்கமாக இல்லை.

ஆனால் அண்ணா விரும்பினாலும் விரும்பாவிட்டாலும், அவரால் திராவிடர் கழகத்தில் சலசலப்பு ஏற்படுவதைத் தவிர்க்க முடியவில்லை. ஏதேனும் ஒரு கூட்டம், மாநாட்டில் அவர் கலந்துகொள்ளச் சென்றால், அவருக்கு எதிராகக் கோஷம் போடுகிறவர்கள் பாதி, ஆதரவாகப் பேசுகிற தம்பிகள் மீதி என்று ஏகப்பட்ட கலாட்டா.

இதையெல்லாம் வெளியிலிருந்து பார்க்கிறவர்கள், தலையில் அடித்துக்கொள்வார்கள் அல்லது கேலியாகச் சிரிப்பார்கள். இதனால், திராவிடர் கழகத்துக்குத்தான் இழப்பு என்று புரிந்துகொண்ட அண்ணா, பிரச்னையை மேலும் பெரிதாக்கவேண்டாம் என்று கருதி, கழகப் பணிகளிலிருந்து கொஞ்சம் ஒதுங்கியிருக்கத் தொடங்கினார்.

இதனால், கட்சிக் கூட்டங்களைத் தவிர்த்து நிறைய பொது நிகழ்ச்சிகளில் கலந்துகொள்ளத் தொடங்கினார் அண்ணா. கலை, இலக்கியப் படைப்புகளின்மீதும் தன்னுடைய கவனத்தைத் திருப்பினார்.

இந்தச் சமயத்தில், தூத்துக்குடியில் திராவிடர் கழகத்தின் மாநாடு ஏற்பாடாகியிருந்தது. அதில் அண்ணா கலந்துகொள்வாரா மாட்டாரா என்று தலைவர்கள், தொண்டர்களிடையே பரபரப்பு.

தூத்துக்குடி மாநாட்டுக்காக, திருச்சி சென்றார் அண்ணா. ஆனால் கடைசி நேரத்தில் அநாவசிய கலாட்டாக்கள் பிரச்னைகளைத் தவிர்ப்பதற்காக, மாநாட்டில் கலந்துகொள்ளவேண்டாம் என்று முடிவெடுத்துவிட்டார்.

இதனால், அண்ணாவின் பேச்சைக் கேட்பதற்காக ஆவலுடன் வந்திருந்த மக்கள் ஏமாற்றமடைந்தார்கள். அவருடைய நோக்கத்தைப் புரிந்துகொள்ளாத எதிர்ப்பாளர்கள், கடும் கோப

மடைந்து அண்ணாவைப்பற்றிக் கண்டபடி பேசத் தொடங்கி விட்டார்கள்.

தூத்துக்குடி சம்பவத்துக்குப் பிறகு, பெரியாருக்கும் அண்ணா வுக்கும் இடையிலான மனக் கசப்பு மேலும் வளர்ந்தது. ஆர்ப்பாட்டங்கள், நேரடி மறைமுகப் பேச்சுகள், அடையாள எதிர்ப்புகள் என்று இந்த விரிசலைப் பெரிதாக்குவதற்காகப் பலர் உழைத்தார்கள்.

கழகத்தில் ஏற்பட்டிருக்கும் இந்தப் பிரச்னை - நிரந்தரப் பிளவாகிவிடுமோ என்று பலரும் பயந்துகொண்டிருந்த சூழலில், சற்றும் எதிர்பாராத திசையிலிருந்து ஒரு மருந்து கிடைத்தது. அதன் பெயர் - ஹிந்தித் திணிப்பு.

தமிழகப் பள்ளிகள் அனைத்திலும், முதல் மூன்று படிவங்களில் கண்டிப்பாக ஹிந்தி படித்தாகவேண்டும் என்று அறிவித்தது மாநில அரசு. இதனைக் கண்டித்து, திராவிடர் கழகமும் பிற தமிழ் அமைப்புகளும் மீண்டும் ஹிந்தி எதிர்ப்புப் போராட்டத்தில் குதித்தன.

ஆளுக்கு ஒரு திசையில் திரும்பி நின்றிருந்த பெரியாரும் அண்ணா வும், ஹிந்தி என்கிற பொது எதிரியை ஒழிப்பதற்காக மறுபடி ஒரே குடையின்கீழ் சேர்ந்து, இணைந்து பணியாற்றத் தொடங்கி னார்கள்.

இதையடுத்து, பொதுமக்கள் எல்லோரும் ஹிந்தித் திணிப்பை எதிர்த்து போராட்டத்தில் குதிக்கவேண்டும் என்று வேண்டு கோள் வெளியானது. முன்பைவிடப் பல மடங்கு, தீவிரமாக ஹிந்தி எதிர்ப்புப் போராட்டம் தொடங்கியது.

இந்தப் போராட்டத்தின் தளபதியாகப் பொறுப்பேற்றுப் பணியாற்றிய அண்ணா, கழகத்தின் இளைய தலைமுறையினரை மிகச் சிறப்பாக வழிநடத்தினார். தமிழகமெங்கும் அரசாங் கத்துக்கு எதிரான கிளர்ச்சிக் கூட்டங்கள், ஆர்ப்பாட்டங்கள், மறியல்கள் மிகப் பெரிய அளவில் நடைபெற்றன.

அரசாங்கமும் தன் பங்குக்குக் கடுமையான அடக்குமுறையை அவிழ்த்துவிட்டது. ஏராளமானவர்கள் கைது செய்யப்பட்டுச் சிறையில் அடைக்கப்பட்டார்கள். அரசுக்கு எதிராகச் செயல்படும் தனி நபர்கள் மற்றும் பத்திரிகைகளுக்கு - தீவிரக் கட்டுப்பாடுகள், தடைகள் அறிவிக்கப்பட்டன.

1948-ம் ஆண்டு ஆகஸ்ட் மாதம், அண்ணாவின் 'திராவிட நாடு' இதழில் வெளியாகும் கட்டுரைகள் எல்லாம் வகுப்பு துவேஷத்தைத் தூண்டுகின்றன என்று குற்றம் சாட்டப்பட்டது. ஜாமீன் தொகையாக மூன்றாயிரம் ரூபாய் கட்டினால்தான் இதழ் தொடர்ந்து வெளியாகமுடியும் என்கிற நிலைமை.

இதனை விளக்கி, ஜாமீன் தொகையைத் திரட்ட உதவும்படி 'திராவிட நாடு' இதழில் ஒரு வேண்டுகோள் விடுத்தார் அண்ணா. உடனடியாக, தமிழகம்முழுவதிலும் இருந்து நன்கொடை குவியத் தொடங்கியது.

ஒரே வாரத்துக்குள், தேவையான தொகை சேர்ந்துவிட்டது. அதற்குமேலும் பணம் வந்துகொண்டிருந்ததால், 'இனிமேல் தயவுசெய்து யாரும் நன்கொடைகள் அனுப்பவேண்டாம்' என்று இன்னோர் அறிவிப்பு வெளியிடவேண்டியதாயிற்று.

இந்த விஷயத்தில் சுவாரசியமான இன்னொரு பின்கதை. அடுத்த (1949) ஆண்டு, சென்னை உயர்நீதிமன்றம் 'திராவிட நாடு' இதழ்மீது சுமத்தப்பட்டிருந்த குற்றச்சாட்டுகளிலிருந்து அதனை விடுவித்தது. இதனால், முன்பு செலுத்தப்பட்டிருந்த ஜாமீன் தொகையும் சட்டப்படி அண்ணாவுக்கே திரும்பக் கிடைத்தது. இதற்காக நன்கொடை கொடுத்திருந்த எல்லோருக்கும், அதனை முறைப்படி திருப்பிக் கொடுத்துவிட்டார் அண்ணா.

ஹிந்தி எதிர்ப்புப் போராட்டத்துக்காக, பெரியாரும் அண்ணாவும் மீண்டும் பழையபடி ஒன்றாக இணைந்து பணியாற்றத் தொடங்கியிருந்த காலகட்டம் இது. ஆனால், அவர்களிடையே இருந்த தனிப்பட்ட பிரச்னைகள் அனைத்தும் சரியாகிவிட்டதா அல்லது இன்னும் உரசல் நீடிக்கிறதா எனும் குறுகுறுப்புக் கேள்வி, பல தொண்டர்கள் பொதுமக்களிடையே மிச்சமிருந்தது.

இந்தச் சூழ்நிலையில்தான், ஹிந்தி எதிர்ப்புச் சிறப்பு மாநாடு ஒன்றை ஈரோட்டில் நடத்தியது திராவிடர் கழகம். இதற்குத் தலைமை தாங்கிய அண்ணாவை, பெரியார் மனமாரப் பாராட்டி அவர் கையில் பெட்டிச் சாவியைத் தரவிருப்பதாக அறிவித்ததை, முதலாவது அத்தியாயத்தில் விரிவாகப் பார்த்திருக்கிறோம்.

வயது முதிர்ந்த தந்தை தன் மகனிடம் குடும்பப் பொறுப்பை ஒப்படைப்பதுபோல், கழகத்தை அண்ணாவிடம் கொடுத்துவிடப்போவதாக அறிவித்த பெரியார், 'தந்தை தன் பொறுப்பைச்

சரியாகச் செய்துவிட்டார். இனிமேல், தனயன்(அண்ணா)தான் தனது கடமை, பொறுப்புணர்ச்சியை உணர்ந்து நடக்க வேண்டும்' என்றார்.

இதை நன்கு உணர்ந்திருந்த அண்ணாவும், 'அய்யா அவர்கள் இப்படிச் சொன்னதற்காக, என்னிடம் சாவியைக் கொடுத்து விட்டார்கள் என்பதற்காக, அவரை அறியாமல் திறக்கமாட்டேன். மிகக் கவனமாக, அவருடைய அனுமதியோடுதான் திறப்பேன்!' என்றார்.

இப்படிப் பெரியார் தனது முடிவை பகிரங்கமாக அறிவித்த பிறகும்கூட, அண்ணாமீது அவருக்கு முழு நம்பிக்கை பிறந்திருக்கவில்லை என்பதுதான் உண்மை. இதனால் ஈரோடு மாநாட்டுக்குப்பிறகும், பெரியார் அண்ணா இடையேயான மனக் கசப்பு நீடித்தது.

திராவிடர் கழகத்தில் அண்ணாவின் ஆதரவாளர்கள் என அடையாளம் காணப்பட்டிருந்தவர்கள் எல்லோரும், கழகம் சார்ந்த பணிகளில் முன்னுரிமை தராமல் ஒதுக்கப்பட்டார்கள். இந்த அநீதியை அவர்கள் அண்ணாவிடம் சொல்லிப் புலம்பும் போது, மிகவும் தர்ம சங்கடமான நிலைமையில் தவித்தார் அவர்.

பெரியாரின் தலைமைக்கு எதிராகச் செயல்படவேண்டும் என்கிற விருப்பம் அண்ணாவுக்குக் கொஞ்சமும் இல்லை. ஆனால் அதேசமயம், தன்னை நம்பிக் கட்சிக்குள் வந்தவர்கள் தொடர்ந்து ஒதுக்கப்படுவதும் கழக முடிவுகள் அனைத்தும் ஒரு சிலருடைய கட்டுப்பாடில் இருப்பதும், அவரால் கொஞ்சமும் ஜீரணிக்க முடியாத விஷயங்களாக இருந்தன.

இந்தச் சூழ்நிலையில்தான், திராவிடர் கழகத் தலைவர் பெரியார், காங்கிரஸ் தலைவர் ராஜாஜியைச் சந்தித்தார். தமிழக அரசியலில் இரு வேறு துருவங்களாகக் கருதப்பட்ட இவர்கள் இருவரும் இப்படித் திடீரென்று சந்தித்துக்கொள்ளவேண்டிய அவசியம் என்ன? அவர்கள் என்ன பேசிக்கொண்டார்கள், அடுத்து என்ன செய்யப்போகிறார்கள் என்ற விதவிதமான ஊகங்கள், வதந்திகள் உலவத் தொடங்கின.

முக்கியமான பொறுப்புகளில் உள்ளவர்கள், இதுபோன்ற விஷயங்களில், ஊகங்கள் சந்தேகங்களுக்குக் கொஞ்சமும் இடம் அளிக்கக் கூடாது என்று கருதினார் அண்ணா. ஆகவே, ராஜாஜி

யிடம் பெரியார் என்ன பேசினார் என்பதை நேரடியாக அவரிடமே கேட்டுவிட்டார்.

கோவை மற்றும் பண்ருட்டியில் நடைபெற்ற இரண்டு கூட்டங் களிலும் இதுபற்றி அண்ணா பகிரங்கமாகக் கேள்வி எழுப்பிய போதும், அவற்றுக்குப் பெரியார் பதிலளிக்க மறுத்துவிட்டார். 'அந்தச் சந்திப்பு எங்களுடைய தனிப்பட்ட விஷயம்' என்று மட்டும் பூடகமாகச் சொன்னார் அவர்.

பின்னர் அந்தத் 'தனிப்பட்ட விஷயம்' தானாக வெளிச்சத்துக்கு வந்தபோது, திராவிடர் கழகம் சந்தித்த அதிர்ச்சி மிகமிகப் பெரியதாக இருந்தது.

7

கண்ணீர்த் துளி

பெரியார், அண்ணா இருவருக்கும் இடையில் ஏற்பட்டிருந்த விரிசல், மீண்டும் சேர்க்கமுடியாத அளவுக்குப் பிரும்மாண்டமான பிளவாக உருவெடுத்தது ஏன் என்று கேட்டால், அதற்குப் பல சிறிய / பெரிய காரணங்களைச் சொல்லமுடியும்.

- கழகக் கொள்கைகளைப் பரப்புவதில், கலை இலக்கிய சாதனங்கள் திரைப்பட மற்றும் நாடகக் கலைஞர்களுக்கு எந்த அளவு முக்கியத்துவம் அளிக்கவேண்டும் என்பதில் இருவருக்கும் இடையே நீடித்த கருத்து வேறுபாடு.

- ஆங்கிலேயர் வெளியேறுவதைக் கொண் டாடவேண்டுமா கூடாதா என்கிற 'ஆகஸ்ட் பதினைந்து' உரசல்.

- சுதந்தரத்துக்குப் பிறகும் இந்தியாவின் ஜனநாயக வழிமுறைகளை, திராவிடர் கழகம் பின்பற்றுவதா என்ற கேள்வி. அண்ணா தனக்கென்று ஒரு கூட்டத்தைச் சேர்த்துக் கொண்டு, கழகத்தின் தலைமையை / சொத்துகளைக் கைப் பற்ற முயல்கிறாரோ என்று பெரியா ருக்குச் சந்தேகம் உண்டாகியிருந்தது.

இப்படி வெவ்வேறு கோணங்களில் பல காரணங்கள் பட்டிய லிடப்பட்டாலும், கடைசியில் அண்ணா ஏன் திராவிடர் கழகத்தி லிருந்து வெளியேறினார் என்று கேட்டால், அதற்குப் பெரும் பாலும் சொல்லப்படுகிற ஒரே பதில் - பெரியாரின் இரண்டாவது திருமணம்.

1891-ம் ஆண்டு, தனது பத்தொன்பதாவது வயதில் நாகம்மையை மணந்தார் பெரியார். 1933-ல் நாகம்மையார் மறைந்தபோது, பெரி யாருக்கு வயது அறுபதைக் கடந்திருந்தது. ஆகவே, அவர் இன் னொரு திருமணம் செய்துகொள்வதைப்பற்றி நினைக்கவில்லை.

பதினாறு வருடங்கள் கழித்து 1949-ம் ஆண்டு, தன்னுடைய இரண்டாவது திருமணத்துக்கான ஏற்பாடுகளைத் தொடங்கினார் பெரியார். இந்தத் தகவல் வெளியானபோது, பெரும்பாலான திராவிடர் கழக உறுப்பினர்கள் அதை நம்பவில்லை வெறும் வதந்தி என்றுதான் நினைத்தார்கள்.

காரணம், அப்போது பெரியாரின் வயது எழுபத்தேழு. இந்த வயதில் அவர் இன்னொரு திருமணம் செய்துகொள்ளக்கூடும் என்று அவர்கள் யாருக்கும் தோன்றவில்லை.

ஆனால் அவர்களுடைய நினைப்புக்கு நேரெதிராக, பெரியார் நிஜமாகவே பதிவுத் திருமணத்துக்கு ஏற்பாடுகள் செய்து கொண்டிருந்தார். இந்த விஷயம் உறுதிப்பட்டவுடன், கழகத்தில் சலசலப்பு தொடங்கிவிட்டது.

ஏழு வயதோ! எழுபத்தேழு வயதோ, திருமணம் என்பது ஒருவருடைய சொந்த விவகாரம். ஆனால், இந்தத் திருமணத் துக்குப் பெரியார் சொன்ன காரணம்தான், கழக உறுப்பினர்களில் பலருக்கு உறுத்தலாக அமைந்துவிட்டது.

பெரியார் திருமணம் செய்துகொள்ளத் தீர்மானித்திருந்த பெண்ணின் பெயர், மணியம்மை. வேலூரைச் சேர்ந்த திராவிட இயக்க ஆர்வலரான கனகசபை என்பவருடைய மகள். 1943-ல் தன்னுடைய தந்தையின் மறைவுக்குப்பிறகு, பெரியாரைக் கவனித்துக்கொண்டு அவருக்குப் பணிவிடைகள் செய்வதற்காக அவரோடு வந்துவிட்டவர்.

அப்போதே, இந்த விஷயம் பற்றிக் கழகத்தில் கொஞ்சம் சல சலப்பு ஏற்பட்டது. பெரியாருக்குப் பணிவிடைகள் செய்ய

வேண்டும் என்று சொன்னால், நூற்றுக்கணக்கான தொண்டர்கள் முன்வர மாட்டார்களா? இதற்கென்று எங்கிருந்தோ ஒரு பெண்ணை அழைத்துவரவேண்டிய அவசியம் என்ன என்று பலர் முணுமுணுத்தார்கள்.

முதன்முதலாக மணியம்மையைப் பார்த்ததும், 'புயல் நுழை கிறது' என்று கருதியதாக அண்ணா எழுதியிருக்கிறார். இதில் ஒரு விவகாரம் காத்திருக்கிறது என்று, அப்போதே அவரது உள் ளுணர்வுக்குத் தெரிந்துவிட்டது.

ஆனால் அண்ணா இந்த எண்ணத்தை வெளியே சொன்னபோது, பலர் அவரை நம்பவில்லை. பெரியாரை அன்போடு 'அப்பா' என்று அழைக்கும் மணியம்மையைப்பற்றி இப்படித் தவறாகக் கருதக் கூடாது என்கிற அறிவுரை மட்டும்தான் அவருக்குக் கிடைத்தது.

காலப்போக்கில், பெரியாரின் நம்பிக்கைக்குரிய செயலாளராகி விட்டார் மணியம்மை. கழகத்தில் பெரும்பாலானோர், அவரைப் பெரியாரின் வளர்ப்பு மகளாகவே கருதத் தொடங்கிவிட்டார்கள். ஆனால், அண்ணாவுக்குமட்டும் சந்தேகம் இன்னும் தீராமல் குறுகுறுத்துக்கொண்டிருந்தது.

இந்தச் சமயத்தில்தான், பெரியாருக்கும் அண்ணாவுக்கும் இடையிலான கருத்து வேறுபாடுகளும் தீவிரமடைந்திருந்தன. இதனால் திராவிடர் கழகத்தில் - பெரியார் ஆதரவாளர்கள், அண்ணா ஆதரவாளர்கள் என இரண்டு பிரிவுகள் தோன்றி விட்டன.

1948, ஈரோடு திராவிடர் கழக மாநாட்டில், அண்ணாவை வாழ்த்திப் பேசி, திராவிடர் கழகத்தின் பெட்டிச் சாவியை அவரிடம் கொடுத்துவிடப்போவதாகச் சொல்லியிருந்தார் பெரியார். இதைத் தொடர்ந்து, கழகம் சந்திக்கவிருந்த மிகப் பெரிய பிரச்னை தீர்ந்துவிட்டது என்று பலரும் கருதினார்கள்.

ஆனால் உண்மையில், பெரியாருக்கு அண்ணாமீது முழு நம்பிக்கை உருவாகியிருக்கவில்லை. அண்ணாவிடம் பெட்டிச் சாவியைத் தரவிருப்பதாகச் சொன்ன அதே வேகத்தில், அண்ணாவும் மற்ற திராவிடர் கழகத் தலைவர்களும், தன்னிட மிருந்து பெட்டிச் சாவியைத் திருடத் திட்டமிடுவதாகவும் கற்பனை செய்துகொண்டார் அவர்.

இதனால், திராவிடர் கழகத்தையும் அதன் சொத்துகளையும் பாதுகாக்க ஓர் ஏற்பாடு செய்தாகவேண்டும் என்று கருதத் தொடங்கியிருந்தார் பெரியார். ராஜாஜியை அவர் சந்தித்தது இந்த விவகாரமாகத்தான்.

அண்ணாவால் கழகத்தைச் சிறப்பாக வழிநடத்தமுடியும் என்று சொன்ன அதே பெரியார், 'கழகத்தில் யார்மீதும் எனக்கு நம்பிக்கை இல்லை' என்று அறிக்கை வெளியிட்டபோது, பலரும் அதனைத் தங்களுக்கு ஏற்பட்டுவிட்ட தனிப்பட்ட அவமானமாகவே நினைத்துக் கொண்டுவிட்டார்கள். இதனால், பெரியாரின் பேச்சுக்கு பலத்த அதிருப்தியும் எதிர்ப்பும் கிளம்பியது.

'கழகத்தில் என்போல் பொறுப்பு எடுத்துக்கொண்டு பணியாற்றக் கூடியவர்கள் யாரும் இல்லை' என்று பெரியார் சொன்னது முதல் அதிர்ச்சி. இரண்டாவதாக, சட்டரீதியில் தனக்கு ஒரு வாரிசு ஏற்படுத்திக்கொள்வதற்காக ஓர் 'ஏற்பாடு' செய்துகொண்டிருந் தார் பெரியார். அது முன்னதைக்காட்டிலும் மிகப் பெரிய அதிர்ச்சியாக அமைந்துவிட்டது.

கடந்த ஐந்தாறு வருடங்களாகப் பெரியாருடன் பழகிவரும் மணியம்மையின்மீது, மற்ற கழகத் தலைவர்களைக்காட்டிலும் உயர்ந்த ஒரு நம்பிக்கை அவருக்குத் தோன்றியிருந்தது. தன்னுடைய நலனிலும் இயக்கத்தின் வளர்ச்சியிலும் உண்மை யான அக்கறை கொண்டவர் என்று மணியம்மையைக் கருதிய பெரியார், அவரையே தன்னுடைய வாரிசாகத் தேர்ந்தெடுத்துக் கொள்ள முடிவெடுத்துவிட்டார்.

அப்போதைய இந்து மதச் சட்டத்தின்படி, ஒரு பெண்ணை - யாரும் மகளாக, தன்னுடைய வாரிசாகத் தத்தெடுத்துக் கொள்ளமுடியாது. ஆகவே, பெரியார் மணியம்மையைத் தமது சட்டப்பூர்வமான வாரிசாக்கவேண்டுமானால், அவர்கள் இருவரும் மணந்துகொள்வதுதான் ஒரே வழி.

அதாவது, பெரியாரைப் பொறுத்தவரை இந்தத் திருமணம் ஓர் ஏற்பாடு மட்டுமே. மணியம்மையை என்னுடைய வாரிசாக்கு வதற்காகவே இதைச் செய்கிறேன். இதன்மூலம், கழகமோ கொள்கையோ போய்விடாது என்று தெள்ளத்தெளிவாகச் சொல்லிவிட்டார் அவர்.

திராவிடர் கழகம் என்கிற ஜனநாயக இயக்கத்தில், திடீரென்று இப்படி ஒரு வாரிசு அரசியல் முளைப்பதைப் பெரும்பாலானோர் விரும்பவில்லை. இத்தனை ஆண்டுகளாகப் பாடுபட்டு உழைத்த தலைவர்கள் இருக்கையில், எங்கிருந்தோ வந்த ஒரு பெண்ணை மணந்துகொண்டு, அவரைக் கட்சிக்குப் பொறுப்பாளராக்குவது எந்தவிதத்திலும் சரியாகாது என்று இவர்கள் பேசத் தொடங்கினார்கள்.

இதையடுத்து, தன்னுடைய இந்த முடிவைப் பெரியார் கைவிட வேண்டும் என்று கோரிக்கைகள் எழுந்தன. கடிதங்கள், அறிக்கைகள், பத்திரிகைக் கட்டுரைகள், தொலைபேசி அழைப்புகள் என்று பலவிதங்களில், இந்தத் திருமண ஏற்பாடுக்குக் கண்டனம் தெரிவிக்கப்பட்டது. இது போன்ற எதிர்ப்புகளைப் பெரியார் அவ்வளவாகப் பொருட்படுத்தமாட்டார் என்பது எல்லோருக்கும் தெரிந்த விஷயம். ஆகவே அவருடன் நேரடியாகப் பேசுவதற்கு, கே.கே. நீலமேகம், எஸ். குருசாமி ஆகியோர் தலைமையில் தூதுக் குழுக்கள் அமைக்கப்பட்டன.

இவர்கள் பெரியாரைச் சந்தித்து, அவர் தனது திருமண முடிவைக் கைவிடவேண்டும் என்று வேண்டுகோள் விடுத்தார்கள். ஆனால், பெரியார் தன்னுடைய முடிவில் எந்த மாற்றமும் இல்லை எனப் பிடிவாதமாக மறுத்துவிட்டார்.

கழகத்தில் பெரியாரின் திருமண முடிவுக்கு எதிராகத் திரண்டிருந்த அதிருப்தியாளர்கள், தங்களுடைய எண்ணங்கள் வருத்தங்களை அண்ணாதான் முன்னிறுத்தவேண்டும் என்று விரும்பினார்கள். அதனை ஏற்கவும் முடியாமல் மறுக்கவும் முடியாமல் தவித்தார் அண்ணா.

பெரியாரின் இந்த 'ஏற்பாடு' சரியானதல்ல என்று அண்ணாவுக்கும் நன்றாகத் தெரிந்திருந்தது. ஆனால், எடுத்த தீர்மானத்திலிருந்து பின்வாங்கமாட்டேன் என்று அவர் முரண்டு பிடிக்கும் போது, அவரை எதிர்த்து என்ன செய்யமுடியும் என்பதுதான் அண்ணாவுக்குப் புரியவில்லை.

இந்த மனக் கவலையால், அண்ணாவின் உடல்நிலைகூட கெட்டுவிட்டது. உடல், மனம் தேறுவதற்காக, காஞ்சிபுரத்துக்குக் கிளம்பிச் சென்றுவிட்டார் அவர். அடுத்து என்ன செய்யலாம் என்பது யாருக்கும் புரியாத சூழ்நிலை.

முதல்வேலையாக, இந்த விஷயத்தில் தன்னுடைய நிலைப்பாடு என்ன என்பதைத் தெளிவாக முன்வைத்துவிடவேண்டும் என்று விரும்பினார் அண்ணா. பெரியாரின் திருமண ஏற்பாடுகளைக் கண்டித்து அவர் 'திராவிட நாடு' இதழில் எழுதியதும், ஏராள மான ஆதரவாளர்கள் அவருக்குப் பின்னால் அணி திரளத் தொடங்கினார்கள்.

இதுபற்றி மேலும் விவாதிப்பதற்காக, திராவிடர் கழகத்தின் நிர்வாகக் குழு திருச்சியில் கூடியது. பெரும்பான்மையான உறுப்பினர்கள், இந்தக் கூட்டத்தில் கலந்துகொண்டார்கள். இதன்மூலம், கழகத்தில் பெரியாரின் திருமணத்துக்குப் பலமான எதிர்ப்பு இருப்பது உறுதி செய்யப்பட்டது.

இந்த நிர்வாகக் குழு, பெரியார் - மணியம்மை திருமண ஏற்பாட்டைக் கைவிடவேண்டும் என்று தீர்மானம் நிறை வேற்றியது. அதற்குள், ஏற்கெனவே அந்தத் திருமணம் நடந்து முடிந்துவிட்டதாகச் செய்தி வந்தது.

1949-ம் ஆண்டு ஜூலை 9-ம் தேதி, சென்னை தியாகராய நகர் சி.டி. நாயகம் என்பவரின் இல்லத்தில், மணியம்மையைப் பதிவுத் திருமணம் செய்துகொண்டார் பெரியார். இந்தத் தகவல் திருச்சிக்குச் சென்றபோது, ஒட்டுமொத்த திராவிடர் கழகமே ஸ்தம்பித்து நின்றுவிட்டது. திருமணம் நடந்து முடிந்துவிட்ட சூழ்நிலையில், இனிமேல் யாரால் என்ன செய்யமுடியும் என்பது புரியாமல் திகைத்துப்போனார்கள்.

அண்ணாவையும், இந்த அதிர்ச்சி, பலமாகத் தாக்கியது. ஆனால் இந்தக் கலவரச் சூழலைப் பயன்படுத்திக்கொண்டு எதிர்க் கட்சியினர், திராவிடர் கழகத்தில் குழப்பம் விளைவித்து விடக்கூடாதே என்று பதறினார் அவர்.

அந்த அபாயத்தைத் தவிர்ப்பதற்காக, நிதானமாகச் சிந்தித்து மிக முக்கியமான ஓர் அறிக்கையை வெளியிட்டார் அண்ணா. தமிழக அரசியலில், இப்படி ஒரு பதற்றச் சூழலில், அறிவுப்பூர்வமான சிந்தனை மிகமிக அபூர்வமானது.

அண்ணாவின் அந்த அறிக்கை, அவருடைய வழக்கமான எதார்த்த பாணியில் அமைந்திருந்தது. அறிவுரை சொல்வதுபோல் இல்லா மல், அதேசமயம் 'தயவுசெய்து அவசரப்பட்டுவிடாதீர்கள்!' என்று திராவிடர் கழகத் தொண்டர்களுக்கு அழுத்தமாக வலி

யுறுத்தியிருந்தார் அவர். அந்த அறிக்கையில் விவாதிக்கப் பட்டிருந்த முக்கியமான அம்சங்கள்:

- நம்முடைய வேண்டுகோளைப் பெரியார் மதிக்கவில்லை. அதை நினைத்து நாம் பெரும் வருத்தத்தில் இருக்கிறோம். இனிமேல் கொள்கைக்கு முரண்பாடு இல்லாமல், அவருடைய தலைமையில் எப்படிப் பணிபுரிவது என்று தயங்குகிறோம்.
- ஆனால், இந்த விஷயத்தில் ஆத்திரம் அவசரம் ஆகாது. அடுத்த நடவடிக்கை என்ன என்பதை நிதானமாக யோசித்துத்தான் தீர்மானிக்கவேண்டும்.
- அமைதியாகச் சிந்தியுங்கள். திடீர் முடிவுகள், தீமை தரும்.
- இந்த விஷயத்தில் நம்முடைய நிலைப்பாடு என்ன என்பதை விளக்கி, பொதுக்கூட்டங்கள் நடத்துவதோ கண்டன அறிக்கைகள் வெளியிடுவதோ பயன்படாது. நம்முடைய எதிர்ப்பை தலைவருக்கு தெளிவாகச் சொல்ல வேண்டும்.
- நமது கண்ணீரைப் பார்த்து அவர் மனம் மாறி இந்தத் திருமண ஏற்பாட்டைக் கைவிட்டால், பழையபடி அவருக்குக் கீழே பணிபுரியலாம்.
- இல்லாவிட்டால், அவரும் மணியம்மையும் ஐந்து லட்சம் ரூபாயும் ஒருபக்கம். நாம், நமது தூய சிந்தை, தொண்டு உள்ளம், உழைப்புத் திறம் இவையெல்லாம் இன்னொரு பக்கம்.

தன்னுடைய ஆதரவாளர்களுக்கு எந்தக் கட்டளையும் இடாமல், அவர்களையே சிந்தித்து முடிவெடுக்கச் சொன்னார் அண்ணா. அதேசமயம், இந்த விஷயத்தில் தன்னுடைய முடிவு என்ன என்பதையும் தெளிவாகச் சொல்லிவிட்டார்.

பெரியார், கழக உறுப்பினர்களை ஒரேயடியாக அவமானப் படுத்திவிட்ட தன்னுடைய இந்த அநியாய ஏற்பாட்டைக் கைவிட வேண்டும். இல்லாவிட்டால், அவருடைய தலைமையில் இருந்து பிரிவதைத்தவிர வேறு வழியில்லை.

இந்த விஷயத்தில் அண்ணாவைப்போலவே முடிவெடுத்த பலர், பெரியாரின் திருமணம், வாரிசு ஏற்பாடு நடவடிக்கைகளைக்

கண்டித்து, திராவிடர் கழகத்திலிருந்து விலகுவதாகத் தீர்மானித் தார்கள். இப்படி மனக் கசப்போடு விலகியவர்களின் எண்ணிக்கை, நாளுக்கு நாள் அதிகரித்துக்கொண்டிருந்தது.

வழக்கம்போல், பெரியார் இதனையும் அவ்வளவாகப் பொருட்படுத்தவில்லை. அவரைப் பொறுத்தவரை, கழகத்தில் தன்னுடைய அடுத்த வாரிசு யார் என்று சந்தேகத்துக்கு இடமின்றி அறிவித்தாகிவிட்டது. இனிமேல், இந்த ஏற்பாட்டை ஏற்கத் தயங்குகிறவர்கள் எல்லோரும், திராவிடர் கழகத்தின் விரோதிகள். அவ்வளவுதான் விஷயம்.

பெரியாரின் இந்த மனப்போக்கைக் கண்டித்து கட்சியிலிருந்து விலகியவர்களின் பெயர்ப் பட்டியலை, அண்ணாவின் 'திராவிட நாடு' இதழ் வெளியிட்டது. இந்தப் பட்டியலுக்கு, 'கண்டனக் கணைகள்' என்று தலைப்பு வைக்கப்பட்டிருந்தது.

என்னதான் நம்முடைய வேண்டுகோளை அவர் உதாசீனப்படுத்தி இருந்தாலும், அதற்காகத் தலைவர் பெரியாரை மற்ற உறுப்பினர்கள் கண்டிப்பது, கழகக் கட்டுப்பாட்டை மீறும் செயல் என்று கருதினார் அண்ணா. அவரது செயலுக்குக் கண்டனம் எழுப்புவதைவிட, வருத்தம் தெரிவிப்பதுதான் சரியானது என்று அவருக்குத் தோன்றியது.

இதனால், 'கண்டனக் கணைகள்' என்ற பெயர், 'கண்ணீர்த் துளிகள்' என்று மாற்றப்பட்டது. திராவிட நாடு இதழில் வெளியான அந்தக் கண்ணீர்த் துளிகளின் பட்டியல், திராவிடர் கழகத்தில் கணிசமானோர் பெரியாரின் திருமண ஏற்பாட்டை விரும்பவில்லை என்பதை வெளிச்சத்துக்குக் கொண்டுவந்தது.

அதன்பிறகும், பெரியாரிடம் பெரிதாக எந்த மாற்றமும் இல்லை. தன்னை எதிர்ப்பவர்கள், அதிருப்தியாளர்கள் எல்லோரையும், 'கண்ணீர்த் துளிகள்' என்று கிண்டலாகக் குறிப்பிடத் தொடங்கினார் அவர்.

பிரச்னை பெரிதாகிவிட்ட நிலையில், அண்ணா தனது அடுத்த கட்ட நடவடிக்கையை அறிவிக்கவேண்டும் என்று அவருடைய ஆதரவாளர்கள் விரும்பினார்கள். குறிப்பாகச் சொன்னால், பெரும்பான்மை உறுப்பினர்களின் ஆதரவைத் திரட்டி, பெரியாரைக் கழகத்திலிருந்து வெளியேற்றவேண்டும் என்று அவர்கள் எதிர்பார்த்தார்கள்.

ஆனால், தான் மதித்து ஏற்றுக்கொண்ட ஒரே தலைவரான பெரியாரை எதிர்த்து அரசியல் செய்யத் தயங்கினார் அண்ணா. தவிர, அப்படி ஏதேனும் திராவிடர் கழகத்தில் பிரச்னை ஏற்பட்டால், அதைப் பயன்படுத்திக்கொண்டு குளிர் காய்வதற்கு ஏராளமானவர்கள் வெளியே காத்திருந்தார்கள்.

அப்படியானால், இந்தப் பிரச்னைக்கு என்னதான் முடிவு? ஒரே கழகத்தில் இருந்துகொண்டு, தலைவரோடு மன வருத்தத்துடன் இயங்கிக்கொண்டிருக்கிற இந்த நாடகம், இனிமேலும் நீடித் தால், அது எல்லோருக்கும் அவமானம்.

அதேசமயம், இந்த விஷயத்தில் திராவிடர் கழகத்தினர் உணர்ச்சி வசப்பட்டு அவசர முடிவெடுத்துவிட்டால், சந்தர்ப்பவாதி களுக்கு சந்தோஷமாகிவிடும். அவர்கள் ஏதேனும் தந்திரம் செய்து கழகத்தையே முடக்கிவிட்டால், நிலைமை மிக மோச மாகிவிடும் என்று தயங்கினார் அண்ணா.

இத்தனை பதற்றத்துக்கு நடுவிலும், ஒரு விஷயத்தில் மட்டும் அண்ணா தெளிவாக இருந்தார். ஆயிரம் கருத்து வேறுபாடுகள் இருப்பினும், தலைவர் பெரியாரை திராவிடர் கழகத்திலிருந்து வெளியேற்றிவிட்டு, அதன் பொறுப்புகளைக் கைப்பற்றிக்கொள் வது சரியாகாது. அப்படியொரு நடவடிக்கையை, தலைமை யேற்று நடத்தமுடியாது.

அவருடைய குழப்பத்தைப் புரிந்துகொண்ட எதிர்த்தரப்பினர், மெல்ல அண்ணாதுரைக்கு வலைவீசத் தொடங்கினார்கள். 'எதற்கு இத்தனை வம்பு? பேசாமல் உங்களுடைய ஆதரவாளர் களோடு வந்து, எங்கள் இயக்கத்தில் சேர்ந்துவிடுங்கள்' என்று ஆளுங்கட்சியான காங்கிரஸ் அவரை இழுக்க முயன்ற சம்பவங்களும் நடந்தன.

அண்ணா இதுபோன்ற ஆசை வார்த்தைகளுக்கு மயங்குகிறவர் அல்ல. தான் ஏற்றுக்கொண்ட ஒரே தலைவர் பெரியார்தான் எனும் அவருடைய கருத்தில், எந்தவிதமான மாற்றமும் இல்லை. பின்னாள்களில் பெரியாரே அண்ணாவை எதிர்த்தபோதுகூட, அவரைத்தவிர வேறு யாரும் தன்னுடைய தலைவராகமுடியாது என்பதில் தெளிவாக இருந்தார் அவர்.

திராவிடர் கழகத்திலும் தொடரமுடியாது. வேறு கட்சிகளில் இணைவதும் சாத்தியமே இல்லை. மீதமிருக்கிற ஒரே வழி, பிரிந்து சென்று தனிக் கழகம் தொடங்குவதுதான்.

இந்த விஷயம் நன்றாகப் புரிந்திருந்தும், ஏனோ தன்னுடைய முடிவைத் தள்ளிப்போட்டார் அண்ணா. பெரியாரை எதிர்ப்பதா என்கிற தயக்கம் ஒருபக்கமிருக்க, இயல்பாகவே பொறுப்புகளை ஏற்றுக்கொள்வதற்குமுன், நிறைய சிந்தித்து முடிவெடுப்பது அவருடைய சுபாவம்.

ஆனால் அப்படிச் சிந்தித்து ஒரு பொறுப்பை ஏற்றுக்கொண்டு விட்டால், அதன்பிறகு அதிலிருந்து பின்வாங்காமல் அதனைச் சரிவர நிறைவேற்றுவதற்கு, தன்னால் இயன்ற முயற்சிகள் அனைத்தையும் செய்து பாடுபடுவார் அண்ணா. இதனை நன்கு புரிந்துகொண்டிருந்த அவருடைய அன்புத் தம்பிகள் பொறுமை யாகக் காத்திருந்தார்கள்.

இந்தச் சமயத்தில், தன்னைக் கொல்வதற்குச் சிலர் சதி செய்கிறார் கள் என்று எழுதியிருந்தார் பெரியார். நேரடியாக அண்ணாவின் பெயரைச் சொல்லாவிட்டாலும், மறைமுகமாக அவரைக் குறிப்பிடுவதுபோன்ற தொனியில் அந்த அறிக்கை அமைந் திருந்தது.

அபாண்டமான இந்தக் குற்றச்சாட்டைக் கேட்டுத் துடித்துப் போனார் அண்ணா. யாரும் அவசரப்பட்டு இதை நம்பிவிடக் கூடாது. இந்த விஷயத்தில் உண்மை என்ன என்பது எல்லோருக் கும் புரியவேண்டும் என்பதற்காக, பெரியார்மீது வழக்குத் தொடரவேண்டிய கட்டாயத்துக்குத் தள்ளப்பட்டுவிட்டார் அவர்.

இதையடுத்து, தன்னுடைய அறிக்கைக்கும் அண்ணாவுக்கும் எந்தச் சம்பந்தமும் இல்லை. அவர் தன்னைக் கொல்ல முயன்ற தாகத் தான் குறிப்பிடவில்லை என்று பெரியார் தெளிவுபடுத்தி னார். இந்த ஒப்புதல், அண்ணாவுக்குப் போதுமானதாக இருந்தது. ஆகவே, உடனடியாகத் தன்னுடைய வழக்கை வாபஸ் பெற்றுக்கொண்டார்.

இப்படித் திராவிடர் கழகத்தில் பெரியார் ஒரு திசையிலும், அண்ணா உள்ளிட்ட அதிருப்தியாளர்கள் இன்னொரு திசையிலு மாகத் திரும்பி நிற்கிற நிலைமை, சுமார் இரண்டு மாதங்கள்வரை நீடித்தது. இந்தக் காலகட்டத்தில், மொத்தத் தலைவர்களும் தொண்டர்களும் வேறு எதைப்பற்றியும் சிந்திக்காமல், எந்த நடவடிக்கைகளிலும் ஈடுபடாமல், கழகத்தின் எதிர் காலத்தைப்பற்றியே கவலையோடு அமர்ந்திருந்தார்கள்.

அந்த ஆண்டு செப்டம்பர் மாதத்தில், ஒருவழியாக இந்த இழுபறி முடிவுக்கு வந்தது. தன்னுடைய ஆதரவாளர்கள், அன்பர்களுடன் திராவிடர் கழகத்திலிருந்து விலகி, வேறொரு புதிய பெயரில் செயல்படுவதாகத் தீர்மானித்தார் அண்ணா.

அண்ணாவின் இந்த முடிவை, பெரும்பாலான அதிருப்தி யாளர்கள் வரவேற்றார்கள். ஆனால் அவர்களில் சிலர், நாம் ஏன் வெளியேறவேண்டும் என்று கோபப்பட்டார்கள். ஜனநாயக முறைப்படி பார்த்தால், 'திராவிடர் கழகம்' என்ற பெயரும், அந்தக் கழகமும் நமக்குதான் சொந்தம் என்பது அவர்களுடைய கருத்து.

இந்த வாதத்தை அண்ணா ஏற்கவில்லை. பெயரில் என்ன இருக்கிறது? நீ உண்மையான திராவிடர் கழகமா, நான் திராவிடர் கழகமா என்று மாற்றி மாற்றி இருதரப்பினரும் சண்டையிட்டுக் கொண்டிருந்தால், அநாவசியக் குழப்பமும், கேலிப் பேச்சுகளும் தான் மிஞ்சும் என்றார் அவர்.

இதையடுத்து, அண்ணாவின் புதிய கட்சிக்கு, 'திராவிட முன் னேற்றக் கழகம்' என்ற பெயர் தேர்ந்தெடுக்கப்பட்டது. சுருக்க மாக, தி.மு.க.

1949-ம் ஆண்டு செப்டம்பர் 17-ம் தேதி, திராவிடர் கழகத்தி லிருந்து விலகி திராவிட முன்னேற்றக் கழகத்தில் இணைய விரும்பும் அதிருப்தியாளர்களின் கூட்டத்துக்கு ஏற்பாடு செய்யப் பட்டது. சென்னை பவழக்காரர் தெருவில், திருவொற்றியூர் சண்முகம் என்ற தோழரின் வீட்டு மாடிக் கூடாரத்தில் இந்தக் கூட்டம் நடைபெற்றது.

திராவிடர் கழக நிர்வாகக் குழுவினரில், கிட்டத்தட்ட பாதிக்கு மேற்பட்டவர்கள் இந்தக் கூட்டத்தில் கலந்துகொண்டு அண்ணா வுக்குத் தங்களுடைய ஆதரவைத் தெரிவித்தார்கள். ஏதோ கிளர்ச்சியாளர்கள் கண்டனப் பொதுக்கூட்டம் நடத்திக் கூச்சலிடு கிறார்கள் என்றில்லாமல், பெரியாரின் தலைமையில் இத்தனை பேர் அதிருப்தி அடைந்திருக்கிறார்கள் என்பது பலருக்கு ஆச்சரியம் அளித்தது.

பெரியார் தலைமைப் பொறுப்பை ஏற்றிருந்தவரையில், அநேக மாக எல்லா முக்கியப் பொறுப்புகளையும் அவரே ஏற்றுக் கொண்டிருந்தார். இதனால், திராவிடர் கழகத்தில் இரண்டாம்

நிலைத் தலைவர்கள் முன்னேறுவதற்கு வாய்ப்புகள் மிகக் குறை வாகவே இருந்தன. இந்த விஷயத்தில் பெரியாரின் செல்லப் பிள்ளையான அண்ணாவுக்கே பல தடைகள் என்றால், மற்றவர் களைப்பற்றிக் கேட்கவேண்டியதில்லை.

ஆனால் ஒரு ஜனநாயக இயக்கத்தில், எல்லாப் பொறுப்புகளையும் ஒருவரே வகிப்பது, பிறருக்குச் சந்தர்ப்பம் தர மறுப்பதாகும் எனக் கருதினார் அண்ணா. எல்லோருக்கும் பொறுப்புகளைப் பகிர்ந்து கொடுத்து, அனைவரையும் அரவணைத்துச்செல்லும் அவருடைய இந்த அணுகுமுறையால், பல இளம் தலைவர்களும் தொண்டர் களும் உற்சாகமடைந்தார்கள்.

பெரியார் என்ற மிகப் பெரிய ஒரு தலைவரிடமிருந்து பிரிந்து சென்றபோதும், அண்ணா தன்னுடைய தனித்தன்மையாலேயே வெற்றி பெற்றார். பெரியார் எதிர்ப்பு அரசியலை, கடைசிவரை அவர் கையில் எடுக்கவில்லை.

மாறாக, திராவிட மக்களுக்குத் தீர்க்கவேண்டிய பிரச்னைகள் நிறைய உள்ளன. திராவிடர் கழகம், திராவிட முன்னேற்றக் கழகம் என்ற இரு கட்சிகளும், அவற்றைத் தீர்க்கும் நோக்கத் துடன் இரடடைக் குழல் துப்பாக்கிகள்போல் இணைந்து செயல்படும் என்றார் அண்ணா.

பெரியாரின் பிறந்த நாளான அந்த செப்டம்பர் 17-ம் தேதி மாலை, சென்னை ராயபுரம் பகுதியில் உள்ள ராபின்சன் பூங்காவில் திராவிட முன்னேற்றக் கழகத்தின் தொடக்கவிழாப் பொதுக் கூட்டம் நடைபெற்றது. பெத்தாம்பாளையம் பழனிச்சாமி, கூட்டத்துக்குத் தலைமை தாங்கினார். ஏ. சித்தையன், என்.வி. நட ராசன், ஈ.வெ.கி. சம்பத், நெடுஞ்செழியன், சத்தியவாணிமுத்து உள்ளிட்ட பலர் பேசினார்கள்.

கூட்டம் தொடங்கிய சிறிது நேரத்துக்குள், மழை பொழியத் தொடங்கிவிட்டது. என்றாலும், மழையிலிருந்து மறைப்புத் தேடி ஓடாமல், அண்ணாவின் பேச்சுக்காகக் காத்திருந்தது.

இதைப் புரிந்துகொண்ட அண்ணா, அங்கே பெய்துகொண்டிருந்த அந்த மழையையே உவமையாகக் கொண்டு, திராவிட முன் னேற்றக் கழகம் தோன்ற நேர்ந்த சூழலை விளக்கினார், 'நான் பேசுகிறேன். நீங்கள் கேட்டுக்கொண்டிருக்கிறீர்கள். பலத்த மழை பெய்துகொண்டிருக்கிறது. இதற்கு நானா பொறுப்பாளி?'

திராவிடர் கழகத்திலிருந்து விலகி திராவிட முன்னேற்றக் கழகம் தோற்றுவிக்கப்பட்டிருந்தாலும், இது நிரந்தரமான அழிவை உண்டாக்கக்கூடிய முறிவு அல்ல என்று குறிப்பிட்ட அண்ணா, தி.மு.க.வைத் தனிக் குடித்தனம், ஒட்டு மாஞ்செடி என்று வர்ணித்தார்.

புதிய கட்சியான திராவிட முன்னேற்றக் கழகம் மூன்று கொள்கை களை அடிப்படையாகக் கொண்டு செயலாற்றவேண்டும் என்றார் அண்ணா:

- சமுதாயச் சீர்திருத்தம்

- பொருளாதாரத் துறையில் சமதர்மக் குறிக்கோள்

- அரசியல் விடுதலை

திராவிட முன்னேற்றக் கழகத்தின் தலைவர் நாற்காலி, தந்தை பெரியாருக்காகக் காலியாகவே விடப்பட்டது. கழகத்தின் முதலாவது பொதுச் செயலாளராக, அண்ணா பொறுப்பேற்றுக் கொண்டார். இரா. நெடுஞ்செழியன், கே.ஏ. மதியழகன், மு.கருணாநிதி, ஈ.வெ.கி.சம்பத், என்.வி. நடராசன் உள்ளிட் டோர் பொதுக்குழு உறுப்பினர்களானார்கள்.

பெயரில் மட்டுமின்றி, திராவிடர் கழகம் மற்றும் திராவிட முன் னேற்றக் கழகத்தின் கொடிகளிலும் ஓர் ஒற்றுமை காணப் பட்டது. திராவிடர் கழகக் கொடியில், கறுப்புச் செவ்வகத்தின் நடுவே சிவப்பு வட்டம் அமைந்திருந்தது. திராவிட முன்னேற்றக் கழகத்துக்காகத் தேர்ந்தெடுக்கப்பட்ட புதிய கொடியில், கறுப்பும் சிவப்பும் ஒரே அளவில் செவ்வக வடிவில் இடம்பெற்றிருந்தன.

கறுப்பு என்பது, பொருளாதார சமுதாயத் துறையில் திராவிடர் களின் இருண்ட நிலையைக் குறிப்பிட்டது. அதன் கீழே உள்ள சிவப்பு, அந்த இருட்டைப் போக்கி வெளிச்சத்தை உருவாக்கும் நாளைய நம்பிக்கையைக் குறிப்பிடுவதாக அமைந்தது.

கொட்டும் மழைக்கு நடுவே நடைபெற்ற அந்த ராபின்சன் பூங்கா கூட்டத்துக்குப் பிறகு, தமிழகமெங்கும் திராவிட முன்னேற்றக் கழகத்தின் கிளைகள் தொடங்கப்பட்டன. ஆங்காங்கே கறுப்பு - சிவப்புப் புதிய கொடிகள் ஏற்றிவைக்கப்பட்டன. புதிய உறுப்பினர் சேர்க்கை மும்முரமாகத் தொடங்கியது.

பெரியாரின்மீது மிகுந்த மரியாதை கொண்ட அண்ணா, அவரிட மிருந்து விலகி இன்னொரு புதிய கட்சியைத் தொடங்கியதற்கு காரணம் பெரியாரின் இரண்டாவது திருமணம்தானா என்றால், இல்லை. ஏற்கெனவே சிறிய அளவில் உருவாகியிருந்த கருத்து வேறுபாடுகளை, அந்தச் சம்பவம் தீவிரப்படுத்திவிட்டது. அவ்வளவே! ஒருவேளை, பெரியார் திருமணம் செய்து கொள்ளாமல் இருந்திருந்தால்கூட, காலப்போக்கில், அண்ணா திராவிடர் கழகத்திலிருந்து விலகி புதிய கட்சியைத் தொடங்கி யிருப்பார் என்று வாதிடுகிறவர்கள் இருக்கிறார்கள்.

கழகத்துக்குப் பெருவாரியான மக்களின் ஆதரவைத் திரட்டுவது, தேர்தலில் போட்டியிடுவது, கொள்கைகளைப் பரப்புவது, ஆட்சி அதிகாரங்களில் பங்கேற்பது என்று பல விஷயங்களில் அவர்களுக்கு நடுவே முற்றிலும் நேரெதிரான கருத்துகள் நிலவின. இதுவும், திராவிட முன்னேற்றக் கழகத்தின் தோற்றத் துக்கு ஒரு மறைமுகக் காரணமாக அமைந்திருந்தது.

பெரியார் திருமணம் என்கிற மிகப் பெரிய பதற்றச் சூழலின் நடுவிலும், எந்த அவசரமும் காட்டாமல் நிதானமாக யோசித்து, திராவிட முன்னேற்றக் கழகத்தைத் தொடங்கத் தீர்மானித்தார் அண்ணா. இதே நிதானம், புதிய கட்சியின் வளர்ச்சியைத் திட்டமிடுவதிலும் இருந்தது.

8 பித்தளை அல்ல, பொன்னேதான்!

'நான் அரசியலில் மெதுவாகச் செல்கிறவன்' என்று ஒரு சந்தர்ப்பத்தில் குறிப்பிட்ட அண்ணா, 'அவசரமாகப் போய்க் குழியில் விழுந்துவிட மாட்டேன். அதற்காகப் பயந்தவன் என்றோ, அஞ்சி ஒதுங்குபவன் என்றோ யாரும் என்னை நினைத்துவிடவேண்டாம்!' என்றும கூறியிருக் கிறார்.

இந்த வாக்கியம் அண்ணாவுக்கு மட்டுமின்றி, அவர் தோற்றுவித்த திராவிட முன்னேற்றக் கழகத்தின் அரசியல் சமூக வளர்ச்சிக்கும் கச்சித மாகப் பொருந்துகிறது. நிதானமான அதேசமயம் பயம் பதற்றம் இல்லாத தைரியமான முன் னகர்வு, கவனமாகச் சிந்தித்துத் தீட்டப்பட்ட திட்டங்களின்மூலம் இயற்கையான வளர்ச்சி என்று மிகுந்த அக்கறையோடு தி.மு.க.வின் முன்னேற்றத்துக்குப் பாடுபட்டிருக்கிறார் அண்ணா.

கட்சியை ஒரு குடும்பம்போல் வளர்க்க வேண்டும் என்பது அவருடைய எண்ணம். அதனால்தான், கட்சியிலிருந்து யாரேனும் விலகினால் - 'சட்டை கிழிவதுபோல் அல்ல, சதை பிய்ந்துவிடுவதுபோல் வேதனைப்படு கிறேன்' என்று எழுதினார் அண்ணா.

தமிழகத்தில் காங்கிரஸுக்கு எதிராகச் சமூகப் பணிகளிலும் தேர்தல் களத்திலும் வலுவான போட்டியை எதிர்கொள்ளக்கூடிய கட்சி எதுவும் இல்லை என்கிற சிந்தனை, அண்ணாவைப் பலகாலமாக வருத்திக்கொண்டிருந்தது. இதனால் திராவிட முன்னேற்றக் கழகத்தை, காங்கிரஸின் போட்டிக் கட்சியாகவே திட்டமிட்டு வளர்த்தார் அவர்.

முதலில், காங்கிரஸுக்குப் போட்டி என்கிற அளவுக்கு வளர வேண்டும். அடுத்து, 'முதன்மையான போட்டி' என்று எல்லோ ரும் சொல்லும்வகையில் முன்னேறவேண்டும் - இதுதான் திராவிட முன்னேற்றக் கழகத்தின் ஆரம்பகாலச் செயல் திட்டமாக இருந்தது.

இப்படிச் சுறுசுறுப்பாகப் புதிய கட்சியின் வளர்ச்சிப் பணிகளில் அண்ணா ஈடுபட்டிருந்தபோது, அவர் கொஞ்சமும் எதிர்பார்த் திராத ஒரு புதிய சோதனை வந்தது. 'ஆரிய மாயை' என்ற நூலை எழுதிய குற்றத்துக்காக, அண்ணா சிறையில் அடைக்கப்பட்டார்.

சிறைச்சாலை, அண்ணாவுக்குப் புதியது அல்ல. அங்கு கிடைக் காத வசதிகளை நினைத்து ஏங்குகிற பழக்கமும் அவருக்குக் கிடையாது. ஆனால், அதே சிறையில் பெரியாரும் இருப்பார் என்கிற தகவல்தான் அவரைப் பதறவைத்தது.

இதே அண்ணா, பல ஆண்டுகளுக்கு முன்னால் பெரியாருடன் ஒரே சிறையில் அடைந்துகிடக்கும் தண்டனையைச் சந்தோஷ மாக ஏற்றுக்கொண்டார். ஆனால் இந்தமுறை, ஏதேனும் பிரச்னையாகிவிடுமோ என்று உள்ளுக்குள் கவலை.

அண்ணாவின் 'ஆரிய மாயை' நூல் தடை செய்யப்பட்ட அதே நேரத்தில், பெரியாரின் 'பொன்மொழிகள்' நூலும் தடையைச் சந்தித்தது. இந்த இரு நூல்களின் ஆசிரியர்களும், சிறைத் தண்டனை அல்லது எழுநூறு ரூபாய்கள் அபராதம் செலுத்த வேண்டும் என்று தீர்ப்பு வழங்கப்பட்டது.

அபராதத் தொகையைச் செலுத்த மறுத்து, சிறை செல்லத் தீர்மானித்தார் பெரியார். அண்ணாவும் அதே தீர்மானத்துக்கு வந்தபிறகு, அவர்கள் இருவரும் ஒரே சிறையில் அடைக்கப் படுகிற சூழ்நிலை உருவாகிவிட்டது.

பெரியாருடன் ஒரே சிறையில் இருப்பதில், அண்ணாவுக்கு என்ன பிரச்னை?

அண்ணா, பெரியார்மீது மிகுந்த மதிப்பும் மரியாதையும் வைத்திருந்தார். அதுதான் பிரச்னை. 'ஏன் புதுக் கட்சி ஆரம்பித் தாய்?' என்று அவர் கேள்வியாகக் கேட்டால்கூட, ஏதாவது பதில் சொல்லிச் சமாளித்துவிடலாம். மாறாக, அவர் அன்பாக ஏதேனும் பேசிவிட்டால்? தன்னால் அதை எப்படித் தாங்க முடியும் என்று தவித்துப் போய்விட்டார் அண்ணா.

உண்மையில், அண்ணா அந்த அளவுக்கு மன உறுதி இல்லாதவர் அல்ல. எனினும் திராவிட முன்னேற்றக் கழகத்தின் நலன் கருதி, பெரியாருடன் ஒரே இடத்தில் இருக்கக் கூடாது என்று முடிவெடுத்தார் அவர்.

இதனால், பெரியார் சிறை அறையினுள் இருக்கும்போது அண்ணா வெளியே எங்காவது இருப்பார். அவர் வெளியே தலைகாட்டினால், இவர் சட்டென்று அறையினுள் சென்று விடுவார்.

இப்படியே அவர்கள் இருவரும், மாற்றி மாற்றிக் கண்ணாமூச்சி விளையாடிக்கொண்டிருந்தார்கள். இதனிடையே, இவர்கள் இருவரும் பேசிக்கொள்கிறார்களா என்பதை நோட்டம் பார்ப்பதற்காகவே, வேறு பலர் இந்தப் பகுதியில் வந்து எட்டிப்பார்த்துவிட்டுப் போய்க்கொண்டிருந்தார்கள்.

சுவாரசியமான இந்த நாடகம், பத்து நாள்களுக்கு நீடித்தது. அதன்பிறகு, அவர்கள் இருவரையும் ஒரே நேரத்தில் விடுதலை செய்துவிட்டது அரசு.

பின்னர் இதுபற்றி எழுதுகையில், 'பழைய நேசத்தைப் பெறு வதற்கான வாய்ப்பு என்னை அழைத்தபோதும், நான் அந்தச் சபலத்துக்கு இடம் கொடுக்காமல் இருந்தேன்' என்றார் அண்ணா. 'காரணம் - நான் ஓர் அமைப்புக்குப் பொறுப்பாளி ஆக்கப்பட்டுவிட்டதால், நான் மேற்கொள்ளும் எந்த நட வடிக்கையும் அந்த அமைப்பை உருக்குலைப்பதாக இருக்கக் கூடாது.'

எந்த ஓர் இயக்கத்துக்கும், அடிப்படை அமைப்பு பலம்தான் மிக முக்கியம் எனக் கருதுபவரான அண்ணா, திராவிட முன்னேற்றக் கழகத்தை தமிழகத்தின் எல்லாப் பகுதிகளுக்கும் எடுத்துச் செல்வதற்கான வழிவகைகளை யோசித்துச் செயல்படுத்தினார். முதலில் சிற்றூர்க் கிளைகள், பின்னர் நகரக் கிளைகள், வட்டக்

கிளைகள், மாவட்டக் கிளைகள், இவை அனைத்தையும் ஒருங்கிணைக்கும் தலைமைக் கழகம் என்று தி.மு.க.வின் அமைப்பு வடிவம் இருந்தது.

இப்படி மாநிலம் முழுக்கக் கிளைக் கழகங்களின் வலைப் பின்னலைத் தொடங்குவதன்மூலம், அந்தந்தப் பகுதியில் உள்ள ஆர்வலர்கள், தொண்டர்களைக் கழக உறுப்பினர்களாக்க முடியும். திறமைசாலிகள், கடின உழைப்பாளிகளுக்கு உள்ளூர்க் கழகத்தின் முக்கியப் பொறுப்புகளைக் கொடுத்து ஊக்கப்படுத்தவும் முடியும். ஆங்காங்கே நடைபெறும் பிரச்னைகளைக் கவனித்து, அவற்றுக்கான எதிர் நடவடிக்கைகளையும் திட்டமிட முடியும்.

ஆனால், கிளைக் கழகங்கள் தொடங்குவதுமட்டும் போதுமா? அவற்றில் இணைந்து பணி புரிகிறவர்களை, உணர்வுரீதியில் கழகத்துடன் பிணைக்கவும் உற்சாகமாக வைத்திருக்கவும் ஏதேனும் செய்யவேண்டாமா?

இதற்காக, ஒவ்வொரு மாவட்டத்திலும் சிறப்பு மாநாடுகளை நடத்தத் தொடங்கியது திராவிட முன்னேற்றக் கழகம். அந்தந்தப் பகுதிகளைச் சேர்ந்த திறமையான உறுப்பினர்களே இந்த மாநாடுகளுக்குத் தலைவர்களாக, திறந்துவைப்பவர்களாக, கொடியேற்றுபவர்களாக நியமிக்கப்பட்டார்கள். இதன்மூலம் தங்களுடைய கடின உழைப்புக்கு அங்கீகாரம் கிடைத்திருப்பதாக அவர்கள் மகிழ்ந்தார்கள்.

இப்படி ஏராளமான தொண்டர்களைத் திரட்டி, வெற்றிகரமாக மாநாட்டை நடத்தி முடிப்பதன்மூலம், இரண்டு நன்மைகள் உண்டு. உள்ளூர்த் தலைவர்களுக்கும் ஒரு பெரிய விஷயத்தைச் சாதித்துவிட்ட சந்தோஷம், உற்சாகம், ஊக்கம். அதேசமயம், தி.மு.க.வின் கொள்கைகள், பணிகள் மற்றும் போராட்டங்களும் பொதுமக்களிடையே பரவலாகச் சென்று சேரும்.

இந்த இரட்டைச் சாதனைகளைச் செய்து முடிப்பவர்களுக்கு, வீர வாள், கேடயம், மோதிரம் போன்றவற்றைப் பாராட்டுப் பரிசாக வழங்கி உற்சாகப்படுத்தியது கழகம். அந்த கௌரவத்தைப் பெற்றவர்கள், மிகுந்த ஊக்கத்துடன் மேலும் சிறப்பாகப் பணியாற்றினார்கள். மற்றவர்கள், அந்த நிலைக்கு உயரவேண்டும் என்று பாடுபட்டார்கள்.

மாநாடுகளைப் போலவே, தமிழர் திருநாளான பொங்கல் மற்றும் மே 1 உழைப்பாளர் தினம் ஆகிய விழாக்களையும் கோலாகல மாகக் கொண்டாடியது திராவிட முன்னேற்றக் கழகம். இதுவும், தொண்டர்களை உற்சாகமாக வைத்திருக்கிற, மக்களைக் கவர்கிற ஓர் உத்திதான்.

அண்ணா உள்ளிட்ட திராவிட முன்னேற்றக் கழகத் தலைவர்கள் - தங்களது பத்திரிகை எழுத்துகள், கலைப் படைப்புகளின் வாயிலாக, கழகப் பிரசாரத்தில் ஈடுபட்டார்கள். தமிழகம் முழுவதும் தொடர் சுற்றுப்பயணங்கள் செய்து, கழகக் கொள்கை களை விளக்கிப் பேசினார்கள்.

புதுக் கட்சியான திராவிட முன்னேற்றக் கழகத்தில், ஆர்வமுள்ள தலைவர்கள் தொண்டர்கள் இருப்பினும், அப்போதைய நிலைமையில் அநேகமாக எல்லாப் பகுதிகளிலும் அமைப்பு ரீதியாக அந்தக் கட்சி பலவீனமாகத்தான் இருந்தது. இதனால், மிகுந்த கவனத்துடன் ஒவ்வொரு மாவட்டமாக, ஒவ்வொரு வட்டமாகக் கவனித்துச் செதுக்கவேண்டியிருந்தது.

வளரும் நிலையில் இருக்கிற நம்முடைய கட்சியில், அநாவசிய மாகச் சுயநலம் மற்றும் தனிப்பட்ட சண்டைகளில் மனத்தைச் செலுத்தவேண்டாம் என்று அறிவுரை சொன்னார் அண்ணா. இது போன்ற நடவடிக்கைகள் தி.மு.க.வை பலமிழக்கச் செய்துவிடும் என்ற அவர், இப்போதைய சூழ்நிலையில் நம்முடைய கவனம் முழுதும், கட்சியை மேலும் பெரிதாக மேலும் வலுவானதாக வளர்ப்பதில் மட்டும்தான் இருக்கவேண்டும் என வலியுறுத் தினார்.

இத்தனை தூரம் எடுத்துச் சொல்லியும், நீ பெரியவனா நான் பெரியவனா என்று, சண்டையிடுகிறவர்கள் இருக்கத்தான் செய் தார்கள். அண்ணா, அவர்கள்மீது கடும் நடவடிக்கை எடுக்கத் தயங்கவில்லை.

இப்படி ஒவ்வொரு வட்டத்திலும் ஏற்படுகிற, சின்ன பெரிய பிரச்னைகள் அனைத்தும் தலைமைக் கழகத்துக்குக் கொண்டு செல்லப்பட்டால், அங்குள்ளவர்களுக்கு தினசரிப் பஞ்சாயத்து செய்யமட்டுமே நேரம் இருக்கும். ஆகவே, பிரச்னைகளை அந்தந்தப் பகுதிக்குள்ளாகப் பேசித் தீர்த்துக்கொள்ள முயற்சி செய்யவேண்டும் என்றார் அண்ணா. இல்லாவிட்டால், சிக்கல்கள் பெரிதாகி கட்சியைப் பாதிக்கத் தொடங்கிவிடும்.

1950-ம் ஆண்டு, திருச்சியில் திராவிட முன்னேற்றக் கழகத்தின் முதலாவது மாநாடு அறிவிக்கப்பட்டது. இதற்காகப் பிரும் மாண்டமான ஏற்பாடுகள் செய்யப்பட்டன. ஏகப்பட்ட சிறப்புப் பேச்சாளர்களை வரவழைத்து, பிரமாதமான கலை நிகழ்ச்சிகளை நடத்தி மக்களைக் கவர்ந்தது திருச்சி தி.மு.கழகம்.

இந்த மாநாட்டின் பெரும் வெற்றியைத் தொடர்ந்து, அடுத்தடுத்த மாநாடுகளை ஏற்பாடு செய்யத் தொடங்கியது திராவிட முன்னேற்றக் கழகம். முதல் சில ஆண்டுகளில்,மாநாடுகளும் அதனால் தொண்டர்கள் மற்றும் பொதுமக்களிடையே பரவிய நல்லெண்ணமுமே அந்தக் கட்சியின் பெரும்பகுதி வளர்ச்சியை நிர்ணயித்தது.

1950 மே மாதத்தில், காங்கிரஸ் அரசாங்கம் (மீண்டும்) பள்ளிகளில் ஹிந்தியைக் கட்டாயப் பாடமாக்க முடிவுசெய்தது. சளைக்கா மல், ஹிந்தித் திணிப்பை எதிர்த்து மறுபடி போராட்டத்தில் குதித்தார் அண்ணா.

முன்புபோலவே மிகத் தீவிரமாக நடைபெற்ற இந்தப் போராட் டங்களின் இறுதியில் காங்கிரஸ் அரசு பணிந்து, தன்னுடைய முடிவைத் திரும்பப் பெற்றுக்கொண்டது. திராவிட முன்னேற்றக் கழகம் என்ற புதிய பெயரில் செயல்படத் தொடங்கிய பின்னர், அண்ணா பெற்ற மிக முக்கியமான முதல் வெற்றி இது.

இந்தக் காலகட்டத்தில் தமிழகத்தை ஆண்டுகொண்டிருந்த காங்கிரஸ் கட்சி, தி.மு.க.வின் வளர்ச்சியைத் தடுக்க எத்தனையோ முயற்சிகளைச் செய்தது. ஆனால், இந்த அடக்கு முறைகளையெல்லாம் மீறி - நல்ல தொண்டர் பலம், உறுதியான அமைப்பு பலம் என்று வளர்ந்துகொண்டிருந்தது திராவிட முன்னேற்றக் கழகம்.

மத்திய, மாநில அரசுகள் - திராவிடர்களுக்கு விரோதமாக ஏதேனும் நடவடிக்கைகளைச் செய்தால், அதனை உடனடியாகக் கண்டிக்கவேண்டும் என்பதை தி.மு.க. எழுதப்படாத விதி யாகவே வைத்திருந்தது. அவர்களும் கழகத் தொண்டர்களை ஏமாற்றாமல், அடிக்கடி இப்படிப்பட்ட அறிவிப்புகளை வெளி யிட்டு வம்பை விலைக்கு வாங்கினார்கள்.

உடனடியாக, தமிழகம் முழுவதும் போராட்டங்கள் தொடங்கி விடும். இப்படி ஒவ்வொரு போராட்டத்திலும் ஈடுபடுகிற

தி.மு.க. தொண்டர்களின் எண்ணிக்கை அதிகரித்துக் கொண்டே தான் இருந்தது. மறுப்பு அறிக்கைகள், கண்டன ஊர்வலங்கள், பேரணிகள் என்று சம்பந்தப்பட்ட அறிவிப்பை, திரும்பப் பெறும்வரை அவர்கள் ஓயமாட்டார்கள்.

இத்தனை பரபரப்புக்கு நடுவிலும், அமைதியான, வன்முறை இல்லாத அணுகுமுறையை வலியுறுத்தினார் அண்ணா. கழக உறுப்பினர்கள் எல்லோரும், எப்போதும் சட்டம் ஒழுங்குக்குக் கட்டுப்பட்டு நடக்கவேண்டும் என்பதில் மிகக் கவனமாக இருந்தார் அவர்.

எந்தச் சூழ்நிலையிலும் தன்னுடைய 'தம்பி'கள் சட்டத்தைக் கையில் எடுத்துக்கொண்டு அடிதடிகளில் ஈடுபட்டுவிடக் கூடாது என்ற அவருடைய அறிவுரையை, கழகத் தொண்டர்கள் மதித்து நடந்தார்கள். அண்ணாபோல், தொண்டர்களைத் தன்னுடைய முழுக் கட்டுப்பாட்டில் வைத்திருந்த தலைவர்கள் அபூர்வம். அந்த பலத்தைத் தவறாகப் பயன்படுத்தாதது, அவருடைய கண்ணியம்!

1951-ம் ஆண்டில், சென்னை ராயபுரத்தில் கழகக் கட்டடம் திறக்கப் பட்டது. இதற்கு, 'அறிவகம்' என்று பெயர் சூட்டினார் அண்ணா.

அதே ஆண்டு, திராவிட முன்னேற்றக் கழகத்தின் முதலாவது மாநில மாநாடு சென்னையில் நடைபெற்றது. சுமார் இரண்டு ஆண்டுகளில் தி.மு.க. எந்த அளவு வளர்ச்சியடைந்திருக்கிறது என்பதைத் தமிழகம் முழுமைக்கும் அறிவிக்கும்வகையில் பிரும்மாண்டமாக ஏற்பாடு செய்யப்பட்டது இந்த மாநாடு.

சென்னை மாநில மாநாட்டுப் பணிகளில், அண்ணாவே நேரடி யாகக் களத்தில் இறங்கிவிட்டார். எல்லா வேலைகளையும் இழுத்துப் போட்டுக்கொண்டு உற்சாகமாக அவர் செயல்படு வதைப்பார்த்து, மற்ற தலைவர்களும் தொண்டர்களும் ஆர்வத் தோடு மாநாட்டு வேலைகளை ஏற்றுச் செய்தார்கள்.

இதே ஆண்டில், தனக்கு மிகத் திருப்தியளித்த ஒரு தனிப்பட்ட கடமையையும் செய்துமுடித்தார் அண்ணா. தான் படித்த பச்சையப்பன் கல்லூரிக்கு நிதி உதவி செய்ய விரும்பிய அவர், இதற்காகக் கலைவிழா ஒன்றுக்கு ஏற்பாடு செய்தார். அதன்மூலம் திரட்டப்பட்ட சுமார் இருபதாயிரம் ரூபாய் பணம், பச்சையப்பன் கல்லூரியின் வளர்ச்சிக்கு நன்கொடையாக வழங்கப்பட்டது.

திராவிட முன்னேற்றக் கழகம் தொடங்கப்பட்டு சுமார் மூன்று ஆண்டுகள் நிறைவடைந்திருந்த சூழ்நிலையில், 1952-ம் ஆண்டு, இந்தியப் பாராளுமன்றம் மற்றும் சென்னை மாகாணச் சட்டமன்றத்துக்கான பொதுத் தேர்தல் அறிவிக்கப்பட்டது.

இந்தத் தேர்தலில் திராவிட முன்னேற்றக் கழகம் பங்கேற்க வேண்டுமா என்பதுபற்றி விவாதிப்பதற்காக, 1951 நவம்பரில், கழகப் பொதுக்குழு மதுரையில் கூடியது. இந்தக் கூட்டத்தில் அவர்கள் என்ன முடிவெடுக்கப்போகிறார்கள் என்று அரசியல் பார்வையாளர்கள் எல்லோரும் ஆவலாக எதிர்பார்த்தார்கள்.

காரணம், திராவிடர் கழகத்திலிருந்து அண்ணா விலகியதற்குச் சொல்லப்பட்ட உபகாரணங்களில் ஒன்று - பெரியாருக்கு ஜன நாயக முறைகளில் சம்மதம் இல்லை என்பது. அதாவது, தேர் தலில் போட்டியிட்டு ஜெயித்து, அந்தப் பதவியைப் பயன் படுத்தி மக்களுக்கு நன்மை செய்யமுடியும் என்று அவர் நம்பவில்லை.

மாறாக, அண்ணாவுக்கு ஜனநாயக வழிமுறைகளில் நல்ல நம்பிக்கை இருந்தது. கழகக் கொள்கைகள், சீர்திருத்தங்களைச் செயல்படுத்துவதற்கு, ஆட்சி, அதிகாரம் போன்றவை சிறந்த வழிகள் என்று நம்பினார் அவர்.

எனினும், கட்சித் தலைவர் பெரியாருக்கு ஒப்புதல் இல்லாத ஒரு விஷயத்தை, அண்ணாவால் செய்யமுடியாது. ஆகவே, அண்ணா திராவிடர் கழகத்தில் இருந்தவரை, தேர்தலில் போட்டியிடுவது பற்றி பேசவோ வலியுறுத்தவோ இல்லை.

இப்போது பெரியாரிடமிருந்து விலகி அவர் வெளியே வந்து விட்ட சூழலில், 1952 தேர்தலில் திராவிட முன்னேற்றக் கழகம் நிச்சயமாகப் போட்டியிடும் என்றுதான் பெரும்பாலானோர் நம்பினார்கள். 'போட்டியிட வேண்டாம்' என்று தடுத்து நிறுத்து வதற்குத்தான் பெரியார் இங்கே இல்லையே.

பரபரப்பான இந்தச் சூழ்நிலையில்தான், அண்ணாவின் புத்தி சாலித்தனமான சிந்தனை மீண்டும் வெளிப்பட்டது. என்னதான் தனக்கு ஜனநாயகத்தில் நம்பிக்கை இருப்பினும், புத்தம்புதுக் கட்சியாக இப்போதுதான் வளர்ச்சிநடை பழகிக்கொண்டிருக் கிற தி.மு.க., தேர்தலைச் சந்திக்க இன்னும் தயாராகவில்லை என்பதை நன்றாகப் புரிந்துகொண்டிருந்தார் அவர்.

தவிர, அப்போதைய இந்திய அரசியல் சட்டம் - திராவிடர்களின் கருத்தை மதிக்காமல் உருவாக்கப்பட்டிருப்பதாகக் கருதினார் அண்ணா. ஆகவே, இந்தச் சட்டத்தின்படி நடைபெறுகிற தேர்தலில், திராவிட முன்னேற்றக் கழகம் பங்கேற்பதில் அவருக்குச் சம்மதம் இல்லை.

மதுரையில் கூடிய தி.மு.க. பொதுக்குழு, அண்ணாவின் கருத்து களை ஏற்றுக்கொண்டது. 1952 தேர்தலில் நேரடியாகப் போட்டியிடுவதில்லை என்று முடிவெடுத்தது.

நேரடியாகப் போட்டியிடுவதில்லை என்றால்? மறைமுகமாகப் போட்டியிடலாம் என்று அர்த்தமா?

அப்படி இல்லை. தி.மு.க. உறுப்பினர்கள் தேர்தலில் போட்டி யிடமாட்டார்கள். ஆனால், அவர்களுடைய சிந்தனையோடு பொருந்துகிற, கழகத்தின் கொள்கைகளை ஏற்றுக்கொள்கிற மற்ற நல்ல வேட்பாளர்களுக்கு, ஆதரவு அளிப்பார்கள், அவர்கள் வெற்றிபெறப் பாடுபடுவார்கள்.

'நல்ல வேட்பாளர்கள்' என்பதற்கும் தி.மு.க. ஒரு வரையறை வைத்திருந்தது. காங்கிரஸ் அல்லாத, நாணயமான, முற்போக்குச் சிந்தனை உடைய திறமைசாலிகள். இவர்கள் 'திராவிட நாடு' கோரிக்கையை ஏற்றுக்கொண்டால், திராவிட முன்னேற்றக் கழகம் அவர்களை ஆதரிக்கும் என்று அறிவிக்கப்பட்டது.

அப்போது, தமிழகத்தில் காங்கிரஸுக்கு மாற்றுக் கட்சி என்று பார்த்தால் கம்யூனிஸ்ட் இயக்கத்தைத்தான் சொல்லமுடியும். காங்கிரஸைத் தோற்கடித்து அவர்கள் அரசாங்கம் அமைப்பது சிரமம் என்றாலும், பலமான போட்டி தாங்கக்கூடியவர்கள்.

ஆகவே 1952 தேர்தலில், காங்கிரஸ் எதிர்ப்பு முகாமைப் பலப் படுத்தும் எண்ணத்துடன் கம்யூனிஸ்ட் தோழர்கள் போட்டியிடும் தொகுதிகள் அனைத்திலும், அவர்களுக்கு ஆதரவு தர நினைத்தது தி.மு.க. ஆனால், கம்யூனிஸ்ட்கள் 'திராவிட நாடு' கோரிக் கையை ஏற்க மறுத்துவிட்டதால், இது நிறைவேறவில்லை.

இதனால், மறைமுகமாகக் காங்கிரஸ் கட்சி பலம் பெற்று விட்டது. திராவிட முன்னேற்றக் கழகத்தின் எதிர்ப்பு ஓட்டுகள் அனைத்தும் வெவ்வேறு திசைகளில் சிதறிவிட்டதால், காங் கிரஸுக்குக் குறிப்பிடத்தக்க போட்டியை யாராலும் தரமுடிய வில்லை.

1952 தேர்தலில் வென்று காங்கிரஸ் ஆட்சி அமைத்தபோதும், அவர்களுடைய வெற்றி முழுமையானது அல்ல. தங்களால் பெருவாரியான தொகுதிகளைக் கைப்பற்ற முடியாமல் போன தற்கு, தி.மு.க.வும் ஒரு முக்கியமான காரணம் என்பதைக் காங்கிரஸ் தலைவர்கள் உணர்ந்தார்கள்.

திராவிட முன்னேற்றக் கழகத்தின் ஆதரவுடன் இந்தத் தேர்தலில் போட்டியிட்ட வேட்பாளர்கள் பலர், காங்கிரஸின் வெற்றி வாய்ப்பைப் பாதித்திருந்தார்கள். இவர்களில் சிலர், குறிப் பிடத்தக்க வெற்றியைப் பெற்று சட்டமன்றத்துக்கும் பாராளு மன்றத்துக்கும் தேர்வாகியிருந்தது, காங்கிரஸுக்குப் பலத்த அதிர்ச்சியைக் கொடுத்தது.

ஆனால் இதன்பிறகும் காங்கிரஸ், தி.மு.க.வை அலட்சியப் படுத்திக்கொண்டுதான் இருந்தது. புதிய முதல்வராகப் பொறுப் பேற்றிருந்த ராஜாஜி, 'முன்னேற்றக் கழகத்தை மூட்டைப்பூச்சி நசுக்குவதுபோல் நசுக்கிவிடுவேன்' என்றார்.

காங்கிரஸ் எதிர்ப்பு ஒருபக்கமிருக்க, தி.மு.க.வின் ஆதரவைப் பெற்று ஜெயித்தவர்களில் சிலர், பதவிக்காகக் கட்சி மாறி அதிர்ச்சி யளித்தார்கள். அவர்களுடைய இந்தத் துரோகச் செயல், தேர்தலில் கழகத்தின் நிலைப்பாடைக் கேலி செய்வது போலாகிவிட்டது.

அத்தனை தூரம் யோசித்து, வேட்பாளர்களைத் தேர்வு செய்து ஆதரவு அளித்து என்ன பிரயோஜனம் என்று முதன்முறையாகச் சிந்திக்கத் தொடங்கினார் அண்ணா. திராவிட முன்னேற்றக் கழகம் நேரடியாகத் தேர்தலில் போட்டியிட்டிருந்தால், கழகத் தின் உழைப்பைக் கொண்டு காங்கிரஸ் பலன் பெற்றுவிட்ட இந்த நிலை உருவாகியிருக்காது.

அண்ணாவின் இந்தச் சிந்தனைப்போக்கை வெளிப்படுத்துகிற ஒரு பேச்சு தொண்டர்களைக் கேள்வி கேட்கிறது. 'என்முன்னால் லட்சக்கணக்கான மக்களைக் காட்டுகிறீர்கள். உயர உயரக் கொடிகளை ஏற்றிக் கட்டுகிறீர்கள். வான் முட்ட வாழ்த்து முழக்குகிறீர்கள். கோபுர உயரம் மாலைகள் குவிக்கிறீர்கள். இவைகளைமட்டும் நான் டில்லிக்காரர்களிடம் காட்டினால், அவர்கள் இறங்கிவருவார்கள் என்று எண்ணுகிறீர்களா?'

அதாவது, திராவிட நாடு கோரிக்கை பிற சமூகச் சீர்திருத்தங்க ளெல்லாம் நிஜத்தில் செயல்படுத்தப்படவேண்டுமானால்,

வெறும் உறுப்பினர் எண்ணிக்கையோ பலமான கட்சியோ போதாது என்று கருதத் தொடங்கியிருந்தார் அண்ணா. ஒரு கட்சி யில், எத்தனை சட்டமன்ற / பாராளுமன்ற உறுப்பினர்கள் / நக ராட்சித் தலைவர்கள் இருக்கிறார்கள் என்கிற கணக்குதான், ஜன நாயகத்தில் அடிப்படைத் தேவையாக அவருக்குத் தோன்றியது.

இதன் அடுத்த நிலையாக, சட்டமன்றத்தில் பெரும்பான்மை பலம் பெற்று ஆட்சியைக் கைப்பற்றினால்தான், சில சமூகச் சீர்திருத்தங்களைச் சட்டப்படி செயல்படுத்தமுடியும், நாம் அவசியம் செய்தாகவேண்டிய விஷயங்களை கட்டாயமாக்க முடியும். இதற்காகவாவது, திராவிட முன்னேற்றக் கழகம் தேர்தலில் நின்று வெற்றி பெற்று சட்டமன்றத்துக்குள் நுழைய வேண்டும் என்கிற சிந்தனை மாற்றம் அடுத்த பத்து ஆண்டுகளில் படிப்படியாக ஏற்பட்டது.

ஆனால் 1952 தேர்தலுக்குப்பிறகு, அண்ணாவோ பிற தலைவர் களோ இதைப்பற்றி உடனடியாகச் சிந்திக்கவில்லை. வேறு சில பிரச்னைகள் அவர்களுக்காகக் காத்திருந்தன.

அப்போது தமிழகத்தில் அறிமுகமாகியிருந்த மில் துணிகளின் போட்டியைச் சமாளிக்கமுடியாமல், நமது கைத்தறித் தொழி லாளர்கள் திணறிக்கொண்டிருந்தார்கள். இயந்திரங்களின் மூலம் தயாரிக்கப்பட்ட துணிகள் அதிவேகத்தில் விற்பனையாவதால், கைத்தறித் துணிகள் தேங்கிப்போய்க் கொண்டிருந்தன. இதனால், ஏராளமான நெசவாளிகள் அவதிப்பட்டார்கள்.

மிகுந்த துயரத்தில் இருக்கும் கைத்தறித் தொழிலாளிகளுக்கு உதவவேண்டும் என்ற நோக்கத்துடன், கைத்தறித் துணி விற் பனை இயக்கம் ஒன்றைத் தொடங்கியது திராவிட முன்னேற்றக் கழகம். அண்ணா உள்ளிட்ட கழகத் தோழர்கள், தமிழகமெங்கும் நேரடியாகக் களத்தில் இறங்கி, கைத்தறித் துணிகளை விற்பனை செய்தார்கள்.

இதையடுத்து, தேங்கிக் கிடந்த துணி ரகங்கள் மளமளவென்று விற்றுத் தீர்ந்தன. அதோடு நிறுத்திவிடாமல், கழகத் தோழர்கள் எல்லோரும் இனி கைத்தறி ஆடைகளையே அணிவார்கள் என்றும் முடிவு செய்யப்பட்டது.

1954-ம் ஆண்டில், தஞ்சாவூர் மாவட்டத்தைத் தாக்கிய கரும் புயல், ஏராளமான உயிர், பொருள் இழப்பை ஏற்படுத்தியது.

புயலால் பாதிக்கப்பட்டவர்களுக்கு நிவாரணம் அளிக்கும் சேவையில் ஈடுபட்ட தி.மு.க., அவர்களுக்காக நிதி திரட்டுவது, உடைகள் பிற பொருள்களைச் சேகரித்து அளிப்பது போன்ற பல்வேறு பணிகளில் தனது குறிப்பிடத்தக்க பங்களிப்பை வழங்கியது.

அரசியல் களத்தைப் பொறுத்தவரை, இந்தக் காலகட்டத்தில் தி.மு.க.வின் முக்கியமான நோக்கங்களாக இரண்டைக் குறிப் பிடலாம். முதலில், தமிழகத்தின் முக்கியக் கட்சிகளில் ஒன்றாக வளர்வது, அதன்பிறகு, மற்ற இயக்கங்களைக்காட்டிலும் காங்கிரஸ் கட்சிக்குத் தாங்கள்தான் வலுவான எதிர்க் கட்சி என்பதை நிரூபிப்பது.

இந்த இரண்டுமே, மிகக் கடினமான விஷயங்கள். வேறு சலனங்களே இல்லாமல், கடுமையான கவனமான உழைப்பைத் தந்து பாடுபட்டாலொழிய இதனைச் சாதிப்பது சுலபமில்லை என்பதை உணர்ந்திருந்த அண்ணா, திராவிட முன்னேற்றக் கழக உறுப்பினர்கள் எல்லோரிடமும் இதே அர்ப்பணிப்பை எதிர் பார்த்தார்.

இப்படிப் பெரிய வளர்ச்சிக்குத் திட்டமிடும்போது, எல்லாப் பொறுப்புகளையும் ஒருவரே தாங்கிச் சுமப்பது சாத்தியமில்லை என்று கருதினார் அண்ணா. இதற்காக, நெடுஞ்செழியன், ஈ.வெ.கி. சம்பத், மு. கருணாநிதி, மதியழகன், என்.வி. நடராஜன் உள்ளிட்ட அடுத்த நிலைத் தலைவர்களை உருவாக்கி, அவர் களிடம் பல்வேறு பொறுப்புகளை ஒப்படைத்தார் அண்ணா.

பொறுப்புகள் இப்படிப் பரவலாகப் பகிர்ந்துகொள்ளப்பட்டால் அது கட்சிக்கும் நல்லது, இளம் தலைவர்கள் முன்னேறுவதற்கும் உதவும் என்று உறுதியாக நம்பினார் அண்ணா. அவர் எதிர்பார்த்ததுபோலவே, தி.மு.கழகத்தின் அடுத்தநிலை வளர்ச்சி இந்தத் தலைவர்களால்தான் சாத்தியமானது.

இவர்களுக்குள் ஏற்பட்ட கருத்து வேறுபாடுகள், அதிகாரச் சண்டைகள் எல்லாம் தனிக்கதை. அவற்றை அடக்குவதற்கு, அண்ணா பெரிதாக எதுவும் செய்யவில்லை. எல்லோரையும் அரவணைத்துச் செல்வதையே அவர் விரும்பினார்.

இந்தக் காலகட்டத்தில் திராவிட முன்னேற்றக் கழகம் நடத்திய தொடர் போராட்டங்களால், மக்கள் மத்தியில் அந்தக் கட்சி

வெகுவாகப் பிரபலமடையத் தொடங்கியிருந்தது. வெகுஜன ஆதரவும் உணர்ச்சிகரமான தொண்டர்களும் தாராளமாகக் கிடைத்தார்கள்.

ஐம்பதுகளின் மத்தியில் - அதுவரை ஒன்றாக இயங்கிவந்த சென்னை மாகாணம், மொழிவாரி மாநிலங்களாகப் பிரிக்கப் பட்டது. அதாவது - தமிழ், மலையாளம், தெலுங்கு, கன்னட மொழிகளைப் பேசும் மக்கள் பெரும்பான்மையாக வாழும் பகுதிகள் தனித்தனி மாநிலங்களாக உருவாக்கப்பட்டன.

இதனால் கேரளம், ஆந்திரம், கர்நாடகம் என்ற புதிய மாநிலங்கள் தோன்றின. இந்த மாநிலங்களுக்கான எல்லைகள் நிர்ணயிக்கப் பட்டபோது, அது சரியா, தவறா என்பதுபற்றித் தீவிரமான சர்ச்சைகள் எழுந்தன. பல எல்லைப்புறப் பகுதிகள், இந்தப் பக்கத்தில் சேரவேண்டுமா அல்லது அந்தப் பக்கமா என்றும் சண்டை தொடங்கியது.

மொழிவாரியாக மாநிலங்கள் பிரிக்கப்படுவதை திராவிட முன்னேற்றக் கழகம் ஆதரித்தது. அதேசமயம், புவியியல் ரீதியிலும் மொழி அடிப்படையிலும் நமக்குச் சேரவேண்டிய பகுதிகள், வேறு மாநிலங்களுக்குச் சென்றுவிடக் கூடாது என்பதிலும் கவனம் செலுத்தியது.

இந்தச் சூழ்நிலையில், 1956-ம் ஆண்டு ஜூலை 27-ம் தேதி, சற்றே மாறுபட்ட ஒரு மொழிப் போராட்டம் தொடங்கியது. சென்னை மாகாணத்துக்கு 'தமிழ்நாடு' என்று பெயரிடவேண்டும் என்ற கோரிக்கையுடன், விருதுநகரில் சங்கரலிங்கனார் என்பவர் சாகும்வரை உண்ணாவிரதம் அறிவித்தார்.

அவருடைய கோரிக்கையை, திராவிட முன்னேற்றக் கழகம் ஆதரித்தது. அண்ணாவும் க. ராசாராமும் சங்கரலிங்கனாரை நேரில் சென்று பார்த்து, தங்களுடைய இயக்கத்தின் முழு ஆதரவும் அவருக்கு உண்டு என்று தெரிவித்தார்கள்.

ஆனால், இந்த விஷயத்தில் மத்திய / மாநில அரசுகள் உடனடி யாக எந்த முடிவும் எடுக்கவில்லை. எழுபத்தேழு நாள் உண்ணா விரதத்துக்குப்பிறகு, தன்னுடைய கோரிக்கை நிறைவேறாத ஏக்கத்துடன் சங்கரலிங்கனார் மரணமடைந்தார்.

சங்கரலிங்கனார் மறைவுக்குத் தமிழகம் முழுக்க அனுதாபக் கூட்டங்கள் நடத்தி, 'தமிழ்நாடு' கோரிக்கைக்கு ஆதரவு

திரட்டியது திராவிட முன்னேற்றக் கழகம். அவருடைய கடைசிக் கோரிக்கை, அதன்பிறகு தி.மு.க.வின் முக்கியக் கோரிக்கையாகி விட்டது.

இந்தக் காலகட்டத்தில் திராவிட முன்னேற்றக் கழகம் முன்னின்று நடத்திய மூன்று முக்கியமான போராட்டங்கள், அதற்கு பரவலான கவனத்தையும் பெருவாரியான மக்கள் ஆதரவையும் திரட்டிக் கொடுத்தன. இவை மூன்றும் ஒரே நேரத்தில் செயல்படுத்தப்பட்ட காரணத்தால், 'மும்முனைப் போராட்டம்' என்றும் வர்ணிக்கப்பட்டன.

முதலாவதாக, அப்போதைய தமிழக முதலமைச்சர் ராஜாஜி அறிவித்த ஒரு புதிய கல்வித் திட்டம், கடும் விமரிசனங்களையும் எதிர்ப்புகளையும் சந்தித்துக்கொண்டிருந்தது. இந்தத் திட்டத்தின் படி, ஆறு முதல் பதினொரு வயதுள்ள சிறுவர், சிறுமிகள், இனிமேல் தினந்தோறும் பாதி நாள் பள்ளியில் படித்தால் போதும். மீதி நேரத்தில், அவர்கள் ஏதேனும் ஒரு தொழிலில் ஈடுபடவேண்டும் அல்லது வீட்டு வேலைகளைப் பழகிக் கொள்ளவேண்டும்.

'குலக்கல்வித் திட்டம்' என்று வர்ணிக்கப்பட்ட இந்த அறிவிப்பு, ஒவ்வொருவரும் தங்களுடைய பரம்பரைத் தொழில்களைத் தலைமுறை தலைமுறையாகத் தொடர்ந்து செய்யவேண்டும் என்பதை மறைமுகமாக வலியுறுத்தியது. இது, பிராமணர் அல்லாதவர்களை முன்னேறவிடாமல் தடுக்கும் முயற்சி என்று, பலர் எதிர்ப்புப் போராட்டத்தில் குதித்தார்கள்.

அடுத்து திருச்சி மாவட்டத்தில், டால்மியா தொழிற்சாலை அமைந்திருந்த 'கல்லக்குடி' என்ற ஊரின் பெயர், 'டால்மியா புரம்' என மாற்றப்படுவதை, திராவிட முன்னேற்றக் கழகம் கண்டித்தது. 'நம்முடைய ஊருக்கு, வடநாட்டு முதலாளியின் பெயர் எதற்காக?' என்கிற அவர்களுடைய கேள்வியை அரசாங்கம் அலட்சியப்படுத்தியதால், இதற்கும் ஓர் அடையாள எதிர்ப்புப் போராட்டம் நடத்துவது கட்டாயமாகிவிட்டது.

மூன்றாவதாக, திராவிட முன்னேற்றக் கழகத்தின் சில போராட் டங்களைப்பற்றி இந்தியப் பிரதமர் ஜவஹர்லால் நேருவிடம் கருத்து கேட்கப்பட்டபோது, அவர் 'நான்சென்ஸ்' என்று ஒரே வார்த்தையில் அவற்றை ஒதுக்கித் தள்ளியிருந்தார். திராவிடர் களின் கோரிக்கைகளை உதாசீனப்படுத்துகிற இந்தப்

போக்கைக் கண்டித்தும் போராட்டம் அறிவித்தது திராவிட முன்னேற்றக் கழகம்.

கட்சியில் எல்லாத் தலைவர்களையும் அரவணைத்துச் செல்ல வேண்டும் என்று விரும்பிய அண்ணா, குலக்கல்வித் திட்ட எதிர்ப்புப் போராட்டத்துக்கு ஈ.வெ.கி. சம்பத், கல்லக்குடி போராட்டத்துக்கு மு. கருணாநிதி ஆகியோரைப் பொறுப்பாளர் களாக நியமித்தார். மற்ற தி.மு.க. தலைவர்கள், பிரதமருக்கு எதிர்ப்பு தெரிவிக்கும் ரயில் நிறுத்தப் போராட்டத்தில் பங்கேற்றார்கள்.

இந்தப் போராட்டங்கள் மூன்றும், 1953-ம் ஆண்டு ஜூலை 14, 15 தேதிகளில் ஏற்பாடாகியிருந்தன. இவற்றைத் தடுக்கும் முன் னெச்சரிக்கை நடவடிக்கையாக, அண்ணா, நெடுஞ்செழியன் உள்ளிட்ட ஏராளமான தி.மு.க. தலைவர்கள் மற்றும் தொண்டர் களைக் கைது செய்து உள்ளே தள்ளியது காங்கிரஸ் அரசு.

ஆனால் அவர்கள் கொஞ்சமும் எதிர்பார்க்காதவிதமாக, கழகத் தின் மற்ற தலைவர்கள் மிகத் திறமையாகச் செயல்பட்டார்கள். பலத்த காவல்துறை பாதுகாப்புத் தடைகளையும் மீறி, திட்ட மிட்டபடி மும்முனைப் போராட்டங்களை நிகழ்த்தினர்.

மும்முனைப் போராட்டங்களின்போது நடந்த தடியடி மற்றும் துப்பாக்கிச் சூட்டில் 11 பேர் இறந்தார்கள். எழுபது பேருக்கு மேல் காயமடைந்தார்கள். ஆயிரக்கணக்கானவர்கள் கைது செய்யப்பட்டார்கள்.

இப்படிக் கைது செய்யப்பட்டவர்கள்மீது பலவிதமான வழக்கு கள் சுமத்தப்பட்டு, கடுமையான தண்டனை விதிக்கப்பட்டது. ஆனால், இத்தனைக்குப் பிறகும் தி.மு.கழகத் தொண்டர்களின் வேகம் குறையாமல் அதிகரித்துக்கொண்டிருப்பதை, ஆளுங் கட்சி லேசான பயத்துடன் பார்க்கத் தொடங்கியது.

இதேபோல், ரயில் நிலையப் பலகைகளில் ஹிந்திக்கு முதல் இடம் அளிப்பதை எதிர்த்து, தமிழுக்கு முக்கியத்துவம் கோரும் போராட்டத்தை அறிவித்தது தி.மு.கழகம். இப்படி ஹிந்தித் திணிப்பு எந்த வடிவத்தில் தலை காட்டினாலும் அதை எதிர்த்து எழும் முதலாவது குரல், திராவிட முன்னேற்றக் கழகத்தி னுடையதாக இருந்தது.

இந்த விஷயத்தில் நிரந்தரத் தீர்வு எதுவும் கண்ணில் படாத சூழ்நிலையில், தமிழகம் வரும் மத்திய அமைச்சர்கள் எல்லோரும் திராவிட முன்னேற்றக் கழகத்தின் கறுப்புக் கொடி எதிர்ப்பைச் சந்திக்கவேண்டியிருந்தது. டில்லி மந்திரிகளின் கண்ணுக்குக் கறுப்பு மட்டுமே தெரிந்தது. இப்படி என்னதான் அடக்குமுறையைச் செலுத்தி ஒடுக்க நினைத்தாலும், தி.மு.க. மேலும் மேலும் பலமாகவே வளர்ந்துகொண்டிருந்தது. அவர்களுக்கு மக்கள் ஆதரவும் பெருகிக்கொண்டிருந்தது. பித்தளையைத் தேய்த்துத் தங்கமாக்கிவிட்டதுபோல் 'மேலும் ஒரு மாநிலக் கட்சி' என்ற நிலைமையிலிருந்து, சில ஆண்டுகளுக்குள் காங்கிரஸுக்குக் குறிப்பிடத்தக்க போட்டியாக வளர்ந்துவிட்டது திராவிட முன்னேற்றக் கழகம்.

ஆகவே, அவர்களை வேறொரு விதத்தில் அவமானப்படுத்த முயன்றது காங்கிரஸ். 1954 ஏப்ரலில், ராஜாஜிக்குப் பிறகு தமிழக முதலமைச்சராகியிருந்த காமராஜர், 'திராவிட முன்னேற்றக் கழகத்துக்கு மக்கள் செல்வாக்கு இல்லை' என்றார். அவருக்கு, பெரியாரின் முழு ஆதரவு இருந்தது.

'வெறுமனே வெட்டவெளியில் நின்றுகொண்டு எங்களைப் பற்றிப் பேசாதீர்கள். ஒருவேளை உங்களுக்கு நிஜமாகவே மக்கள் ஆதரவு இருந்தால், சட்டசபைக்கு வந்து பேசத் தயாரா?' என்று திராவிட முன்னேற்றக் கழகத்துக்குப் பகிரங்கமாகச் சவால் விட்டார் காமராஜர்.

காங்கிரஸ் பேரியக்கத்தின் சரித்திரத்தில், அவர்கள் செய்த மிகப் பெரிய தவறு இது. அந்த விநாடியில் தொடங்கிய சரிவிலிருந்து, அவர்களால் இன்றுவரை மீளமுடியவில்லை.

9 கைக்கு எட்டியது

1956-ம் ஆண்டு, திராவிட முன்னேற்றக் கழகத்தின் மாநில மாநாடு திருச்சி நகரில் கூடியது. இந்த மாநாட்டில் கலந்துகொள்ள வந்திருந்தவர்கள் எல்லோரையும், ஒரே மாதிரி யான இரண்டு கறுப்பு - சிவப்புப் பெட்டிகள் வரவேற்றன.

திராவிட முன்னேற்றக் கழகம் தேர்தலில் போட்டி யிட வேண்டுமா, கூடாதா - இதுதான் கேள்வி. போட்டியிடலாம் என்கிறவர்கள் சிவப்புப் பெட்டியிலும், போட்டியிட வேண்டாம் என்று நினைக்கிறவர்கள் கறுப்புப் பெட்டியிலும் தங்க ளுடைய வாக்குகளைப் பதிவு செய்யவேண்டும்.

நிஜமான பொதுத் தேர்தலுக்கு வெள்ளோட்டம் போல், மாநாட்டு உறுப்பினர்களைக் கொண்டு இந்த மினி தேர்தலை நடத்திமுடித்தார் அண்ணா. தொண்டர்களும் பொதுமக்களும் ஆர்வத்தோடு வந்து ஓட்டு போட்டார்கள்.

தேர்தல் முடிந்ததும், ஓட்டுப் பெட்டிகள் பிரிக்கப் பட்டு எண்ணப்பட்டன. மாநாட்டுத் தலைவர் நெடுஞ்செழியன், முடிவுகளை அறிவித்தார்.

பதிவான வாக்குகளின்படி, தி.மு.க. தேர்தலில் போட்டியிடலாம் என்று ஐம்பதாயிரத்துக்கும்

மேற்பட்டவர்கள் கருத்துத் தெரிவித்திருந்தார்கள். சுமார் நான்காயிரம் பேர் போட்டியிட வேண்டாம் என்று மறுத்திருந் தார்கள்.

நீண்ட நாள்களாக அண்ணாவை உறுத்திக்கொண்டிருந்த ஒரு மனக் குழப்பம், இந்த வாக்குப் பதிவின்மூலம் நீங்கிவிட்டது. பெரும்பான்மை தி.மு.க. உறுப்பினர்கள், தேர்தலில் பங்கு பெறு வதைத்தான் விரும்புகிறார்கள் என்று உறுதியாகத் தெரிந்து கொண்டபிறகு, முடிவெடுப்பது அவருக்குச் சுலபமாக இருந்தது.

1957 தேர்தலில், காங்கிரஸை எதிர்த்துத் திராவிட முன்னேற்றக் கழகம் போட்டியிடும் என்கிற செய்தியை அன்றைய தினமே அறிவித்துவிட்டார் அண்ணா. இனிமேல், காங்கிரஸ் அத்தனை சுலபமாக நிம்மதியாக வெற்றி பெற்றுவிட முடியாது என்று அவர் சொன்னபோது, தொண்டர்களிடையே உற்சாகமான ஆரவாரம் எழுந்தது.

அன்றைய சூழ்நிலையில், காங்கிரஸுக்குச் சவாலான போட்டி அளிக்கக்கூடிய மாநிலக் கட்சிகள் எவையும் இல்லை. 1937-ல் தொடங்கி, இருபது ஆண்டுகளாகத் தொடர்ந்து காங்கிரஸ்தான் ஆட்சி அமைத்துக் கொண்டிருந்தது. அவ்வப்போது முதலமைச் சர்கள் மாறினார்களே தவிர, ஆளுங்கட்சி மாறவில்லை.

இந்த நிலைமையில், காங்கிரஸை எதிர்த்துத் தோற்கடிப்பது சாதாரண காரியம் இல்லை. ஆனால் தயக்கத்தை விடுத்து அந்த முதல்படியை எடுத்துவைத்ததே, திராவிட முன்னேற்றக் கழகத்தின் வெற்றிக்கு அடிப்படையாக அமைந்துவிட்டது.

'புதியதோர் ஆட்சி காணப் புறப்படுவோம்' என்று கோஷம் எழுப்பிய அந்தத் திருச்சி மாநாட்டில், தி.மு.க. தேர்தலில் போட்டியிடுவது என்ற முடிவு எடுக்கப்பட்டது. ஆனால் உணர்ச்சிகரமான சூழலில் எடுக்கப்பட்ட இந்த முடிவைத் தொடர்ந்து, கழகத் தலைவர்கள் கொஞ்சம் அறிவுப்பூர்வ மாகவும் சிந்திக்கவேண்டியிருந்தது.

முதலாவதாக, கழகத்துக்கு மக்கள் ஆதரவு இருப்பது உறுதி. அதை மேலும் அதிகரிப்பதுதான், அடுத்த சில மாதங்களில் நம்முடைய முக்கிய நோக்கமாக இருக்கவேண்டும். தேர்தல் பிரசாரங்களின்மூலம் திரட்டுகிற ஆதரவு ஒருபக்கமிருக்க,

தேர்தலில் ஜெயித்து அதன்மூலம் கிடைக்கிற பதவியைக் கொண்டு மக்களுக்கு நல்லது செய்தால், மேலும் அதிக மக்களின் ஆதரவைத் தானாகப் பெறமுடியும்.

அடுத்து, தேர்தல் பிரசாரம் என்று வந்துவிட்டால் களத்தில் இறங்கி உழைப்பதற்கு, கழகத்தில் ஏராளமான தொண்டர்கள் இருக்கிறார்கள். கடின உழைப்புக்குப் பழகிய அவர்கள்தான், இந்தத் தேர்தலில் நமக்கு மிக முக்கியமான பலம்.

அதைவிட முக்கியமான கேள்வி - கழகத் தோழர்கள் எதைச் சொல்லிப் பிரசாரம் செய்வது? எப்படி திராவிட முன்னேற்றக் கழகத்துக்கு ஓட்டுக் கேட்பது?

இந்த விஷயத்தில், தி.மு.க.வுக்குப் பிரச்னையே இல்லை. காரணம், எதிர்ப்பிரசாரம் செய்வதற்கு வசதியாக, காங்கிரஸ் ஆட்சி அவர்களுக்கு ஏகப்பட்ட வாய்ப்புகளைத் தந்திருந்தது.

சுதந்தரம் பெற்றுப் பத்து வருடங்கள்கூட நிறையாத சூழ்நிலை யில், நவீன இந்தியா மிக மெதுவாகத்தான் உருவாகிக்கொண் டிருந்தது. பல நிர்வாகக் கோளாறுகள் இருந்தன. பல விஷயங் கள் சரிவர நிறைவேற்றப்படவில்லை. அரசின் எந்த முடிவால் யார் பலன் பெறுகிறார்கள், யார் ஒதுக்கப்படுகிறார்கள் என்கிற கேள்வி இன்னமும் மிச்சமிருந்தது.

தவிர, மத்திய மாநில ஆட்சியாளர்கள் மற்றும் அதிகாரிகளில் பெரும்பாலானோர், தன்னிச்சையான நிர்வாகத்துக்குப் புதியவர் கள் என்பதால், எல்லோரையும் திருப்திப்படுத்துவதற்கான திறமை அவர்களிடம் இல்லை. அதற்கான நேரமும் சூழ்நிலை யும் அமையவில்லை.

இதனால், ஆளுங்கட்சியின் குறைபாடுகள் என்று மக்களிடம் சுட்டிக்காட்டுவதற்காக ஏகப்பட்ட விஷயங்களைக் கைவசம் வைத்திருந்தது திராவிட முன்னேற்றக் கழகம். எங்களுக்கு ஒரு வாய்ப்புக் கொடுத்தால், இதையெல்லாம் சரி செய்துவிடுவோம் என்பதுதான் அவர்களுடைய பிரசாரத்தின் முக்கிய அம்சமாக அமைந்திருந்தது.

எல்லாம் சரி. தேர்தல் பிரசாரம் மற்றும் மற்ற செலவுகளுக்குக் காசு? காங்கிரஸுடன் ஒப்பிடுகையில், 'பண பலம்' என்கிற இந்த ஒரு விஷயத்தில் மட்டும், திராவிட முன்னேற்றக் கழகம் மிகவும் பின்தங்கியிருந்தது.

பிரசாரத்துக்குப் பணம் இல்லையே என்று கழகத் தோழர்கள் கவலைப்படவேண்டியதில்லை என்றார் அண்ணா. 'நம்முடைய கலைவாணர்கள் இருக்கும்போது, நமக்கு என்ன குறை? அவர்கள் தங்களுடைய கலைத்துறைத் தொண்டினை, ஆறு மாதம் இந்தப் பக்கமாகத் திருப்பிவிட்டால், தீர்ந்தது பிரச்னை!'

ஆக, என்னதான் தேர்தலில் போட்டியிடுகிற முடிவைக் கழகத் தொண்டர்கள் தீர்மானித்திருந்தாலும், அதுபற்றி நிதானமாக எல்லாக் கோணங்களிலும் சிந்தித்துத் திட்டமிட்ட பிறகுதான், சகல ஏற்பாடுகளுடனும் செயலில் இறங்கினார் அண்ணா. தனது முதல் தேர்தலை, மிகுந்த கவனம் எச்சரிக்கையோடு எதிர் கொள்ளத் தயாரானது திராவிட முன்னேற்றக் கழகம்.

அந்தத் தேர்தலில், நூறுக்கும் மேற்பட்ட இடங்களில் போட்டி யிடத் தீர்மானித்தது தி.மு.கழகம். அறிஞர் அண்ணா காஞ்சிபுரத் திலும், நெடுஞ்செழியன் சேலத்திலும், மு.கருணாநிதி குளித் தலையிலும், க.அன்பழகன் எழும்பூரிலும் போட்டியிட்டனர்.

திராவிட முன்னேற்றக் கழகம், தன்னுடைய தேர்தல் பிரசாரக் கூட்டங்கள் அனைத்திலும், காங்கிரஸைத்தான் குறிவைத்துத் தாக்கியது. கண்ணியம் தவறாத முறையில், காங்கிரஸ் அரசின் முந்தைய நடவடிக்கைகளைக் கடுமையாக விமரிசித்து, இந் நிலையை மாற்றுவதற்குத் தங்களுக்கு ஒரு வாய்ப்பு தருமாறு கேட்டுக்கொண்டார்கள் கழகத் தோழர்கள்.

தமிழக காங்கிரஸ், எப்போதும் மத்திய அரசுக்குப் பணிந்துதான் நடக்கும். தமிழர்களின் நலம் கருதாது என்கிற குற்றச்சாட்டை முன்வைத்த தி.மு.க., 'தமிழர்களுக்காகத் தமிழர்களின் ஆட்சி வேண்டும்' என்ற கோரிக்கையைப் பிரகடனப்படுத்தியது.

கழகத் தொண்டர்களுக்கு ஊக்கம் மற்றும் உற்சாகத்தைச் சேர்ப் பதற்காக, தேர்தல் சிறப்பு மாநாட்டுக்கு ஏற்பாடு செய்தார் அண்ணா. இந்த மாநாட்டின்போது, திராவிட முன்னேற்றக் கழகத்தின் முதலாவது தேர்தல் அறிக்கை வெளியிடப்பட்டது.

1957 தேர்தலையொட்டி, அண்ணாவின் தி.மு.கழகம் முன்வைத்த முக்கியமான வாக்குறுதிகளில் சில:

-   மாநிலங்களுக்கு அரசியல் சமத்துவம், மத்திய அரசின் அதிகாரங்களுக்கு வரம்பு.

-   தொழில்களை நாட்டுடைமை ஆக்குவது.

- ஐந்தாண்டுத் திட்டங்களில் தென்னகம் புறக்கணிக்கப்படு வதைத் தவிர்ப்பது.

- நிலச் சீர்திருத்தத்தை வலியுறுத்துவது.

- ஹிந்தித் திணிப்பை எதிர்ப்பதுடன் எல்லோரும் தாய் மொழியில்தான் படிக்கவேண்டும் என்ற கருத்தை வலி யுறுத்துவது.

- மத்தியப் பாதுகாப்புச் செலவைக் குறைக்கப் போராடுவது.

- கைத்தறிக்குப் பாதுகாப்பு அளிப்பது.

தேர்தல் பிரசாரத்தின்போது, எழுத்து, பேச்சு ஆகிய இருவகை ஊடகங்களின் வழியாகவும், இந்த வாக்குறுதிகளைப் பெரும் பான்மை மக்களிடம் கொண்டுசேர்த்தார் அண்ணா. கழகத்தின் மிகப் பெரிய பலமாக, அண்ணாவின் பிரசாரம் அமைந்திருந்தது.

'தி.மு.கழக உறுப்பினர்கள், தேர்தலில் ஈடுபட்டுத்தான் அந்தஸ்து தேடிக்கொள்ளவேண்டும் என்கிற நிலையில் இல்லை' என மேடைகளில் முழங்கிய அண்ணா, 'நாட்டுக்குப் புதியதோர் அந்தஸ்து தேடித் தருவதற்காகவே, நாங்கள் தேர்தலில் ஈடுபடுகிறோம்!' என்றார்.

அண்ணாவுக்கும் அவருடைய தம்பிகளுக்கும் மேடைப் பேச்சு புதிதல்ல. ஆனால், 'எங்களுக்கு ஓட்டு போடுங்கள்' என்று மக்களிடம் நேரடியாகக் கேட்பது, அவர்களுக்கு மிகவும் தயக்கம் தரக்கூடிய பழக்கமில்லாத விஷயமாக இருந்தது.

இத்தனை நாள்களாக ஓட்டு கேட்பது என்பதையே, ஏதோ செய்யக் கூடாத அவசியமில்லாத ஒரு விஷயமாகக் கருதிக் கொண்டிருந்தவர்கள் கழகத் தோழர்கள். இப்போது திடுதிப் பென்று எங்களுடைய பெட்டியில் ஓட்டு போடுங்கள் என்று, மக்களிடம் போய் கேட்கத் தயங்கினார்கள்.

இப்படிக் கொஞ்சம் கூச்சத்தோடு தொடங்கிய தி.மு.கழகத் தேர்தல் பிரசாரம், அந்த ஆரம்பத் தயக்கங்கள் எல்லாம் மறைந்தபிறகு உற்சாகமாகத் தொடர்ந்தது. அதிகப் பண பலம் இல்லாவிட்டா லும், பெரும்பான்மைத் தலைவர்கள், தொண்டர்கள் தங்களுடைய கைக் காசைச் செலவழித்துத் தேர்தல் பணிகளைச் செய்தார்கள்.

கழக வேட்பாளர்களும் அவர்களுடைய வெற்றிக்காகப் போரா டிய தொண்டர்களும், இனிய தமிழில் பேசி தங்களது கண்ணிய மான நடவடிக்கைகளின்மூலம் வாக்காளர்களின் ஆதரவைத்

திரட்டினார்கள். ஆனால், மக்களின் இந்தக் கைதட்டல் வாக் குறுதிகள் எல்லாம் நிஜத்தில் ஓட்டுகளாக மாறுமா என்பதுதான் அப்போது அவர்கள்முன் இருந்த ஒரே சந்தேகம்.

தி.மு.க. அப்போது தேர்தல் ஆணையத்தால் அங்கீகரிக்கப்படாத கட்சி என்பதால், அதன் வேட்பாளர்கள் சுயேட்சைச் சின்னங் களில்தான் போட்டியிட வேண்டியிருந்தது. சுயேட்சை வேட் பாளர்களுக்காகத் தரப்பட்டிருந்த சின்னங்களுள், சுவர்களில் வரையச் சுலபமான, திராவிட முன்னேற்றக் கொள்கையின் நோக்கத்தைப் புலப்படுத்தும் ஒரு சின்னத்தை, அவர்கள் தேர்வுசெய்ய வேண்டியிருந்தது.

இப்படி யோசித்து அவர்கள் தேர்ந்தெடுத்த சின்னம், உதய சூரியன். கூடுமானவரை கழகத் தோழர்கள் எல்லோருக்கும் அந்தச் சின்னம் கிடைக்க ஏற்பாடு செய்வதாக உறுதியளித்தார் தேர்தல் அதிகாரி. அப்போதும், நெடுஞ்செழியன் உள்ளிட்ட சிலருக்கு அந்தச் சின்னம் கிடைக்கவில்லை.

உதய சூரியன் சின்னத்துடன், 1957 தேர்தலை நம்பிக்கையோடு சந்தித்தது திராவிட முன்னேற்றக் கழகம். ஆட்சியைப் பிடிக்கா விட்டாலும், காங்கிரஸ் கோட்டையில் ஒரு பெரிய விரிசலை உண்டுபண்ணிவிடவேண்டும் என்பதே அவர்களுடைய முக்கிய நோக்கமாக இருந்தது.

தேர்தல் முடிந்து வாக்கு எண்ணிக்கை தொடங்கிவிட்ட சூழலில், நாமக்கல் அருகே ஏற்பாடாகியிருந்த ஒரு கூட்டத்தில் பேசிக் கொண்டிருந்தார் அண்ணா. நேரம், மாலை சுமார் ஐந்து மணி.

அப்போது திடீரென்று, சித்தய்யன் என்ற நண்பர் மைக்கைப் பிடுங்கி, 'ஒரு சந்தோஷமான செய்தி' என்று கூறி, 'நம் அண்ணா தேர்தலில் ஜெயித்துவிட்டார். எம்.எல்.ஏ. ஆகிவிட்டார்!' என அவர் சொன்னதும், கூட்டம் உற்சாகத்தில் மூழ்கியது.

மொத்தம் 112 சட்டமன்றத் தொகுதிகளில் போட்டியிட்ட தி.மு.கழக வேட்பாளர்கள், பதினைந்து இடங்களில் வென்றார் கள். அண்ணாதுரை, மு.கருணாநிதி, க.அன்பழகன் ஆகியோர் - வெற்றி பெற்றவர்களில் முக்கியமானவர்கள்.

உதயசூரியன் சின்னத்தில் போட்டியிடாத நெடுஞ்செழியன், குறைந்த வாக்கு வித்தியாசத்தில் வெற்றி வாய்ப்பை இழந்தார். அவரைப் போலவே, என்.வி.நடராஜன், எஸ்.எஸ்.ராஜேந்திரன்,

கண்ணதாசன் உள்ளிட்ட பல கழகத் தலைவர்கள் தோல்வி அடைந்திருந்தார்கள்.

பதினைந்து சட்டமன்ற உறுப்பினர்களோடு, பாராளுமன்றத் தேர்தலிலும் இரண்டு இடங்களைக் கைப்பற்றியது திராவிட முன்னேற்றக் கழகம். ஈ.வெ.கி.சம்பத், ஆர்.தர்மலிங்கம் இருவரும் - கழகத்தின் முதல் இரு பாராளுமன்ற உறுப்பினர்களானார்கள்.

தி.மு.க.வுடன் ஒப்பிடுகையில், கிட்டத்தட்ட பத்து மடங்கு அதிக இடங்களைக் கைப்பற்றி ஆட்சியைத் தக்கவைத்துக்கொண்டிருந்தது காங்கிரஸ். எனினும், லட்சக்கணக்கானவர்கள் இந்தப் புதுக் கட்சியை நம்பி வாக்களித்திருக்கிறார்கள் என்ற நிஜம், அவர்களுக்கு ஆச்சரியம் கலந்த எச்சரிக்கை உணர்வை அளித்தது.

இந்தத் தேர்தலில், திராவிட முன்னேற்றக் கழகம் கம்யூனிஸ்ட் களைக் காட்டிலும் அதிக இடங்களை வென்றது மிக முக்கிய மான மாற்றம். இதன்மூலம், தமிழகத்தின் இரண்டாவது பெரிய கட்சி என்கிற இடத்தைத் தி.மு.க. கிட்டத்தட்ட எட்டித் தொட்டு விட்டது என்றே சொல்லலாம்.

ஆனால் அதேசமயம், போட்டியிட்ட பெரும்பான்மை இடங் களில் தோல்வியடைந்திருக்கும் தி.மு.கழகம், இன்னும் செல்ல வேண்டிய தூரம் நிறைய. இதைப் புரிந்துகொண்டு, கவனமாக அடுத்தடுத்த அடிகளை எடுத்துவைக்கவேண்டும் என முடிவு செய்தார் அண்ணா.

இதற்கு வசதியாக, வெற்றி பெற்ற காங்கிரஸ் கட்சியின் தலைவர் கள் மற்றும் பேச்சாளர்கள், கழகத்தை 'வெறும் பதினைந்து சீட்' என்று கேலி செய்யத் தொடங்கினார்கள். 'இதை வைத்துக் கொண்டு சட்டமன்றத்தில் என்ன செய்யப்போகிறீர்கள்?' என்று அவர்கள் கிண்டலாகக் கேட்டபோது, அந்தக் கேள்வியைப் புன்னகையோடு எதிர்கொண்டார் அண்ணா.

'தயவுசெய்து எங்களை நன்றாகக் கேலி செய்யுங்கள். நாங்கள் வெட்கப்படும் அளவுக்கு எங்களைக் கேலி பேசுங்கள். அப்போதுதான், எங்களின் ஆர்வம் மேலும் பெருகும்!' என்றார்.

கட்சி தொடங்கி எட்டு ஆண்டுகளுக்குள், லட்சக்கணக்கான மக்களின் ஆதரவைத் திரட்டி, பண பலம் அதிகம் இல்லாமல் தேர்தலை எதிர்கொண்டு, காங்கிரஸை எதிர்த்துப் பதினைந்து

இடங்களில் வெற்றி பெறுவது சாதாரண விஷயமில்லை. ஆனால், அதை நினைத்து சந்தோஷப்பட்டுக்கொண்டு அமர்ந்து விட்டால், அடுத்த நிலைக்குச் செல்லமுடியாது என்பதை அண்ணா மிகத் தெளிவாகப் புரிந்துகொண்டிருந்தார்.

அதாவது, இப்போது கழகத்தின் முன்னால் இரண்டு சவால்கள் இருக்கின்றன. நம்பி வாக்களித்த பதினாறு லட்சம் மக்களின் எதிர்பார்ப்புகளைப் பூர்த்தி செய்யும்வகையில் சட்டசபையில் பணியாற்றுவது. கூடவே, அடுத்த தேர்தலில் இந்த ஆதரவை மேலும் சில மடங்கு அதிகரிப்பதற்கான வளர்ச்சிப் பணிகளில் கவனம் செலுத்துவது.

'நாங்கள் கண்ணியமான எதிர்க்கட்சியாகச் செயல்படுவோம்' என்று அறிவித்த அண்ணா, 'நம் நாட்டில் மக்களாட்சி இன்னும் குழந்தைப் பருவத்தில்தான் இருக்கிறது. அதிலும், நாங்கள் சட்டமன்ற நடவடிக்கைகளுக்குப் புதியவர்கள். அனுபவம் இல்லாதவர்கள். குழந்தை தவறு செய்துவிட்டால், தாய் அதிகமாக அடித்துவிடாமல் கட்டியணைத்துக்கொள்வதுபோல், எங்களையும் தாங்கள் புன்சிரிப்போடு திருத்தவேண்டும். மக்களாட்சிவாதிகளாக ஆக்கவேண்டும்' என்று சட்டமன்றத்தின் மூத்த உறுப்பினர்களைக் கேட்டுக்கொண்டார் அவர்.

'நாம் பெரியதொரு பொறுப்பை ஏற்றுக்கொண்டிருக்கிறோம்' என்று கழகத் தொண்டர்களுக்குச் சுட்டிக்காட்டிய அண்ணா, 'நம்மை இன்று மற்றவர்கள் ஆராய்கிறார்கள் என்பதையும் மறந்துவிடக் கூடாது' என்றார்.

1957 ஏப்ரல் 13-ம் தேதி, காமராஜர் தலைமையிலான காங்கிரஸ் அரசு பதவியேற்றது. சட்டசபைக்கு எதிர்க்கட்சி உறுப்பினர் களாகச் செல்லும் தி.மு.கழகத் தோழர்களுக்கு, மூன்று முக்கிய மான பொறுப்புகளை வரையறுத்தார் அண்ணா:

- சபை விவாதங்களை நாகரிகமாக மாற்றுவது.

- அவரவர் தொகுதிக்காகப் பொறுப்புடன் போராடுவது.

- கழகத்தின் அடிப்படைக் கொள்கைகளிலிருந்து விலகாமல் இருப்பது.

அப்போதைய தமிழக அரசியலில் மிகவும் இளம் கட்சியான திராவிட முன்னேற்றக் கழகம், தனக்குக் கொஞ்சமும் பழக்க

மில்லாத சட்டசபைப் பணிகளுக்குத் தன்னைக் கவனமாகத் தயார் செய்துகொண்ட விதம், இப்போது யோசித்தாலும் வியப்பூட்டு கிறது. அண்ணாவின் அறிவுக் கூர்மை, சிந்தனை முதிர்ச்சியும் அதனைப் புரிந்துகொண்டு அதற்கேற்பச் செயல்பட்ட அவரது தம்பிகளின் திறமையும், அந்தக் கட்சியின் சட்டசபை நட வடிக்கைகளில் பளிச்சிட்டன.

சட்டசபையில் அடக்கத்துடனும் அமைதியாகவும் பேசி, தன் னுடைய கருத்துகளைக் கண்ணியமான முறையில் வெளிப் படுத்தினார் அண்ணா. தனது பொறுப்புகளை முழுமையாக உணர்ந்து, உரிமைகளை விட்டுக்கொடுக்காமல், எல்லோ ருடைய மதிப்பையும் பாராட்டுகளையும் பெற்றுக்கொண்டார்.

அண்ணாவின் கருத்துகள், பரவலாக எல்லாத் தரப்பினரிடையே யும் சென்று சேரத் தொடங்கிய காலகட்டம் இது. அவரது சட்டமன்ற அறிமுகத்துக்குப் பிறகுதான், பொதுமக்கள் சபை நிகழ்ச்சிகளைப்பற்றித் தெரிந்துகொள்வதில் ஆர்வம் செலுத்தத் தொடங்கினார்கள்.

காஞ்சிபுரம் சட்டமன்ற உறுப்பினராகத் தன்னுடைய கடமையைச் செய்யத் தொடங்கிய அதே நேரத்தில், முந்தைய தேர்தலில் என்ன தவறு நடந்தது என்பது குறித்தும் தனக்குள் அலசத் தொடங்கியிருந்தார் அண்ணா. தி.மு.கழகம் பெரும் பாலான தொகுதிகளில் தோல்வியடைய முக்கியமான காரணம் என்ன என்பதை, தொடர்ந்து சிந்தித்துக்கொண்டிருந்தார் அவர்.

அப்போதைய அரசியல் நிலைமையில், காங்கிரஸ்தான் மிக வலுவான கட்சி என்பதில் சந்தேகமில்லை. தமிழகம் முழுவதும் அவர்களுக்குச் சவால் தரக்கூடிய எதிர்க்கட்சி என்று யாரையும் குறிப்பிடுவதற்கில்லை.

ஆனால் அந்தந்தத் தொகுதிகளை எடுத்துக்கொண்டு பார்க்கிற போது, காங்கிரஸ் வேட்பாளர்களுக்குக் கடுமையான போட்டி அளிக்கக்கூடியவர்கள் ஒன்றிரண்டு பேராவது இருந்தார்கள். இவர்கள் சுயேட்சைகளாகவோ அல்லது கம்யூனிஸ்ட் / தி.மு.கழ கத்தைச் சேர்ந்தவர்களாகவோ இருக்கலாம்.

ஆனால், காங்கிரஸ் எதிர்ப்பு வாக்குகள் இப்படி இரண்டு மூன்று துண்டுகளாக உடைந்துவிட்டதால், பல தொகுதிகளில் அந்தக்

கட்சி மிகச் சுலபமாக ஜெயித்துவிட்டது. ஒருவேளை, இந்த எதிர்ப்புக் கட்சிகள் ஒன்றாக இணைந்து போட்டியிட்டிருந்தால், காங்கிரஸுக்குக் கடுமையான போட்டியைக் கொடுத்திருக்கலாம்.

இந்த சாத்தியத்தை நினைத்துப் பார்த்தபோது, அண்ணாவுக்குள் நுணுக்கமான வருத்த உணர்வு ஏற்பட்டது. பின்னாள்களில், கூட்டணியாகத் தேர்தலைச் சந்திக்கும் உத்தி அவருக்குத் தோன்றியதன் அடிப்படைப் புள்ளி இதுதான்.

காமராஜர்

ஒரு கட்சியின் வரலாறை எழுதும்போது, அவர்கள் எந்தத் தேர்தலில் எத்தனை தொகுதிகளில் வென்றார்கள் என்பதை மட்டும் சொன்னால் போதாது. காரணம், இந்தத் தேர்தல்களுக்கு நடுவே இருக்கும் காலகட்டத்தில் அவர்கள் என்ன செய்தார்கள் என்பதைப் பொறுத்துதான், அடுத்த தேர்தலில் அவர்களுக்கு வெற்றியா தோல்வியா என்பது நிர்ணயிக்கப்படுகிறது.

இதைப் புரிந்துகொண்டிருந்த அண்ணா, சட்டசபைக் கடமை களோடு கட்சியின் வளர்ச்சிப் பணிகளிலும் கழகத் தோழர்கள் முக்கியக் கவனம் செலுத்தவேண்டும் என்று அறிவுறுத்தினார். இதனால், மேலும் மேலும் அதிக எண்ணிக்கையிலான மக்கள் இடையே ஆதரவு திரட்டுவதில்தான் தி.மு.க.வின் கவனம் குவிந்திருந்தது.

தேர்தல் காலத்து வாக்குறுதிகளுக்கு மக்கள் அவ்வளவாக முக்கியத்துவம் அளிக்கமாட்டார்கள். தேர்தல் இல்லாதபோது தான், முக்கியமான பிரச்னைகளுக்கு அழுத்தம் தந்து திரும்பத் திரும்ப பேசவேண்டும் என்பது அண்ணாவின் எண்ணம்.

இதன்படி, தேர்தல் முடிந்தபிறகும் தி.மு.கழகத்தின் பிரசார வேகம் குறைந்துவிடவில்லை. மத்திய, மாநில காங்கிரஸ் அரசுகளின் ஒவ்வொரு நடவடிக்கையையும் கூர்ந்து கவனித்து, அவற்றில் சின்னப் பிசிறு தட்டினாலும், தயங்காமல் உடனடி யாகப் போராட்டம் அறிவித்து களத்தில் குதித்தது தி.மு.க.

நிலச் சீர்திருத்தம், ஹிந்தித் திணிப்பு என்று சிறிய / பெரிய பிரச்னைகளின் தீவிரத்தைப் பொறுத்து, கழகத்தின் எதிர் நடவடிக்கைகள் அமைந்தன. இதனால், அநேகமாக அப்போது தமிழகம் வந்த எல்லா வட நாட்டுத் தலைவர்களும், அமைச்சர் களும் தி.மு.க.வின் கறுப்புக் கொடி எதிர்ப்பைச் சந்திக்க

வேண்டியிருந்தது. பிரதமர் நேரு, ஜனாதிபதி ராஜேந்திர பிரசாத் கூட இதற்கு விதிவிலக்கு அல்ல.

பொதுமக்களை பாதிக்கக்கூடிய எந்த நடவடிக்கையையும் தி.மு.க. மிகத் தீவிரமாக எதிர்த்தது. இதன்மூலம், கொள்கைக் காகக் களத்தில் இறங்கிப் போராடும் தொண்டர்கள் உற்சாகமடை வதுடன், இதனைக் கவனித்துக்கொண்டிருக்கும் மக்களிடையே கழகம்பற்றிய நல்லெண்ணங்களும் பதிவாகின.

திராவிட முன்னேற்றக் கழகம் - மக்களுக்காக அவர்களுடைய பிரச்னைகளுக்காகப் போராடும் கட்சி என்கிற எண்ணத்தை மிகக் கவனமாக உருவாக்கினார் அண்ணா. இதன்மூலம் மாணவர்கள், விவசாயிகள், மத்தியத்தரக் குடும்பத்தினர், தாழ்த்தப்பட்டோர், நலிந்தோர் என்று தொடங்கி, எல்லாத் தரப்பினரும் தி.மு. கழகத்தை ஆதரிக்கத் தொடங்கினார்கள்.

முக்கியமாக, சென்னை நகரம் மெல்ல திராவிட முன்னேற்றக் கழகத்தின் கோட்டையாக மாறிக்கொண்டிருந்தது. இந்த மாற்றத்தை அப்போதைய காங்கிரஸ் அரசு கவனித்ததாகத் தெரியவில்லை.

1958-ம் ஆண்டு, உதயசூரியன் சின்னம் முறைப்படி திராவிட முன்னேற்றக் கழகத்துக்கு ஒதுக்கப்பட்டது. இதனை ஏற்கெனவே எதிர்பார்த்திருந்த கழகம், நாடகங்கள் மற்றும் திரைப்படங்கள் உள்ளிட்ட ஊடகங்களின்மூலம், இந்தச் சின்னத்தைப் பிரபலப் படுத்தும் வேலைகளை அதற்குமுன்பே தொடங்கியிருந்தது.

சீக்கிரத்திலேயே தமிழகம் முழுவதும் நகர, கிராமச் சுவர்களை யெல்லாம் உதயசூரியன் அலங்கரிக்கத் தொடங்கியது. அதிகச் சிரமம் இல்லாமல் வரையக்கூடிய சுலபமான சின்னம் என்பதால், அதனைப் பிரபலப்படுத்துவது மேலும் எளிதாக இருந்தது.

1959-ம் ஆண்டில், சென்னை மாநகராட்சித் தேர்தல் அறிவிக்கப் பட்டது. அதுவரை இந்தத் தேர்தலில் பங்கேற்றிராத திராவிட முன்னேற்றக் கழகம், இந்தமுறை நூற்றுக்குத் தொண்ணூறு இடங்களில் போட்டியிட முடிவு செய்தது.

சென்னை மாநகரில், கழகத்தின் பலம் கணிசமாக அதிகரித்திருப் பது அண்ணாவுக்குத் தெரியும். எனினும், இத்தனை இடங்களில் போட்டியிடுவதன்மூலம் சற்றே அகலக்கால் வைக்கிறோமோ என்று தயங்கினார் அவர்.

ஆனால் அவரது எண்ணத்துக்கு மாறாக, தொண்ணூறில் பாதிக்குப் பாதி இடங்களில் அபார வெற்றி பெற்றது தி.மு. கழகம். முப்பத்தேழு தொகுதிகளை மட்டுமே கைப்பற்றியிருந்த காங்கிரஸை, இரண்டாம் இடத்துக்குத் தள்ளிவிட்டு மாநகராட்சி மன்றத்தில் தனிப்பெரும் கட்சியாக உயர்ந்தது.

முதன்முறையாக திராவிட முன்னேற்றக் கழகத்திடம் தோல்வி யடைந்து, மாநகராட்சியின் தலைமைப் பொறுப்பை இழந்தது காங்கிரஸ். கம்யூனிஸ்ட் தோழர்களின் ஆதரவுடன், தி.மு.க.வின் முதலாவது மேயராக அ.பொ. அரசு மற்றும் துணை மேயராக பி.சிவசங்கரனும் தேர்ந்தெடுக்கப்பட்டார்கள்.

சென்னை மாநகராட்சியில் கழகம் அடைந்த மாபெரும் வெற்றியைப்பற்றி எழுதுகையில், 'மேயர் பதவி முதலமைச்சர் நிலை போன்றதல்ல. ஆனால் அந்த இடம் நமக்குக் கிடைப்பது, நாம் வெற்றிப் பாதையில்தான் சென்றுகொண்டிருக்கிறோம் என்பதை எடுத்துக்காட்டுகிறது' என்றார் அண்ணா.

அதோடு நிறுத்தாமல் அவருக்கே உரிய குறும்பான மொழியில், மேயர் பதவியை வளையல் ஓசையாகவும், முதலமைச்சர் பதவியைக் காதலியாகவும் வர்ணித்தார் அண்ணா. காதலியைப் பார்ப்பதற்குமுன் அவளுடைய வளையல் சத்தத்தைக் கேட்டு இன்பம் அடைவதுபோல, கழகம் இந்த மேயர் பதவியைக் கொண்டாடியது.

சென்னையில் மட்டுமின்றி, பிற நகராட்சிகளிலும் இந்தக் காலகட்டத்தில் திராவிட முன்னேற்றக் கழகத்துக்கு ஆதரவு கூடியிருந்தது. தொடர்ச்சியான மாநாடுகள் பொதுக்கூட்டங்கள் போன்றவற்றை நடத்தி, கழகத் தொண்டர்களை உற்சாகமாக வைத்துக்கொள்வதில் கவனம் செலுத்தினார்கள்.

இந்தக் காலகட்டத்தில் - கழகத்தினுள் சில பூசல்கள், நீயா - நானா அதிகாரச் சண்டைகள் முளைத்து பெரிதாகிக்கொண்டிருந்தன. இப்படிச் சண்டையிடுகிறவர்களையெல்லாம் அன்போடு கண்டித்து, 'கட்சி வளர்ச்சிதான் இப்போது நமக்கு முக்கியம்' என்று வலியுறுத்தினார் அண்ணா.

1957 - 1962-ல், தி.மு.கழகம் ஆட்சியில் இல்லாதபோதும், அவர்களுடைய வளர்ச்சி விகிதம் பிரமிக்கத்தக்க அளவில் இருந்தது. கிட்டத்தட்ட பூஜ்ஜியத்தில் தொடங்கி படிப்படியாக

வளர்ந்த கட்சிதான். என்றாலும், வரலாற்று நோக்கில் பார்க்கும்போது அதன் வளர்ச்சி அதிவிரைவானது என்பதுதான் உண்மை.

இதற்கு முக்கியமான அடிப்படைக் காரணம் - பொதுமக்களில் யாரையும் நிராகரிக்கக் கூடாது, யாரையும் புண்படுத்தக் கூடாது என்று அண்ணா எடுத்த கொள்கை முடிவுதான். எல்லோரும் நமக்கு முக்கியம் என்று வலியுறுத்திய அவர், தி.மு.கழகம் ஒருசிலருக்கான கட்சி என்று மக்கள் நினைத்துவிடக் கூடாது என்பதிலும் கவனம் செலுத்தினார்.

இதனால், எல்லோருடைய நலனுக்காகவும் நாம் போராடு கிறோம் என்கிற மனப்போக்கு தொண்டர்களிடையே பரவியது. இந்தச் செய்தியை மக்கள் புரிந்துகொண்டபோது, கட்டாயமற்ற இயல்பான ஆதரவை அவர்கள் தந்தார்கள்.

எந்தச் சூழ்நிலையிலும், கழகத் தொண்டர்கள் அண்ணாவின் அறிவுரைகள் மற்றும் ஆலோசனைகளை கட்டளைபோல் ஏற்று, பின்பற்றினார்கள். இந்தத் தொண்டர்களுடைய முனைப்பால் தான், கழகத்தின் வளர்ச்சி வேகம் மேலும் அதிகரித்தது.

திராவிட முன்னேற்றக் கழகத்தின் ஆரம்பகால வளர்ச்சிக்கு மிக முக்கியமான காரணங்களில் ஒன்று, ஹிந்தி எதிர்ப்புப் போராட் டம். மத்திய, மாநில அரசுகள் தமிழர்களின்மீது ஹிந்தியைத் திணிக்க முற்படும்போதெல்லாம், அதனை எதிர்த்துக் கிளர்ச்சி யில் குதித்தார்கள் கழகத் தொண்டர்கள். கைதுகளோ தண்டனைகளோ, இந்த விஷயத்தில் அவர்களுடைய வேகத் தையோ ஆவேசத்தையோ குறைக்கவே இல்லை.

ஐம்பதுகளின் இறுதியில், இந்த விவகாரத்தில் மத்திய அரசு தனது நிலைப்பாடைத் தெரிவிக்கவேண்டிய கட்டாயம் ஏற்பட்டது. இது குறித்துப் பாராளுமன்றத்தில் பேசிய பிரதமர் நேரு, ‘ஹிந்தி பேசாத மக்கள் விரும்பும்வரை, ஆங்கிலம் தொடர்ந்து ஆட்சி மொழியாக இருக்கும்’ என்று உறுதிமொழி அளித்தார். 1962-ம் ஆண்டில், சீனப்போர் நடைபெற்ற காலகட்டத்தில், இந்தச் செய்தி விளம்பரமாகவும் பத்திரிகை களில் வெளியிடப்பட்டது.

நேருவின் இந்த வாக்குறுதி, பின்னர் அவருடைய அரசாங்கத் தாலேயே காற்றில் பறக்கவிடப்பட்டது தனிக்கதை. ஆனால்,

வலுக்கட்டாயமாகத் திணிக்கமாட்டோம் என்று பிரதமரே உறுதி சொன்னது, தி.மு.கழகம் உள்ளிட்ட அமைப்புகளின் தொடர் போராட்டங்களுக்கு ஓர் அடையாள வெற்றியாகக் கருதப் பட்டது.

1960-ம் ஆண்டு, நெடுஞ்செழியனைத் தொடர்ந்து மீண்டும் திராவிட முன்னேற்றக் கழகத்தின் பொதுச் செயலாளராகப் பொறுப்பேற்றுக்கொண்டார் அண்ணா. பொருளாளர், அவைத் தலைவர், செயலாளர் போன்ற பல பொறுப்புகளைப் பிற தலைவர்களிடம் பகிர்ந்து கொடுத்து, கழகத்தில் உள்கட்சிப் பூசலை முடிந்தவரை தவிர்க்க முயன்றார் அவர்.

அண்ணாவின் இந்த முயற்சிகளையும் மீறி, அப்போதைய கழகத் தலைவர்களுக்கு இடையிலான பிரச்னைகள் தீவிரமடைந்து, பகிரங்கமாக வெளிச்சத்துக்கு வரத் தொடங்கியிருந்தன. யாருக்கு எந்தப் பதவி என்கிற பேச்சில் தொடங்கி, அடிதடி, கலவரம், வன்முறை என்று விபரீத எல்லைகளை அடைந் திருந்தது உள்கட்சிப் பூசல்.

இதனால், அண்ணா மிகவும் வருத்தமடைந்தார். ஆனால், பிரச்னை என்று வந்துவிட்டால் இருதரப்பினரும் வருத்த மடையக் கூடாது, எல்லோரும் திருப்தி, சந்தோஷம் அடையும் படி நிலைமையைச் சமாளிக்கவேண்டும் என்று எண்ணுகிற அவருடைய சுபாவம், இதுபோன்ற பெரும் பிரச்னைகளைத் தீர்ப்பதற்குப் பெரிதாக உதவவில்லை.

அடுத்த பொதுத் தேர்தல் நெருங்கிக்கொண்டிருந்த சூழ்நிலை யில், திராவிட முன்னேற்றக் கழகம் தனது முதலாவது பெரும் பிளவைச் சந்தித்தது. 1961-ம் ஆண்டில், பெரியாரின் மகன் ஈ.வெ.கி.சம்பத், கண்ணதாசன் உள்ளிட்ட சில கழகத் தலைவர் கள் தங்களது ஆதரவாளர்களுடன் விலகி, 'தமிழ் தேசியக் கட்சி' என்ற பெயரில் தனிக் கட்சியைத் தொடங்கினார்கள்.

தி.மு.கழகத்திலிருந்து விலகியது ஏன் என்று கேட்கப்பட்டபோது, 'கழகத்தில் கலைஞர்களின் ஆதிக்கம் எல்லை மீறிவிட்டது, வன்முறை அதிகரித்துவிட்டது, அடிப்படைக் கொள்கைகளி லிருந்து அண்ணா விலகிவிட்டார்' என்பது போன்ற குற்றச் சாட்டுகளை ஈ.வெ.கி.சம்பத் மற்றும் அவரது ஆதரவாளர்கள் முன்வைத்தனர்.

இவற்றுள், கலைஞர்களின் ஆதிக்கம் என்பதுதான் ஈ.வெ.கி. சம்பத்தின் முக்கியமான வருத்தம். திராவிட முன்னேற்றக் கழகத்தில் எம்.ஜி. ராமச்சந்திரன், எஸ்.எஸ். ராஜேந்திரன் உள்ளிட்ட திரைக் கலைஞர்களுக்கு, அளவுக்கு அதிகமான முக்கியத்துவம் தரப்படுகிறது எனக் கருதினார் அவர்.

ஆனால், இவர்களைப்போன்ற கலைஞர்களாலும் அவர்கள் எடுத்துச் செல்லும் ஊடகங்களாலும், தி.மு.க.வுக்குக் கிடைக்கக் கூடிய பிரபல்யத்தின் வீச்சை நன்கு அறிந்திருந்தவர் அண்ணா. ஆகவே, கடைசிவரை இந்த விஷயத்தில் சம்பத் கருத்தை அவர் ஏற்கவில்லை.

பேச்சு, பாட்டு, கூத்து, ஓவியம் போன்ற சாதனங்களின் துணை யுடன், அரசியல் சூழ்நிலைகளை நம் மக்களுக்குச் சிறப்பான வகையில் கொண்டு செல்லமுடியும், அவர்களின் ஆதரவைத் திரட்டமுடியும் என்பது அண்ணாவின் நம்பிக்கை. அதை ஏற்காத சம்பத் மற்றும் அவரது ஆதரவாளர்கள், கழகத்தைப் பிளந்துகொண்டு வெளியேறிவிட்டார்கள்.

இந்தப் பிரிவின் மூலம், அண்ணாவின் திராவிட முன்னேற்றக் கழகம் எந்த அளவு பலவீனமடைகிறது என்பதை மற்ற கட்சியினர் கூர்ந்து கவனித்தார்கள். அடுத்த தேர்தல் மிக அருகே நெருங்கிக் கொண்டிருந்ததால், இந்தப் பரபரப்பு மேலும் அதிகரித்தது.

பதற்றமான இந்த நிலைமையை விரைவாகவும், மிக லாகவ மாகவும் சமாளித்தார் அண்ணா. புதிய கட்சி, தன் மீதும் தி.மு.கழகத்தின்மீதும் வைக்கிற வாதங்கள் அனைத்துக்கும், பொருத்தமான எதிர்வாதங்களை முன்வைத்து திராவிட முன் னேற்றக் கழகத்துக்கு அதிக பாதிப்பு இல்லாதபடி கவனித்துக் கொண்டார் அவர்.

ஈ.வெ.கி. சம்பத் குழுவினரின் 'தமிழ் தேசியக் கட்சி' முயற்சி, தி.மு.கழகத்தை பாதிக்கவும் இல்லை, நெடுநாள்களுக்கு நீடிக்கவும் இல்லை. விரைவில் அந்தக் கட்சி, காங்கிரஸுடன் இணைந்து மறைந்துவிட்டது.

1962-ம் ஆண்டு, இந்தியப் பாராளுமன்றத்துக்கும் தமிழகச் சட்டமன்றத்துக்கும், அடுத்த பொதுத் தேர்தல் அறிவிக்கப் பட்டது. திராவிட முன்னேற்றக் கழகம், தனது இரண்டாவது அக்னிப் பரீட்சைக்குச் சுறுசுறுப்பாகத் தயாரானது.

10

பலமான ஓர் அரசியல் சவாலைச் சமாளித்தாக வேண்டுமானால், அவர்களால் எதிர்த்துப் பேசமுடியாத போட்டியிடமுடியாத ஒரு விஷயத்தை அல்லது ஒரு நபரை, அவர்களின்முன் கொண்டுவந்து நிறுத்தவேண்டும் என்பது அரசியல் பாலபாடம்.

1957 தேர்தலில், திராவிட முன்னேற்றக் கழகத்தின் தாக்கத்தையும் அதன்பிறகு அடுத்த ஐந்து ஆண்டுகளில் அவர்கள் அடைந்திருக்கிற வளர்ச்சியையும் உன்னிப்பாகக் கவனித்துக்கொண்டிருந்த காங்கிரஸ் தலைவர் காமராஜர், இதைத்தான் செய்தார். 1962 தேர்தலில், தி.மு.கழகத்துக்கு எதிராக அவர் மிகத் திறமையாகப் பயன்படுத்திய பிரசார ஆயுதம், தந்தை பெரியார்.

ஒருபோதும் பெரியாரை எதிர்த்து அரசியல் செய்வதில்லை என்பதைக் கண்டிப்பான கொள்கையாகப் பின்பற்றிக் கொண்டிருந்தவர் அண்ணா. இதனால், எந்தச் சூழ்நிலையிலும் தி.மு.க.வின் பிரசார மேடைகளில் யாரும் எப்போதும் பெரியாரைப் பற்றித் தவறாகவோ இழிவாகவோ பேசமாட்டார்கள்.

ஆனால், காங்கிரஸைக் கண்ணை மூடிக் கொண்டு ஆதரிப்பது என்று தீர்மானித்துவிட்ட

பெரியார், திராவிட முன்னேற்றக் கழகத் தலைவர்கள் வேட்பாளர்களை எதிர்த்து, தீவிரப் பிரசாரத்தில் இறங்கினார். இதன்மூலம், கழகத்தின் ஓட்டுகள் கணிசமாகப் பிரியும் என்பது காங்கிரஸின் எதிர்பார்ப்பு.

அதேபோல், சென்றமுறை திராவிட முன்னேற்றக் கழகம் வெற்றியடைந்த பதினைந்து தொகுதிகளையும், குறிவைத்துத் தாக்கியது காங்கிரஸ். அந்தத் தொகுதிகளில் எக்காரணம் கொண்டும் தி.மு.க. மீண்டும் ஜெயித்துவிடக் கூடாது என்ற நோக்கத்துடன், தீவிர பிரசாரம், நலத்திட்ட உதவிகள் என்று பணத்தை அள்ளிவிட்டார்கள்.

முந்தைய தேர்தலிலேயே காங்கிரஸின் பண பலத்தைச் சந்தித்து, ஓரளவு வெற்றியும் பெற்றிருந்த கழகத் தொண்டர்கள், இந்த நடவடிக்கையை ஓரளவு எதிர்பார்த்திருந்தார்கள். ஆகவே, அவர்களும் சோர்வடையாமல் மிகக் கடுமையாக உழைத்தார்கள்.

1957 தேர்தலில் காங்கிரஸ் எதிர்ப்பு ஓட்டுகள் சிதறிவிட்டதன் விளைவை நன்றாகப் புரிந்துகொண்டிருந்த அண்ணா, இந்த முறை எதிர்க்கட்சியினரை ஒரே அணியாகத் திரட்டமுடியுமா என்று முயற்சி செய்தார். தொகுதிப் பங்கீடு, கூட்டணி போன்ற வார்த்தைகள் முதன்முறையாகப் பேசப்பட்ட தேர்தல் இதுதான்.

ஆனால் அண்ணா என்னதான் முயன்றும்கூட, பிரதான எதிர்க்கட்சிகளான தி.மு.கழகம், கம்யூனிஸ்ட் மற்றும் சுதந்திராக் கட்சிகளிடையே முழுமையான உடன்பாடு எட்டப்படவில்லை. சில மாவட்டங்களில் மட்டும் கழகமும் கம்யூனிஸ்ட் தோழர்களும் தனிப்பட்டமுறையில் தொகுதிப் பங்கீடு செய்து கொண்டிருந்தார்கள். மற்றபடி, இந்தக் கட்சிகள் ஒவ்வொன்றும் தனித்தனியே போட்டியிடுவதாக முடிவு செய்துவிட்டன.

அதாவது, மீண்டும் ஊர் இரண்டுபட்டுவிட்டது அல்லது மூன்று பட்டுவிட்டது. காங்கிரஸுக்குக் கொண்டாட்டம். வேதனையான இந்த உண்மையைச் சகித்துக்கொண்டு, முடிந்தவரை மும்முனைப் போட்டியைத் தவிர்க்க முயன்றார் அண்ணா. இந்த அடிப்படையிலேயே, திராவிட முன்னேற்றக் கழகம் போட்டியிடும் தொகுதிகளும் முடிவு செய்யப்பட்டன.

முன்பைவிட அதிகமாக, 142 சட்டமன்றத் தொகுதிகளிலும், 18 பாராளுமன்றத் தொகுதிகளிலும் தி.மு.க. போட்டியிட்டது.

இவற்றில் பெரும்பாலான இடங்களில், போட்டி மிகப் பல மாகவே இருந்தது.

சென்ற தேர்தலைப்போலவே, இந்தமுறையும் காங்கிரஸ் எதிர்ப்பு என்கிற விஷயத்தையே தங்களது பிரசாரத்தின் முக்கிய அம்சமாக அமைத்துக்கொண்டார் அண்ணா. முந்தைய ஆட்சி யில் என்ன நடந்தது, என்ன நடக்கவில்லை என்பதை மக்க ளிடையே தெளிவாக எடுத்துச் சொல்லி, எளிமையான வார்த்தை களில் அந்தந்தப் பிரச்னைகளுக்கான தீர்வு சாத்தியங்களையும் சொல்லும் கழகப் பேச்சாளர்களின் பிரசார நுட்பங்கள், மக்களை வெகுவாகக் கவர்ந்துவிட்டன.

இவர்களுக்கு எதிராக, சகல வழிமுறைகளையும் முடுக்கி விட்டது காங்கிரஸ் கட்சி. அவர்களுடைய முயற்சிகளுக்குப் பெரிய அளவில் வெற்றி கிடைத்துவிட்டது. முந்தைய தேர்தலில் ஜெயித்த பதினைந்து பேரில், மு.கருணாநிதி ஒருவரைத்தவிர மற்றவர்கள் எல்லோரும் தோற்றுப்போனார்கள்.

ஆனால் இந்தப் பதினைந்து இடங்களைப் பாதுகாப்பதில் கவனம் செலுத்திய காங்கிரஸ், மீதமிருந்த தொகுதிகளில் சற்றே அசட்டை யாக இருந்துவிட்டது. இதனால், ஐம்பது இடங்களில் திராவிட முன்னேற்றக் கழக வேட்பாளர்கள் வெற்றிபெற்றுவிட்டார்கள்.

முந்தைய தேர்தலுடன் ஒப்பிடுகையில், தி.மு.கழகம் இந்த முறை மூன்று மடங்குக்குமேல் அதிக இடங்களை வென்றிருந் தது. ஆனால் இந்த சந்தோஷத்தை முழுமையாக அனுபவிக்க முடியாதபடி, காஞ்சிபுரத்தில் அண்ணா தோல்வியடைந்து இருந்தார்.

தன்னுடைய தனிப்பட்ட தோல்வியைப் பெரிதாக எண்ணாமல், கழகத்தின் வெற்றியை உற்சாகமாகக் கொண்டாடினார் அண்ணா. 'என்னைத் திட்டமிட்டு ஒழித்துக்கட்டுவார்கள் என்பது முன்பே தெரியும். நான் தோற்றதால், தோல்வி என்னை அழுத்திவிடும் என்று கருதாதீர்கள்' என்றார் அவர்.

1957 மற்றும் 1962 தேர்தல் முடிவுகளை ஒப்பிடுகையில், திராவிட முன்னேற்றக் கழகத்துக்கு மக்கள் ஆதரவு வெகுவாகப் பெருகி வருவதைச் சுட்டிக்காட்டிய அண்ணா, முன்பு ஜெயிக்காத பகுதி களிலும் இப்போது கழக வேட்பாளர்கள் வெற்றி பெற்றிருப்பது மகிழ்ச்சிக்குரிய விஷயம் என்றார்.

‘ஓர் அண்ணாதுரை சட்டமன்றத்தினுள் நுழையாவிட்டால் என்ன? எனக்குப் பதிலாக ஐம்பது அண்ணாதுரைகளை அனுப்பி வைக்கிறேன்’ என்று பெருமிதத்துடன் குறிப்பிட்டார் அண்ணா. ‘எல்லாக் கிளைகளிலும் மலர் குலுங்கவேண்டும் என்கிற அவசியம் இல்லை. பூத்திருந்தால் போதும்!’ என்று அவர் கவித்துவமாகச் சொன்னதை, கனத்த இதயத்துடன் கழகத் தம்பிகள் ஏற்றுக்கொண்டார்கள்.

‘பதினைந்து பேரை ஒழிக்கிறோம் என்று முயற்சி செய்து, ஐம்பது பேரைக் கோட்டை விட்டார்கள்’ என்று காங்கிரஸைக் கிண்டலடித்த அண்ணா, அடுத்தமுறை இந்த ஐம்பது பேரைக் குறிவைத்து, மேலும் அதிக இடங்களில் தோற்கப்போகிறார்கள் என்று தீர்க்கதரிசனமாகக் குறிப்பிட்டார்.

ஆனால், அதற்காகக் கழகம் சும்மா உட்கார்ந்துகொண்டிருக்க முடியுமா? முந்தைய ஐந்து வருடங்களைப் போலவே இப்போதும் பாடுபட்டு உழைத்து கட்சியை வளர்த்தால்தானே, அடுத்த தேர்தலில் மேலும் ஒரு படி முன்னேற முடியும்?

சட்டமன்றத் தேர்தலில் தான் தோல்வியடைந்ததும் நல்லதுதான் என்று எண்ணிக்கொண்ட அண்ணா, இப்போது கட்சி வளர்ச்சியில் மட்டும் முழுக் கவனம் செலுத்த விரும்பினார். ஆனால், மற்ற கட்சித் தலைவர்கள் அவரது முடிவை ஏற்கவில்லை.

1962 ஏப்ரலில், அண்ணாதுரை பாராளுமன்றத்தின் மாநிலங்களவை உறுப்பினராகத் தேர்வு செய்யப்பட்டார். ஆங்கிலப் பேச்சில் வல்லவரான அவருடைய குரல், அதன்பிறகு டெல்லியிலும் உரக்க ஒலிக்கத் தொடங்கியது.

தேசிய அளவில் பலரும், அண்ணாவைக் கூர்ந்து கவனிக்கத் தொடங்கிய காலகட்டம் இது. பல்வேறு பிரச்னைகள் குறித்துப் பாராளுமன்றத்தில் உரையாற்றிய அண்ணா, தி.மு.கழகக் கொள்கைகளைப் பரந்த தளத்தில் அறிமுகம் செய்யும் வாய்ப்பாக, இதனைச் சிறப்பாகப் பயன்படுத்திக்கொண்டார்.

தமிழகத்தில், மீண்டும் காமராஜர் தலைமையிலான காங்கிரஸ் அமைச்சரவை அமைந்திருந்தது. அதீதமாக உயர்ந்துவரும் விலைவாசியைக் கட்டுப்படுத்த இந்த அரசு எதுவும் செய்யவில்லை என்று, சாதாரண மக்களுக்காகப் போராட்டத்தில் குதித்தது திராவிட முன்னேற்றக் கழகம்.

தி.மு.க.வின் வளர்ச்சியில் அடுத்த முக்கியமான காலகட்டம், 1962-ல் இந்தியாவை உலுக்கிய சீனப் போர். சற்றும் எதிர்பாராத இந்தத் தாக்குதலைச் சமாளிக்க நாடுமுழுவதும் தயாராகிக் கொண்டிருந்த சூழலில், தேச ஒற்றுமையை அழுத்தமாக வலியுறுத்தவேண்டிய அவசியத்தை உணர்ந்தார் அண்ணா.

இதையடுத்து, இந்தியாவை பலப்படுத்துவதற்காக, எல்லையில் சீன ஆக்கிரமிப்பு ஒழிக்கப்படும்வரை, தி.மு.கழகம் தனது நீண்டநாள் கனவான 'திராவிட நாடு' கோரிக்கையை வலியுறுத்தப் போவதில்லை என்று அறிவித்தார் அண்ணா. இதன் மூலம், உள்நாட்டுப் பிரச்னைகள் தாற்காலிகமாகவேனும் ஒத்திவைக்கப்பட்டு, எதிரியின்மீது கவனத்தைக் குவிக்கலாம்.

'வீடு இருந்தால்தானே ஓடு மாற்றமுடியும்? இப்போது வீட்டுக்கே அல்லவா ஆபத்து வந்திருக்கிறது!' என்று குறிப்பிட்ட அண்ணா, யுத்தப் பணிகளுக்காகத் திராவிட முன்னேற்றக் கழகம் நிதி திரட்டும் என்று அறிவித்தார். இதற்காகப் பல்வேறு கலை நிகழ்ச்சிகள், மாநாடுகள் போன்றவை நிகழ்த்தப்பட்டு, அவற்றின்மூலம் வசூலான தொகை போர் நிதியாக வழங்கப்பட்டது.

சீன ஆக்கிரமிப்பின்போது, 'திராவிட நாடு' கோரிக்கையை அண்ணா கைவிட்டதற்கு அடிப்படைக் காரணம், அவரது தேசப் பற்றுதான் என்பதில் சந்தேகம் இல்லை. ஆனால் அதேசமயம் அவரது இந்த முடிவு, ஒரு மிகச் சிறந்த ராஜ தந்திரமாகவும் அமைந்துவிட்டது.

காரணம், சுதந்தரம் பெற்றுப் பதினைந்து ஆண்டுகளில் அப்போதுதான் நவீன இந்தியா ஒருவழியாக உறுதியான வடிவம் பெற்றிருந்தது. இதனை அடுத்த வளர்ச்சி நிலைக்குக் கொண்டு செல்வதற்குத் தடையாக, பல்வேறு அமைப்புகள் தனி நாடு கேட்டுப் போராடிக்கொண்டிருந்தன.

இப்படி ஒவ்வொருவரும் தங்களுக்குத் தனி அப்பம் வேண்டும் என்று அழுது புரளத் தொடங்கினால், முன்புபோல் இந்தியா பல துண்டுகளாக உடைந்துவிடும் என்பதை உணர்ந்தது மத்திய அரசு. ஆகவே, இப்படிப் பிரிவினை கோரும் கட்சிகளை அடக்கிவைக்கச் சில வழிகளை யோசித்துக்கொண்டிருந்தது.

இதன்படி, பிரிவினை கேட்கும் கட்சிகள் தேர்தலில் போட்டியிட முடியாதபடி ஒரு சட்டம் கொண்டுவருகிற யோசனையில்

இருந்தது இந்தியப் பாராளுமன்றம். ஒருவேளை இந்தச் சட்டம் நிறைவேறிவிட்டால், 'திராவிட நாடு' கோரிக்கையை முன் வைக்கும் திராவிட முன்னேற்றக் கழகம் அதனால் பாதிக்கப் படுவது நிச்சயம்.

தி.மு. கழகத்தை அழிப்பதற்காகவே கொண்டுவரப்படும் சட்டம் இது என்று புரிந்துகொண்ட அண்ணாவுக்கு, இப்போது தர்ம சங்கடமான நிலைமை. 'திராவிட நாடு' என்பதுதான் கழகத்தின் உயிர் மூச்சு, நெடுங்காலக் கனவு. ஆனால் இப்போது அந்தக் கனவே, அவர்களைக் கீழே தள்ளிப் புதைத்துவிடக்கூடிய சூழ்நிலை உருவாகிவிட்டது.

பிரசவத்தின்போது சிரமம் ஏற்பட்டு, தாய், குழந்தை இருவரில் ஒருவர்தான் பிழைக்கமுடியும் என்கிற நிலைமை உண்டா னால், மருத்துவர்கள் தாயைக் காப்பாற்றதான் முயற்சி செய் வார்கள். அதுபோல திராவிட முன்னேற்றக் கழகம் முடக்கப் படும் அபாயத்தைத் தவிர்ப்பதற்காக, 'திராவிட நாடு' கோரிக் கையை விட்டுக் கொடுத்தாகவேண்டும் என்று முடிவுசெய்தார் அண்ணா.

நீண்ட யோசனைக்குப்பிறகு வேறு வழியே இல்லாமல் இந்தத் தீர்மானத்துக்கு வந்த அண்ணா, அதனை உடனடியாக அறிவித்து விடவில்லை. இந்த விஷயத்தில் கருத்து வேறுபாடுகள், உரசல்கள், சண்டைகளுக்கு இடமே இருக்கக் கூடாது என்று நினைத்த அவர், கட்சித் தலைவர்களின் முழு ஒப்புதலுடன்தான் இதனை நிறைவேற்றவேண்டும் என்று தீர்மானித்தார்.

இதையடுத்து, கட்சியின் முக்கியத் தலைவர்கள் பிரமுகர்கள் எல்லோரையும் அழைத்து, தீவிர ஆலோசனையில் ஈடுபட்டார் அண்ணா. இளம் தலைவர்கள் பொதுக்குழு உறுப்பினர்கள் என்று யாரையும் விட்டுவைக்காமல் எல்லோரிடமும் பிரச்னையை விளக்கிச் சொல்லி, பிரிவினை கோரிக்கையைக் கைவிட வேண்டியதன் அவசியத்தை வலியுறுத்தினார்.

இப்படிக் கசப்பு மருந்தைக் குடித்தாகவேண்டும் என்பதைக் கூறி அண்ணா எல்லோருடைய சம்மதத்தையும் பெற்ற பின்னர், 1963 நவம்பரில் தி.மு.கழகச் செயற்குழு கூடியது. சரித்திர முக்கியத் துவம் வாய்ந்த இந்தக் கூட்டத்தில், 'திராவிட நாடு' கோரிக்கை யின் எதிர்காலம்பற்றிய விவாதங்கள் நடைபெற்றன.

இந்த விவாதங்களின் இறுதியில், இந்தியாவின் ஒரு பகுதியை 'திராவிட நாடு' என்கிற தனி நாடாக அமைப்பதுதான் கழகத் தின் குறிக்கோள் என்பதை நீக்குவதாக முடிவானது. அதற்கு பதிலாக, சென்னை (தமிழகம்), கேரளம், ஆந்திரம், கர்நாடகம் ஆகிய மொழிவாரி மாநிலங்கள் தங்களால் முடிந்தவரை கூடுதல் அதிகாரங்களைப் பெற்று, நெருங்கிய திராவிடக் கூட்டமைப்பாக இயங்கப் போராடுவது என்கிற கோரிக்கை சேர்க்கப்பட்டது.

ஒருமனதாக நிறைவேறிய இந்தத் தீர்மானத்தின்மூலம், 'இந்தியா விலிருந்து பிரிவினை கேட்கும் கட்சி' என்ற முத்திரையிலிருந்து கழகம் தப்பிவிட்டது. ஆனால், தி.மு.க.வும் அதற்குமுன் திரா விடர் கழகமும் உருவானதன் அடிப்படை நோக்கமே கைவிடப் பட்டுவிட்டது.

அண்ணாவின் இந்த முடிவைப் பலரும் விமரிசித்திருக்கிறார்கள். ஆனால் அவர் இந்த நடவடிக்கையை எடுக்காமல் தவிர்த்திருந் தால், திராவிட முன்னேற்றக் கழகம் தடை செய்யப்பட்டிருக்கக் கூடும். தேர்தலில் போட்டியிட முடியாது. தலைமறைவு வாழ்க் கையே அதன் தலைவர்களுக்கு நிரந்தரமாகியிருக்கும்.

இதைப் புரிந்துகொண்டிருந்த அண்ணா, அதுவரை தி.மு.கழகக் கூட்டங்கள், மாநாடுகள், சட்டமன்றம், ஏன் பாராளுமன்றத்தில் கூடத் திரும்பத் திரும்ப வலியுறுத்திக்கொண்டிருந்த 'திராவிட நாடு' கோரிக்கையை, கட்சியைக் காப்பாற்றும் ஒரே நோக்கத்துக் காகக் கைவிட முடிவெடுத்துவிட்டார். அவருடைய இந்த ராஜ தந்திரத்தின் முழு வீச்சு, அடுத்த (1967) தேர்தலில்தான் தெரிய வந்தது.

பிரிவினைக் கொள்கையைக் கைவிட்டபின்னர், அடுத்த (1963-ம்) ஆண்டு, அண்ணாவுக்கு அரசியல் ரீதியிலும் தனிப்பட்ட முறை யிலும் மிகப் பரபரப்பான வருடம்.

இந்த வருடத் தொடக்கத்தில் மத்திய அரசு கொண்டுவந்த 'ஆட்சி மொழிகள் சட்டம்' - ஹிந்தித் திணிப்பை ஊக்குவித்து, மற்ற மொழிகளை முடக்கும்வகையில் அமைந்திருந்தது. இதனை ஆவேசமாக எதிர்த்தது தி.மு.கழகம். இதற்கான போராட்டத்தில் அரசியல் சட்டத்தை எரித்து, அண்ணா உள்ளிட்ட கழகத் தோழர்கள் பெரும் எண்ணிக்கையில் கைதானார்கள்.

அதேசமயம், தமிழகத்தில் ஓர் அரசியல் மாற்றம் ஏற்பட்டது. அகில இந்திய அளவில் காங்கிரஸ் கட்சிப் பணிகளில் அதிகக் கவனம் செலுத்துவதற்காக, காமராஜர் முதலமைச்சர் பொறுப்பில் இருந்து விலகினார். அவருக்குப் பதிலாக, 1963 அக்டோபர் 2-ம் தேதி, புதிய முதல்வராக எம். பக்தவத்சலம் பதவியேற்றார்.

அதே ஆண்டின் இறுதியில், அண்ணாவை வளர்த்த சிற்றன்னை தொத்தாவின் உடல்நிலை மோசமானது. அப்போது சட்ட எரிப்புப் போராட்டத்துக்காகக் கைதாகிச் சிறையில் இருந்த அண்ணா, தொத்தாவைப் பார்ப்பதற்காகப் பரோலில் வந்தார்.

மருத்துவமனையில் தொத்தாவுக்குத் தீவிர சிகிச்சை அளிக்கப் பட்டபோதும், அவரது உடல் தேறவில்லை. அண்ணாவின் கண்ணெதிரிலேயே கொஞ்சம்கொஞ்சமாக நிலைமை மோச மாகி, டிசம்பர் 31-ம் தேதியன்று மரணமடைந்தார் தொத்தா.

இந்த மரணம், அண்ணாவை வெகுவாகப் பாதித்தது. மிகுந்த மன வேதனையுடன் சிறைக்குத் திரும்பிய அவர், தொத்தாவின் உடல்நிலைக் குறைவுக்கு தான் சிறைப்பட்டதுதான் காரணமோ என்று நினைத்து வருந்தினார்.

தனிப்பட்ட இந்த இழப்பின் சோகத்திலிருந்து அண்ணா மீள் வதற்குள், இந்தியா ஒரு மிகப் பெரிய தேச சோகத்தைச் சந்திக்க வேண்டியிருந்தது. 1964-ம் ஆண்டு மே மாதத்தில், இந்தியப் பிரதமர் ஜவஹர்லால் நேரு திடீர் மரணமடைந்தார்.

அரசியல் ரீதியில், நேருவுடன் அண்ணாவுக்குப் பல்வேறு கருத்து வேறுபாடுகள் உண்டு. எனினும், சுதந்தர இந்தியாவை மிகச் சிறப்பாக வழிநடத்திய ஒரு தலைவர் என்ற முறையில், அவரது மரணம் ஈடு செய்யமுடியாத ஓர் இழப்பாக அண்ணாவுக்குத் தோன்றியது. அவர் வெளியிட்ட இரங்கல் அறிக்கையில், 'ஒரு சகாப்தத்தையே நடத்திவைத்தவர்' என்று நேருவைக் குறிப் பிட்டு இருந்தார்.

நேருவுக்குப் பிறகு தாற்காலிகப் பிரதமராக குல்சாரிலால் நந்தா தேர்ந்தெடுக்கப்பட்டார். இரண்டு மாதங்களுக்குப் பின்னர், லால் பகதூர் சாஸ்திரி பிரதமர் பொறுப்பை ஏற்றார்.

சாஸ்திரி ஆட்சிக் காலத்தில்தான், ஹிந்தித் திணிப்புப் பிரச்னை மீண்டும் பெரிய அளவில் கிளம்பியது. 1965-ம் ஆண்டு,

ஹிந்தியை ஒரே ஆட்சி மொழியாக்க நினைக்கும் மத்திய அரசின் எண்ணத்தை எதிர்த்தும், முன்னாள் பிரதமர் நேரு கொடுத்த வாக்குறுதி மதிக்கப்படாததைக் கண்டித்தும் திராவிட முன்னேற்றக் கழகம் தீவிரப் போராட்டங்களில் குதித்தது.

இந்தக் காலகட்டத்தில் தமிழகத்தின் குறிப்பிடத்தக்க பெரும் கட்சியாக வளர்ந்திருந்தது தி.மு.கழகம். மாநகராட்சி மற்றும் நகராட்சி மன்றங்களுக்கான தேர்தல்களில் கழகத் தோழர்கள் பெற்றிருந்த பெரிய வெற்றிகள், காங்கிரஸைத் திகைப்பில் ஆழ்த்தியிருந்தன. அடுத்தபடியாக, இவர்கள் மாநில ஆட்சியைக் கூட பிடித்துவிடுவார்கள் போலிருக்கிறதே என்று அரசியல் பார்வையாளர்கள் முதன்முறையாகப் பேசத் தொடங்கி இருந்தார்கள்.

இதனால் பதற்றமடைந்திருந்த காங்கிரஸ் அரசு, ஹிந்தி எதிர்ப்புப் போராட்டத்தை ஒரு நல்ல வாய்ப்பாகப் பயன்படுத்திக்கொண்டு, கழகத் தலைவர்கள்மீது பெரிய அளவில் அடக்குமுறையை அவிழ்த்துவிட்டது. அரசியல் சட்டத்தின் பதினேழாவது மொழிப் பிரிவை, கொளுத்தும் முயற்சியில் ஈடுபட்ட அண்ணா உள்ளிட்ட தலைவர்கள் தொண்டர்கள், உடனடியாகக் கைது செய்யப்பட்டார்கள்.

முந்தைய ஹிந்தி எதிர்ப்புப் போராட்டங்களோடு ஒப்பிடுகை யில், இந்த முறை வன்முறையும், அடக்குமுறையும் சற்றே கூடுதலாக இருந்தது. ஏராளமானவர்கள் கைதானார்கள், பல இடங்களில் காவல்துறையோடு ராணுவமும் பாதுகாப்புப் பணிகளில் ஈடுபடுத்தப்பட்டது. துப்பாக்கிச் சூடுகளில் உயி ரிழப்புகள், தீக்குளிப்புச் சம்பவங்கள் என்று தினந்தோறும் மரணச் செய்திகள் வந்துகொண்டிருந்தன.

1965-ல் நடந்த ஹிந்தி எதிர்ப்புப் போராட்டங்களில் குறிப்பிட்டுச் சொல்லவேண்டிய ஒரு விஷயம், மாணவர் இயக்கங்களின் பங்களிப்பு. இந்த இயக்கங்களுக்கும் திராவிட முன்னேற்றக் கழகத்துக்கும் நேரடிச் சம்பந்தம் இல்லாவிட்டாலும், ஹிந்தியை எதிர்த்துப் போராட்டத்தில் குதித்த மாணவர்கள், தி.மு.கழகத்தின் கொள்கைகளோடு ஒன்றிப்போய் அவர்களுக்கு ஆதரவு தரத் தொடங்கினார்கள்.

இதன்மூலம், தமிழகத்தின் இளைய தலைமுறையைப் பெரு மளவு ஈர்த்துவிட்டது திராவிட முன்னேற்றக் கழகம். அநேகமாக

அதன் தலைவர்கள் எல்லோரும், அப்போது கைதாகிச் சிறையில் இருந்தார்கள். ஆகவே, இந்த இளம் மாணவத் தொண்டர்கள் மற்றும் தலைவர்களின் பங்களிப்பால், கட்சிப் பணிகளில் இள ரத்தம் பாய்ந்தது.

போராட்டம் மிகத் தீவிரமடைந்து ஏராளமானவர்கள் பாதிக்கப் பட்டபிறகு, நிலைமையின் தீவிரத்தை உணர்ந்து ஹிந்தித் திணிப்பைக் கைவிடுவதாக அறிவித்தது மத்திய அரசு. ஹிந்தி பேசாத மக்களின் முழுச் சம்மதம் இல்லாதவரை, ஹிந்தியை 'ஒரே' ஆட்சிமொழியாக்குவதில்லை. ஆங்கிலம் இணை ஆட்சிமொழியாக நீடிக்கும் என உறுதி அளிக்கப்பட்டது.

கொள்கையளவில், திராவிட முன்னேற்றக் கழகத்துக்கு மிகப் பெரிய வெற்றி இது. ஏகப்பட்ட இழப்புகளுக்குப் பிறகு கிடைத்த வெற்றி என்பதுதான் ஒரே சோகம்.

இந்தக் காலகட்டத்தில்தான், இந்தியா - பாகிஸ்தான் யுத்தமும் தொடங்கியதால், நெருக்கடி நிலை அறிவிக்கப்பட்டது. இதைத் தொடர்ந்து, முன்பு சீன ஆக்கிரமிப்பின்போது எடுத்த அதே நிலையை, இப்போதும் திராவிட முன்னேற்றக் கழகம் மேற்கொண்டது. பொது எதிரியை விரட்டியடிக்கும் வரை, இந்திய அரசின் கரங்களை வலுப்படுத்துவது. அதன்பிறகு, வழக்கம்போல் காங்கிரஸ் எதிர்ப்பு தொடரும்.

1967 பொதுத் தேர்தல் நெருங்கிக்கொண்டிருந்த சூழ்நிலையில், கிட்டத்தட்ட ஓர் ஆண்டு முன்னதாகவே, அதற்கான பணிகளில் மும்முரமாக இறங்கிவிட்டது திராவிட முன்னேற்றக் கழகம். தேர்தல் பிரசார செலவுகளைச் சமாளிப்பதற்காக - கட்சி வளர்ச்சி நிதி, தேர்தல் நிதி போன்றவை மும்முரமாகத் திரட்டப்பட்டன.

ஆனால், வெறுமனே நிதி திரட்டினால் மட்டும் போதாது. காங்கிரஸுக்கு எதிராகக் கட்சிகளை அணி திரட்டவேண்டும் என்றும் யோசித்துக்கொண்டிருந்தார் அண்ணா.

அதாவது, காங்கிரஸ் ஆட்சிக்கு மாற்று வேண்டும் என்று நினைக்கிறவர்கள் தமிழகத்தில் ஏராளமாக இருக்கிறார்கள் என்று உறுதியாக நம்பினார் அண்ணா. ஆனால், அவர்களுடைய வாக்குகள் அனைத்தும் வெவ்வேறு கட்சிகளுக்குச் சென்று விடுவதால், கூட்டிக்கழித்துப் பார்க்கையில், காங்கிரஸ் ஜெயித்துவிடுகிறது.

முந்தைய இரு சட்டமன்றத் தேர்தல்களிலும், இந்த விஷயத்தைக் கண்ணெதிரே பார்த்து ஏமாற்றம் அடைந்திருந்தார் அண்ணா. பின்னர், சென்னை மேயர் தேர்தலில் கம்யூனிஸ்ட்களின் ஆதரவுடன் திராவிட முன்னேற்றக் கழகம் வென்றபோது, அவருக்கு ஒரு புதிய யோசனை தோன்றியது.

இந்தச் சம்பவத்தின் மூலம், ஒரு காங்கிரஸுக்கு எதிராகப் பல கட்சிகள் இருப்பதைவிட, அவற்றை ஒரே அணியில் திரட்டினால் வெற்றிக்கான சாத்தியங்கள் அதிகரிக்கும் என்பதை அனுபவப் பூர்வமாகப் புரிந்துகொண்டார் அண்ணா. காங்கிரஸுக்குக் கிடைத்திருக்கும் மக்கள் ஆதரவு, வேறு மாற்று வழி இல்லாத தால் கிடைத்ததுதான் என்கிற அண்ணாவின் உறுதியான எண்ணம், இந்த யோசனைக்கு அடிப்படையாக அமைந்தது.

இதனால், இந்தமுறை கொஞ்சம் கவனமாகக் காய்களை நகர்த்தத் தொடங்கினார் அண்ணா. 1966-ம் ஆண்டு மத்தியிலேயே, பல கட்சித் தலைவர்களுடன் இதுபற்றிய பேச்சு வார்த்தைகள் தொடங்கிவிட்டன.

அதாவது - காங்கிரஸை எதிர்ப்பது என்று முடிவு செய்துவிட்ட பிறகு, ஆளுக்கு ஒரு திசையில் அம்பு எய்து பிரயோஜனம் இல்லை. அவர்களைமட்டும் ஒரு முனையில் நிறுத்திவிட்டு, எல்லோரும் மொத்தமாகச் சூழ்ந்துகொண்டு தாக்கலாம் என்றார் அண்ணா.

அண்ணாவின் தொடர்முயற்சியால், ‘எப்படியாவது’ காங் கிரஸை வீழ்த்திவிடவேண்டும் என்கிற புள்ளியில், சிறிய பெரிய கட்சிகள் பலவும் இணைந்தன. எல்லோருக்கும் உரிய முக்கியத் துவம் அளித்து, தொகுதி உடன்பாடு செய்துகொண்டார் அண்ணா.

இதன்மூலம், காங்கிரஸ், கம்யூனிஸ்ட் (சி.பி.ஐ.), திராவிடர் கழகம் ஆகிய மூன்று இயக்கங்களைத்தவிர, தமிழகத்தின் மற்ற முக்கியக் கட்சிகள் அனைத்தும் திராவிட முன்னேற்றக் கழகத்துடன் இணைந்து தேர்தலைச் சந்தித்தன. காங்கிரஸுக்கு எதிராக, மிக வலுவான ஒரு கூட்டணி உருவாகிவிட்டது.

அண்ணாவின் இந்த ராஜ தந்திரம்தான், தி.மு.கழகக் கூட்டணிக்கு மிகப் பிரமாதமாகப் பலனளித்த வெற்றி சூத்திரமாக அமைந்தது. காங்கிரஸ், இல்லாவிட்டால் இவர்கள்தான் என்கிற நிலைக்குப்

பிரச்னையை எளிமையாக்கியதன்மூலம், தமிழக அரசியல் சரித்திரத்தில் முதன்முறையாக இப்படி ஒரு நேரடிப் போட்டியை உருவாக்கினார் அண்ணா.

ஆச்சரியங்கள் இதோடு முடியவில்லை. காங்கிரஸுக்கு எதிராக அண்ணா அமைத்த கூட்டணியில் இடம்பெற்றிருந்த கட்சிகளின் பட்டியலைப் பாருங்கள்:

- திராவிட முன்னேற்றக் கழகம்

- ராஜாஜியின் 'சுதந்திரா கட்சி'

- முஸ்லிம் லீக்

- ம.பொ. சிவஞானத்தின் 'தமிழரசுக் கழகம்'

- ஃபார்வர்ட் பிளாக் (முன்னேற்றக் கட்சி)

- மார்க்சியக் கம்யூனிஸ்ட்

- பிரஜா சோஷலிஸ்ட்

- சம்யுக்த சோஷலிஸ்ட்

- சி.பா. ஆதித்தனாரின் 'நாம் தமிழர்' இயக்கம்

அரசியல் ரீதியில் பார்க்கும்போது - இந்தக் கட்சிகள், இயக்கங் கள் ஒவ்வொன்றுக்கும் வெவ்வேறு விதமான கொள்கைகள் உண்டு. ஒரே பிரச்னையில், முற்றிலும் மாறுபட்ட இரு நிலைப் பாடுகளை எடுக்க நேர்ந்ததும் உண்டு. ஆனால், காங்கிரஸ் எதிர்ப்பு என்கிற விஷயம்மட்டுமே இவர்களை ஒன்றாகச் சேர்த்தது.

இதன்படி, எந்தக் கட்சியும் தனது கொள்கைகளை விட்டுக் கொடுக்காமல், தொகுதி அளவில்மட்டும் தேர்தல் உடன்பாடு செய்துகொள்கிறோம் என்றார் அண்ணா. அதாவது, ஆளுங் கட்சிக்கு எதிராக எல்லோரும் ஒன்றாக இணைந்து போட்டியிடு கிறார்கள். இதற்காக, ஒவ்வோர் இயக்கமும் அதன் தனித் தன்மையை இழக்கவேண்டியதில்லை.

இப்படி ஓர் அபூர்வமான கூட்டணி, தமிழகச் சரித்திரத்திலேயே இல்லாத விஷயம். இப்படிக் கச்சிதமாகத் திட்டமிட்டு ஒற்றுமை யோடு உழைத்தாலொழிய, இந்தச் சிறிய, பெரிய கட்சிகளால் தனித்தனியே காங்கிரஸை ஒருபோதும் வீழ்த்தியிருக்கமுடியாது.

தேர்தலையொட்டி, சென்னையில் தனது மாநில மாநாட்டைச் சிறப்பாக நடத்தியது திராவிட முன்னேற்றக் கழகம். காங்கிரஸுக்கு எதிராக அணி திரண்டிருக்கும் கூட்டணிக் கட்சிகள் அனைத்தின் ஒட்டுமொத்த பலத்தை, தமிழகம் உணர்ந்தது அப்போதுதான்.

ஆனால், காங்கிரஸ் தரப்பில் இந்தக் கூட்டணியை நினைத்து எந்தப் பதற்றமும் உருவாகவில்லை. காரணம், அவர்கள் வழக்கம்போல் மிகுந்த வலுவுடன் ஆளுங்கட்சி என்கிற தெம்புடன், தேர்தலைச் சந்திக்கத் தயாராக இருந்தார்கள்.

அப்போதைய முதல்வர் பக்தவத்சலம், பதவியில் இல்லாவிட்டாலும் பெருவாரியான மக்கள் ஆதரவைப் பெற்றிருந்த காமராஜர் போன்ற தலைவர்கள், காங்கிரஸின் மிகப் பெரிய பலங்களாக அமைந்திருந்தார்கள். இதனால், காங்கிரஸ் அத்தனை சுலபத்தில் விட்டுக்கொடுத்துவிடாது. மிகப் பலமான போட்டி இருக்கும் என்று எதிர்பார்க்கப்பட்டது.

திராவிட முன்னேற்றக் கழகத்தைப் பொறுத்தவரை, அவர்களுடைய முக்கியமான பலம், மிகப் பெரிய தொண்டர் படை. அடிப்படை உறுப்பினராகச் சேர்கிற எவரும், படிப்படியாக உழைப்பின் மூலம் பெரிய அளவுக்கு உயரமுடியும் என்பதை நிரூபிக்கும் வண்ணம் அண்ணா உருவாக்கியிருந்த நிறுவன அமைப்பு, தொண்டர்களுக்குத் தொடர்ந்த உற்சாகத்தைக் கொடுத்துக்கொண்டிருந்தது.

கையில் காசு அதிகம் இல்லாவிட்டாலும் துடிப்போடு தொடர்ந்து பணியாற்றும் ஊழியர்கள், அப்போது எந்தக் கட்சிக்கும் கிடைக்காத அபூர்வம். அண்ணா உள்ளிட்ட கழகத் தலைவர்களின் பேச்சுகள், அவர்களை மேலும் சிறப்பாகச் செயல்படத் தூண்டின.

'உன்னிடம் எவ்வளவு ஆசையாக இருக்கிறேன் தெரியுமா? என்று மனைவியிடம் கொஞ்சிவிட்டு, மாதம் இருபது நாள்கள் வெளியூரில் தங்குவது சரியாகுமா?' என்று கழகத் தொண்டர்களைக் கேட்ட அண்ணா, 'கழகத்தின்மீது நீங்கள் காட்டும் ஆர்வம், தேர்தலில் வெற்றி பெற்றுத் தருவதில்தான் இருக்கிறது' என்றார்.

வலுவான தொண்டர் படையின் உதவியுடன், தி.மு.கழகக் கூட்டணியின் தேர்தல் பிரசாரம் மிக்க கவனமாகத் திட்டமிடப்பட்டிருந்தது. மேடைப் பேச்சுகள், சுவரொட்டிகள், துண்டுப்

பிரசுரங்கள், தலைவர்களின் சூறாவளிச் சுற்றுப்பயணங்கள் என்று தமிழகத்தின் ஒவ்வொரு குடிமகனையும் காங்கிரஸ் எதிர்ப்புக் கருத்துகள் சென்று சேர்ந்தன.

தேர்தலுக்கு முன்னால், ஒரு பரபரப்பான சம்பவம் நடந்தேறி யது. தி.மு.கழகப் பிரமுகரும் பிரபல நடிகருமான எம்.ஜி.ராமச் சந்திரனை, எம்.ஆர். ராதா சுட்டுவிட்டு, தன்னையும் சுட்டுக் கொண்டுவிட்டார். இதையடுத்து, தமிழகமெங்கும் பரபரப்பு ஏற்பட்டது. நல்லவேளையாக, இருவருமே உயிர் பிழைத்து விட்டார்கள்.

அந்தத் தேர்தலில் பரங்கிமலை தொகுதியில் திராவிட முன்னேற்றக் கழகத்தின் சார்பில் போட்டியிட்ட எம்.ஜி.ஆர்., மருத்துவமனை யில் இருந்தபடியே வேட்பாளருக்கான விசுவாசப் பிரமாணத்தை எடுத்துக்கொண்டார். கழுத்தில் அறுவைச் சிகிச்சை செய்த கட்டோடு அவர் கை கூப்பும் புகைப்படம் சுவரொட்டிகளாக அச்சடிக்கப்பட்டு, தமிழகம் முழுக்க ஒட்டப்பட்டது.

1967 தேர்தலைப் பொறுத்தவரை, இதுபோல் திராவிட முன் னேற்றக் கழகத்துக்குச் சாதகமாக அமைந்திருந்த அம்சங்கள் நிறைய.

முதலாவதாக - ஹிந்தி எதிர்ப்புப் போராட்டங்கள் மற்றும் மக்களின் பிரச்னைகள் சார்ந்த பிற கிளர்ச்சிகளின் மூலம், தி.மு.க. மக்களை அதிகம் நெருங்கியிருந்தது. குறிப்பாக, இளைய தலைமுறையினரின் பெரும்பான்மை ஆதரவை அவர்கள் மட்டுமே பெற்றிருந்தார்கள்.

அடுத்து, தமிழக காங்கிரஸில் கோஷ்டிப் பூசல் அதிகரித்திருந்தது. இதற்கு நேரெதிராக, தி.மு.கழகக் கூட்டணிக் கட்சிகள் நாளுக்கு நாள் வலுவாக இணைந்துகொண்டிருந்தன. காங்கிரஸை வீழ்த்து வது என்ற ஒற்றை நோக்கம், அவர்களை மேலும் நெருக்க மாக்கிக் கொண்டிருந்தது.

மூன்றாவதாக மிக முக்கியமான விஷயம் - மக்களின் தினசரித் தலைவலிகள். அரிசிப் பஞ்சம் உள்ளிட்ட ஏகப்பட்ட பிரச்னை களால், மக்கள் ஆளுங்கட்சி காங்கிரஸின்மீது கடும் அதிருப்தி அடைந்திருந்தார்கள். இதைச் சரியாகப் புரிந்துகொண்டிருந்த அண்ணா, அவற்றைப் பொருத்தமானமுறையில் தனது தேர்தல் பிரசாரத்தின் அம்சங்களாகச் சேர்த்து, மக்களைக் கவர்ந்தார்.

உதாரணமாக, அப்போது அரிசியின் விலை ஒரு படி மூன்று ரூபாய், நான்கு ரூபாய் என்று சாதாரண மக்களின் கைக்கெட்டாத உயரத்துக்குப் போய்க்கொண்டிருந்தது. இதனைத் திராவிட முன்னேற்றக் கழக ஆட்சி கட்டுப்படுத்தும் என்று குறிப்பிட்ட அண்ணா, கழகம் ஆட்சிக்கு வந்தால், ரூபாய்க்கு மூன்று படி அரிசி தருவதாக வாக்குறுதி அளித்தார்.

'ரூபாய்க்கு மூன்று படி அரிசி லட்சியம், ரூபாய்க்கு ஒரு படி அரிசி நிச்சயம்' என்ற அண்ணாவின் அந்த வாக்குறுதி, 1967 தேர்தலின் மிக முக்கியமான கடைசிநேரப் பரபரப்பாக அமைந்து, மக்களிடையே பெரும் வரவேற்பைப் பெற்றது.

அப்போதும், காங்கிரஸ் விழித்துக்கொள்ளவே இல்லை. 'திராவிட முன்னேற்றக் கழகத்தின் கூட்டணிக்கு மக்கள் ஆதரவு இல்லை. நாங்கள் படுத்துக்கொண்டே ஜெயிப்போம்' என்று மிகுந்த நம்பிக்கையோடு குறிப்பிட்டார் காமராஜர்.

அவருடைய நம்பிக்கையை, மக்கள் காப்பாற்றவில்லை. அந்தத் தேர்தலில் தமிழகத்தின் அனைத்துச் சட்டமன்றத் தொகுதி களிலும் தனித்துப் போட்டியிட்ட காங்கிரஸ், வெறும் 49 இடங் களைத்தான் கைப்பற்றமுடிந்தது. காமராஜர் உள்ளிட்ட காங் கிரஸ் முக்கியத் தலைவர்கள் எல்லோரும், படுதோல்வியைச் சந்தித்தார்கள்.

இதன்மூலம், முப்பது வருடக் காங்கிரஸ் ஆட்சியை வீழ்த்திய திராவிட முன்னேற்றக் கழகம், தான் போட்டியிட்ட 173 சட்ட மன்றத் தொகுதிகளில், 138 இடங்களை வென்றது. அதன் தோழமைக் கட்சிகள், நாற்பது இடங்களை வென்றிருந்தார்கள். பாராளுமன்ற தேர்தலைப் பொறுத்தவரை, போட்டியிட்ட அனைத்து (25) தொகுதிகளிலும் வெற்றிபெற்றிருந்தது தி.மு.கழகம்.

தமிழக அரசியலையே 1967-க்குமுன், 1967-க்குப்பின் என்று இரண்டாகப் பிரித்துச் சொல்லும் அளவுக்கு, அந்தத் தேர்தல் முடிவுகள் சரித்திர முக்கியத்துவம் பெற்றுவிட்டன. அப்போது விழுந்த காங்கிரஸ், அதன்பிறகு தமிழகத்தில் மீண்டும் தனிப் பெரும் கட்சியாக மலரவே முடியவில்லை.

சமூக அக்கறை, மக்கள் பிரச்னைகள்மீது கவனம், கூடவே கொஞ் சம் ராஜ தந்திரம் மூன்றையும் மிகச் சரியான விகிதத்தில் கலந்து

மாபெரும் வெற்றியைச் சாதித்துவிட்ட அண்ணா, காங்கிரஸ் கோட்டையில் மிகப் பலமான விரிசலை உண்டாக்கி, அதனைத் தரைமட்டமாக்கிவிட்டார். திராவிட முன்னேற்றக் கழகம் பெரும் பான்மை பலத்துடன் தமிழகத்தின் ஆட்சியைக் கைப்பற்றியது.

உண்மையில், அந்தத் தேர்தலில் தாங்கள் இத்தனை பெரிய வெற்றியடைவோம் என்று திராவிட முன்னேற்றக் கழகத் தலைவர்களேகூட நினைத்திருக்கவில்லை. எனவேதான், அண்ணாவே சட்டமன்றத் தேர்தலைத் தவிர்த்து, தென்சென்னை பாராளுமன்றத் தொகுதியில் வேட்பாளராகப் போட்டி யிட்டிருந்தார்.

அந்த விதத்தில், தேர்தல் முடிவுகள் கழகத் தலைவர்களுக்கும் லேசான (ஆனந்த) அதிர்ச்சியைக் கொடுத்தது உண்மையே. முடிவுகள் ஒவ்வொன்றாக வானொலியில் அறிவிக்கப்பட்டுக் கொண்டிருந்தபோது, அண்ணா வீட்டில் எல்லோரும் உற்சாக மாகக் கேட்டுக்கொண்டிருந்தார்கள். தி.மு.கழகத்தின் வெற்றி எண்ணிக்கை அறுபது தொகுதிகளைத் தாண்டியதும், அண்ணா வின் முகத்தில் சின்ன சங்கடம்.

வெற்றியை நினைத்து அவருக்கு சந்தோஷம்தான். என்றாலும், கட்சி தொடங்கி வெறும் பதினெட்டு ஆண்டுகளுக்குள் நாம் ஆட்சிக்கு வருவது நல்லதுதானா என்கிற கேள்வி அவருக்குள் எழுந்திருந்தது. காமராஜர் உள்ளிட்ட பல நல்ல தலைவர்களின் தோல்விக்கு நாம் காரணமாகிவிட்டோமே என்று, தன் மகன் பரிமளத்திடம் வருத்தத்துடன் குறிப்பிட்டார் அவர்.

'கொள்கைப் போராட்டத்தில் சில பெரிய தலைகளும் உருண்டு விட்டன' என்று வருந்திய அண்ணா, 'திராவிட முன்னேற்றக் கழகம் ஆளுங்கட்சியாக ஆட்சியில் அமரும்போது, அதற்கு எதிராக அருகதை உள்ள நல்ல தலைவர்கள் இல்லாமல்போனது வருந்தத்தக்கது' என்று குறிப்பிட்டார்.

எனினும், அண்ணா அடிக்கடி குறிப்பிடுவதுபோல், மக்கள் தீர்ப்பே மகேசன் தீர்ப்பு. அவர்கள் திராவிட முன்னேற்றக் கழகம்தான் தமிழகத்தை வழிநடத்தவேண்டும் என்று விரும்பி, பெரும்பான்மை வாக்குகளை அள்ளித் தந்துவிட்டார்கள். இனி, நல்லாட்சி அமைக்கவேண்டியது கழகத்தின் பொறுப்பு, அண்ணாவின் பொறுப்பு!

11 இன்ப ஒளி

தர்மபுரி மாவட்டத்தைச் சேர்ந்த நாகரசம்பட்டி என்ற ஊரில், தந்தை பெரியார் பெயரால் ஒரு கல்வி நிலையக் கட்டடம் திறக்கப்படவிருந்தது. இதற்கான நிகழ்ச்சியில், பெரியார் - அண்ணா இருவரும் கலந்துகொள்ளவேண்டும் என்று அன்பர்கள் விரும்பினார்கள்.

பெரியாரின் பிரதான சிஷ்யர், படைத் தளபதி என்றெல்லாம் போற்றப்பட்ட அண்ணா, இப்போது தமிழக முதலமைச்சர். பல கருத்து வேறுபாடுகள், பிளவுகளைக் கடந்து, அவரும் பெரியாரும் பழையபடி ஒன்றாக இணைந்து செயல்படத் தொடங்கியிருந்த காலகட்டம்.

அந்த விழாவில், அவர்கள் இருவரும் ஒரே மேடையில் அமர்ந்திருப்பதைப் பார்த்து மகிழ்ந்த ஒரு பேச்சாளர், 'பதினெட்டு ஆண்டுகளுக்குப்பிறகு நீங்கள் மீண்டும் இணைந்திருப்பது மிகவும் சந்தோஷமாக இருக்கிறது!' என்றார். அடுத்துப் பேச வந்தவர்களும், இதையே திரும்பத் திரும்பக் குறிப்பிட்டார்கள்.

கடைசியாகப் பேச வந்தார் அண்ணா. நண்பர்களின் அன்புக்கு முறைப்படி நன்றி கூறிவிட்டு, 'பெரியாரும் நானும் பதினெட்டு ஆண்டு

களுக்குப் பிறகு இணைந்திருக்கிறோம் என்று சொல்வது சரியல்ல!' என்றார்.

தொடர்ந்து, 'பெரியாரை நான் ஒருபோதும் பிரிந்தது கிடையாது!' என்று நெகிழ்ச்சியோடு குறிப்பிட்டார் அண்ணா, 'நான் எங்கிருந்தேனோ, அங்கெல்லாம் என் உள்ளத்திலே பெரியார் இருப்பார். அவர் உள்ளத்தில் நான் இருப்பேன்!'

திராவிடர் கழகத்திலிருந்து அண்ணா விலகியதற்கும், தனிக் கட்சி தொடங்கியதற்கும் ஆயிரம் காரணங்கள் இருக்கலாம். ஆனால், தி.க. மற்றும் தி.மு.க. ஆகிய இரண்டும், ஒரே நோக்கத் துக்காகப் பாடுபடும் இரட்டைக் குழல் துப்பாக்கிகள்தான் என்பதை அவர் என்றும் மறந்ததில்லை.

அதனால்தான், 1967 தேர்தலில் வெற்றி பெற்று திராவிட முன்னேற்றக் கழக அமைச்சரவை பொறுப்பேற்றுக் கொண்ட போது, 'இந்த ஆட்சி, தந்தை பெரியாருக்கு எங்களுடைய காணிக்கை!' என்று நெகிழ்ச்சியுடன் அறிவித்தார் அண்ணா.

அப்போது, உடல்நலக்குறைவால் மருத்துவமனையில் சிகிச்சை பெற்றுக்கொண்டிருந்தார் பெரியார். அண்ணா இப்படிச் சொல்லியிருக்கிறார் என்ற செய்தியைக் கேள்விப் பட்டபோது, 'என் வலி குறைந்துவிட்டது' என்று சொல்லி மகிழ்ந்தார் அவர்.

அண்ணா தனது அமைச்சரவையைப் பெரியாருக்குக் காணிக்கை யாகக் குறிப்பிட்டது, வெறும் வார்த்தை ஜாலம் அல்ல என்பது, அவரது ஆட்சியின் அடுத்தடுத்த நடவடிக்கைகளில் தெளிவாகப் புரிந்தது. திராவிடர் கழகம், திராவிட முன்னேற்றக் கழகம் என்ற வெவ்வேறு பெயர்களில் இயங்கிவந்த இரு இயக்கங்களின் கொள்கைகளுக்கும், தனது ஆட்சி அதிகாரத்தைப் பயன்படுத்திச் சட்டவடிவம் கொடுத்தார் அண்ணா.

1967 தேர்தலில் திராவிட முன்னேற்றக் கழகம் வெற்றிபெற்ற செய்தி வெளியானதும், அதை அண்ணா எதிர்கொண்ட விதத்தில் அவரது மேலான பண்பு வெளிப்பட்டது. கூட்டணித் தலைவர் கள், எதிர்க்கட்சித் தலைவர்கள் என்று எல்லோரையும் சந்தித்து, வாழ்த்து பெற்றார் அண்ணா. கழக அரசுக்கு அவர்களுடைய ஒத்துழைப்பைக் கோரி, ஒரு சிறந்த அரசியல் முன்னு தாரணத்தை உருவாக்கினார்.

அடுத்து, திருச்சி சென்று தந்தை பெரியாரைச் சந்தித்து, அவ ருடைய ஆசிகளையும் பெற்றுக்கொண்டார் அண்ணா. கழக ஆட்சி சிறப்பாக நடைபெற, தனது வாழ்த்துகளையும் முழு ஆதரவையும் வழங்கினார் பெரியார்.

தேர்தல் முடிவுகள் வெளியானபிறகு, உதய சூரியனின் இன்ப ஒளி தமிழகத்தை நனைக்கப்போகிறது எனத் தொண்டர்கள் ஆனந்தக் கூத்தாடியபோதும், தி.மு.கழகத்தின் சார்பில் யார் முதலமைச்சராவார்கள் என்கிற விஷயம் தெளிவாக இல்லை. ஒரு லட்சம் வாக்குகள் வித்தியாசத்தில் நாடாளுமன்றத் தேர் தலில் வென்றிருந்த அண்ணா, டெல்லிக்குப் போவாரா அல்லது தமிழகத்தின் முதல்வராக ஆட்சி அமைப்பாரா என்கிற கேள்வியுடன் மக்கள் ஆவலாகக் காத்திருந்தார்கள்.

அடுத்து நடைபெற்ற திராவிட முன்னேற்றக் கழகத்தின் சட்டமன்ற உறுப்பினர் கூட்டத்தில், அண்ணா தலைவராகத் தேர்ந்தெடுக்கப்பட்டார். இதனால், தனது நாடாளுமன்ற உறுப்பினர் பதவியை ராஜினாமா செய்துவிட்டு, அண்ணா முதலமைச்சராகப் பதவியேற்பார் என அறிவிக்கப்பட்டது (பின்னர் அவர் தமிழகச் சட்டசபையின் மேலவை உறுப்பின ரானார்).

1967-ம் ஆண்டு மார்ச் ஆறாம் தேதி, அறிஞர் அண்ணா தலைமை யிலான திராவிட முன்னேற்றக் கழக அமைச்சரவை தமிழகத்தின் ஆட்சிப் பொறுப்பை ஏற்றுக்கொண்டது. அண்ணாவும், எட்டு கழக அமைச்சர்களும் தமிழில் உறுதிமொழி சொல்லிப் பதவி யேற்றார்கள்.

அதுவரை - அமைச்சர்களாகப் பதவியேற்கிறவர்கள் 'ஆண்டவன் பெயரால்' உறுதிமொழி எடுத்துக்கொள்வதுதான் வழக்கம். பகுத்தறிவுக் கொள்கையை ஏற்றுக்கொண்டிருந்த திராவிட முன்னேற்றக் கழகம் இந்த வழக்கத்தை மாற்றியது. அதன் அமைச்சர்கள் எல்லோரும், 'உளமார' உறுதி கூறிப் பொறுப்பு களை ஏற்றுக்கொண்டார்கள்.

தி.மு.கழகத்தின் அமைச்சரவை, இளைஞர்களின் கூட்டணியாக அமைந்திருந்தது. ஒன்பது அமைச்சர்களில் மிக மூத்தவர் என்று பார்த்தால், அவர் அண்ணாதுரைதான். அப்போது அவருக்கு வயது, ஐம்பத்தெட்டு.

அன்றைய தினம், அண்ணா தலைமையில் பதவியேற்றுக் கொண்ட மற்ற அமைச்சர்களின் பட்டியல்:

- இரா.நெடுஞ்செழியன் (கல்வி)

- மு.கருணாநிதி (பொதுப்பணித்துறை)

- கே ஏ மதியழகன் (உணவு)

- சத்தியவாணிமுத்து (அரிசன நலத்துறை)

- ஏ கோவிந்தசாமி (வேளாண்மை)

- மாதவன் (சட்டம்)

- சாதிக் (சுகாதாரம்)

- முத்துச்சாமி - (உள்ளாட்சி)

புதிய முதல்வராகப் பொறுப்பேற்ற அண்ணா, தங்களது ஆட்சி நிதானத்துடனும் பொறுப்புணர்ச்சியுடனும் நடைபெறும் என அறிவித்தார். 'இத்தனை ஆண்டுகளாகத் தமிழகத்தை ஆட்சி செய்த காங்கிரஸ் கட்சியின் வீழ்ச்சி நொடிப்பொழுதில் நடந்துவிட்டது என்கிற விஷயத்தை, நாங்கள் ஓர் அரசியல் பாடமாக எண்ணி, அடக்கத்துடன் பணியாற்றுவோம்' என்றார்.

முதல்வரானபின் தனது முதல் சொற்பொழிவிலேயே, அரசு அதிகாரிகள், ஊழியர்கள்தான் 'அரசு நிர்வாகத்தின் ஆணிகள்' என்று வர்ணித்த அண்ணா, 'இந்த மாறுதலுக்கு நீங்கள்தான் துணை நிற்கவேண்டும்' என அவர்களுடைய முழு ஒத்துழைப்பையும் கோரினார்.

அண்ணாவின் ஆட்சியில், அரசு அதிகாரிகள், நிர்வாகிகள், மாவட்ட ஆட்சித் தலைவர்(கலெக்டர்)கள் என்று எல்லோ ருக்கும் பூரண சுதந்தரம் அளிக்கப்பட்டிருந்தது. 'உங்களுக்குத் தோன்றும் யோசனைகளை நீங்கள் தாராளமாகக் கூறலாம், யாருடைய கருத்துகளையும் நான் தள்ளிவிடமாட்டேன். கூறுபவர்களைப்பற்றியும் கவலைப்படமாட்டேன்' என்றார் அண்ணா.

'ஆட்சிப் பொறுப்பிலிருந்து விலகும் காங்கிரஸ் மூத்த தலைவர் களும் எங்களுடன் ஒத்துழைக்கவேண்டும்' என்று கேட்டுக் கொண்ட அண்ணா, 'என்னை, உங்கள் குடும்பத்துச் சகோதரனாக

எண்ணிக்கொள்ளுங்கள். நாங்கள் ஆட்சிக்கு முற்றிலும் புதிய வர்கள். எனவே, தவறு நிகழ்ந்தால் தயங்காமல் எடுத்துக் கூறுங்கள்!' என்றார்.

ஆட்சிப் பொறுப்பு என்பது, சுகமான அனுபவம் அல்ல என்று நம்பிய அண்ணா, அதனைச் சிலுவைக்கு ஒப்பிட்டார். ஆனால், 'எங்கள் தோளில் சுமத்தப்பட்டுள்ள சிலுவையை இறுதிவரை கொண்டு சேர்ப்போம்' என உறுதியளித்தார்.

அவர் சொன்னபடி, அதன்பிறகு தமிழகத்தில் ஆட்சி செய்த செய்துகொண்டிருக்கும் அனைத்து இயக்கங்களும், அண்ணா வழி வந்தவைதான்!

'அரசியல் ஊடுருவலுக்குச் செவி சாய்க்காமல், விருப்பு வெறுப்பின்றிப் பொது நல நோக்குடன் உழைக்கவேண்டும்' என்று தனது அமைச்சர்களுக்கும் பிற கழக உறுப்பினர்களுக்கும் அறிவுறுத்திய அண்ணா, 'அரசாங்கம் என்பது வீடு. ஆளுங்கட்சி அதை வாடகைக்கு எடுத்துக்கொள்கிறது. மக்களின் நல் லெண்ணம்தான் வாடகைப் பணம். மக்களாட்சி உணர்வு, அதை ஐந்தாண்டுகளுக்கு ஒருமுறை கணக்கு பார்க்கிறது' என்று குறிப்பிட்டு, நம் கையில் உள்ள அதிகாரத்தைத் தவறாகப் பயன்படுத்திக்கொள்ளக் கூடாது என்பதை உணர்த்தினார்.

இப்படி வெறுமனே சொல்வதுடன் நிறுத்திவிடாமல், நிஜ மாகவே அரசியல் கூட்டாளிகள், எதிராளிகள், நடுநிலைமை வாதிகள் என்று எல்லோரையும் அரவணைத்துச் சென்ற ஆட்சி அண்ணாவுடையது.

ஆட்சிப் பொறுப்பை ஏற்றுக்கொண்டபோது, அண்ணாவுக்கும் அவருடைய தோழர்களுக்கும் நிர்வாகத்தில் முன் அனுபவம் இல்லை. எனினும், அதனைப் படிப்படியாகக் கற்றுக்கொண்டு, சமூக அக்கறையோடு கொள்கைகளைச் செயல்படுத்த முனைந் தார் அண்ணா. இந்த ஒரே காரணத்தால், தமிழகத்தில் மிகச் சிறப்பாக நிர்வகிக்கப்பட்ட ஆட்சிகளில் ஒன்றாக அண்ணாவின் அரசு அமைந்தது.

தன்னுடைய கட்சியில், பூசல்கள் சண்டைகள் ஏற்படும்போது கூட, எல்லோருக்கும் நல்லவராக நடந்துகொள்ள விரும்பியவர் அண்ணா. தனது ஆட்சியையும், அதே நல்லெண்ணத்துடன்தான் வழிநடத்தினார் அவர்.

இதனால், கழக அரசு - மத்தியில் ஆட்சி அமைத்திருந்த காங்கிரஸ் அரசுடன், 'உறவுக்குக் கை கொடுப்போம். உரிமைக்குக் குரல் கொடுப்போம்' என்கிற கொள்கையின்படி நல்லுறவு கொண் டிருந்தது. மத்திய அரசுடன் அநாவசிய உரசல்களுக்கு இடமளிக்காமல், மாநில நலனில் முழுக் கவனம் செலுத்தினார் அண்ணா.

தமிழகத்திலும்கூட, எதிர்க்கட்சிகளுடன் அவர் அவசியமற்ற அரசியல் சண்டைகளில் ஈடுபடவில்லை. சட்டமன்றத்திலும் அதற்கு வெளியிலும், தன்னையோ தனது ஆட்சியையோ தீவிரமாகத் தாக்கியவர்களுக்குக்கூட, புன்னகையோடு பதில் அளித்தார். உணர்ச்சிவயப்படாமல் தனது ஆட்சி மற்றும் மக்கள் நலப் பணிகளில் மட்டுமே கவனமாக இருந்தார்.

திராவிட முன்னேற்றக் கழகத்தைப் பொறுத்தவரை, அதன் தலைவர்கள். தொண்டர்களிடையே கோஷ்டிப் பூசலுக்கு இடமளித்துவிடக் கூடாது என்பதில் கவனமாக இருந்தார் அண்ணா. யார் மனமும் கோணாதபடி நடந்துகொள்ளவேண்டும் என்பதே அவருடைய கொள்கையாக இருந்தது.

இந்தக் காரணத்தால்தான், அவர் தனக்குப்பின் கட்சித் தலைவர் யார் என்பதுபற்றிப் பேசவே இல்லை. அப்படி ஒருவரைத் தேர்ந்தெடுத்தால், மற்றவர்கள் அநாவசியமாகக் கோபப்படு வார்கள். அது தேவையற்ற உரசல்களைக் கொண்டுவரும் எனக் கருதினார் அண்ணா.

முதலமைச்சர் என்ற முறையில், அவ்வப்போது அண்ணா வெளி நாடுகளுக்குப் பயணம் மேற்கொண்டார். அப்போதெல்லாம், நம் நாட்டின் சிறந்த பிரதிநிதியாக நடந்துகொண்ட அண்ணா, இந்தியா பற்றிய நல்ல செய்திகளை அங்கே பரப்புவது, அங்கே உள்ள நல்ல விஷயங்களைக் கற்றுக்கொண்டுவந்து இங்கே செயல்படுத்துவது ஆகிய இரண்டு விஷயங்களில் அதிகக் கவனம் செலுத்தினார்.

எந்தப் பிரச்னையையும், அரசாங்க விதிமுறைகள் மற்றும் சட்டங்களின் கோணத்திலிருந்து மட்டுமே பார்க்கக் கூடாது என்பது அண்ணாவின் எண்ணம். எதையும் மனிதத்தன்மையோடு அணுகினால், நல்ல தீர்வுகள் நிச்சயமாகக் கிடைக்கும் என நம்பினார் அவர்.

உதாரணமாக, அண்ணா பொறுப்பேற்றிருந்த ஒரு குறிப்பிட்ட துறையில், தாற்காலிக வேலைக்காகச் சிலரைத் தேர்ந்தெடுக்கவேண்டியிருந்தது. அப்போது அதே துறையில், சில மாதங்களுக்குமுன் பலர் வேலை நீக்கம் செய்யப்பட்டிருந்த சம்பவம் அவருடைய நினைவுக்கு வந்தது.

உடனே, முன்பு வேலை நீக்கம் செய்யப்பட்டவர்களில் தகுதி உள்ளவர்களுக்கு, இந்தத் தாற்காலிக வேலைகளைத் தர வேண்டும் என ஆலோசனை சொன்னார் அண்ணா. இந்த மனிதத் தன்மைதான், அவரது ஆட்சியின் முக்கியமான அடையாளமாக இருந்தது.

'வெறும் எண்ணிக்கையை மட்டும் மனத்தில் கொண்டு முடிவெடுக்கக் கூடாது' என்று அடிக்கடி சொன்ன அண்ணா, 'அப்படித் தீர்மானிப்பதானால், நாம் நமது தேசியப் பறவையாக மயிலைத் தேர்ந்தெடுத்திருக்கக் கூடாது, காகத்தைத்தான் தேர்ந்தெடுத்திருக்க வேண்டும்!' என்று சொல்லியிருக்கிறார்.

சட்டசபையில் அண்ணாவின் பேச்சுகள் ஒவ்வொன்றும், இப்படித்தான் முத்தான உதாரணங்களுடன் மிகச் சிறப்பாக அமைந்திருந்தன. எதிர்க்கட்சித் தலைவர்கள்கூட, அரசியல் மாறுபாடுகளை மறந்து, அவருடைய பேச்சுகளை ரசித்துக் கேட்பர்.

உதாரணமாக, அப்போதைய காங்கிரஸ் சட்டமன்றத் தலைவராக இருந்த பி.ஜி. கருத்திருமன், ஒரு பத்திரிகைப் பேட்டியில் இப்படிக் குறிப்பிட்டிருந்தார்: 'இன்றைக்குச் சற்று கண்டிப்புடனும் கடுமையாகவும் பேசி, முதலமைச்சரான அண்ணாவைக் கட்டிப்போட்டுவிடவேண்டும் என்று எண்ணிக்கொண்டு சட்ட மன்றத்துக்குள் நுழைவேன். ஆனால், அண்ணா வாயைத் திறந்து பேச ஆரம்பித்தவுடனே, நான் அவரைக் கேட்க நினைத்ததை மறந்து, அவர் பேசுவதைக் கேட்டு மயங்கிப்போய் ஏமாந்து விடுகிறேன்!'

தனது ஆட்சியைப்பற்றி, 'என் அடிகள் அளந்து வைக்கப்படுகின்றன' என்று அண்ணா குறிப்பிட்டதுண்டு. அப்படி அவர் கவனமாக அளந்துவைத்த காலடிகள் ஒவ்வொன்றும், தமிழகச் சரித்திரத்தில் அழிக்கமுடியாத பதிவுகளாகச் சிறந்திருக்கின்றன.

12 தசாவதாரம்

சுயமரியாதை வீரர், பகுத்தறிவாளர், அரசியல் வாதி, மேடைப் பேச்சாளர், எழுத்தாளர், முதலமைச்சர் என அண்ணாவுக்குப் பன்முகங் கள் உண்டு. எனினும், அவர் அடிப்படையில் மிகவும் விரும்பி நேசித்த ஒரு விஷயம் - அவரது பத்திரிகை மற்றும் எழுத்துப் பணி.

அண்ணாவின் பத்திரிகைத்துறை அனுபவங்கள் அவரது கல்லூரிக் காலத்திலேயே தொடங்கி விட்டன. படிப்பை முடித்ததும், முதலில் 'நவ யுகம்' என்ற தொழிலாளர் பத்திரிகையிலும், பின்னர் 'பாலபாரதி' என்ற இன்னோர் இதழிலும் இணைந்து பணியாற்றிக்கொண்டிருந்தார் அண்ணா.

அப்போது பத்திரிகைத்துறையில் அவருக்கு முன் அனுபவம் என்று எதுவும் இல்லை. எனினும், நீதிக் கட்சியின் கருத்துகளைப் பரப்பிக்கொண் டிருந்த அந்த இதழ்களின் ஆசிரியராகப் பொறுப் பையும் ஏற்று நடத்தினார் அவர்.

தொடர்ந்து, தந்தை பெரியாரின் 'விடுதலை' மற்றும் 'குடிஅரசு' ஆகிய இதழ்களிலும், நீதிக் கட்சியின் அதிகாரப்பூர்வ பத்திரிகையான 'ஜஸ்டிஸ்' இதழிலும் அண்ணாவின் எழுத்து மற்றும் ஆசிரியப் பணிகள் தொடர்ந்தன.

இந்த அனுபவங்களையே அடிப்படையாகக் கொண்டு, 1942-ம் ஆண்டு மார்ச் மாதத்தில் டி.பி.எஸ். பொன்னப்பா, அங்கமுத்து, கணேசன் ஆகிய தோழர்கள் ஆதரவுடன் 'திராவிட நாடு' என்ற தனது சொந்தப் பத்திரிகையையும் தொடங்கினார் அண்ணா. அவரது தம்பிகளாகிய தொண்டர்களுக்கும் அண்ணாவின் அரசியல் நிலைப்பாடுகளைத் தெரியப்படுத்துவதற்கும் இந்தப் பத்திரிகை மிகவும் உதவியாக இருந்தது.

தொடர்ந்து, 1949-ம் ஆண்டு டி.எம். பார்த்தசாரதி மேற்பார்வை யில் வெளிவந்த 'மாலைமணி' என்ற நாளிதழின் ஆசிரியராகவும் பொறுப்பேற்றார் அண்ணா. இதுதவிர, 1953-ம் ஆண்டுமுதல் திராவிட முன்னேற்றக் கழகத்துக்காக 'நம் நாடு' என்ற இதழை யும் வெளியிட ஆரம்பித்தார்.

திராவிடர்களின் உணர்வுகளும் கோரிக்கைகளும், பிற மொழி பேசுபவர்களிடமும் சென்றுசேரவேண்டும் என்பது அண்ணா வின் நெடுநாள் விருப்பம். இதற்கென 1956-ம் ஆண்டில் 'ஹோம் லாண்ட்' (Home Land) என்ற ஆங்கிலப் பத்திரிகையைத் தொடங்கினார் அவர். தொடர்ந்து, 1966-ம் ஆண்டு 'ஹோம் ரூல்' (Home Rule) என்ற மற்றொரு ஆங்கிலப் பத்திரிகையும் தொடங்கப்பட்டது.

அறுபதுகளின் முற்பகுதியில் 'திராவிட நாடு' இதழின் உரிமம் நிறைவடைந்தபோது, அதைப் புதுப்பிப்பதற்குக் காலதாமதம் ஆனது. அந்தச் சூழ்நிலையில், அண்ணாவின் மகன் இளங் கோவன் நடத்திவந்த 'காஞ்சி' என்ற இலக்கிய இதழை அண்ணா ஏற்றுக்கொண்டு அதைத் தன்னுடைய தொண்டர்களுக்கான இதழாகத் தொடர்ந்து நடத்தினார்.

சிக்கலான அரசியல் விஷயங்களையும் எளிமையாகப் புரியும்படி அழகாகச் சொல்லும் திறன்தான் அண்ணாவின் மிகப் பெரிய பலம்.

இந்த இதழ்களில் - நாடகங்கள், கட்டுரைகள், கடிதங்கள், சிறு கதைகள், கவிதைகள், விவாதங்கள், குறிப்புகள் எனப் பல விதமான படைப்புகளை அண்ணா வழங்கியிருக்கிறார். அவர் தொடர்ந்து எழுதிவந்த பரதன் - வீரன் வாதங்கள் மற்றும் தலை யங்கங்கள் ெண்தாண்டர்களைக் கவர்ந்து விழிப்புணர்வூட்டிய துடன், பல தலைவர்களை கவரவும் செய்தது.

அண்ணாவின் எழுத்துப் பணிகள், பெரும்பாலும் ராத்திரி நேரத் தில்தான் நடைபெற்றன. ஊர் அடங்கியபிறகுதான், சுறுசுறுப் பாகக் காலை மடக்கிப்போட்டு உட்கார்ந்துகொண்டு மணிக் கணக்காக எழுதுவார் அண்ணா.

இந்தப் பழக்கம், அவருடைய கல்லூரிக் காலத்தில் வந்தது. அப்போது, பகலில் அமைதியாகப் படிக்க ஏற்ற சூழல் இல்லாததால், இரவு நேரங்களில் நீண்டநேரம் கண்விழித்துப் படிக்கத் தொடங்கினார் அண்ணா. பின்னர், இதுவே அவருடைய நிரந்தர எழுத்து நேரமாகவும் ஆகிவிட்டது.

பல மணி நேரம் தொடர்ந்து எழுதும் அண்ணா, கடிகாரத்தைப் பார்ப்பதே கிடையாது. விடிகாலைவரை அவர் விழித்திருந்து எழுதிய நாள்களும் உண்டு. இதனை, 'கரமும் வலிக்கிறது, காக மும் கரைகிறது' என்று அவருக்கே உரிய பாணியில் ஒருமுறை எழுதியிருக்கிறார் அவர்.

எழுத்துப் பணியில் மூழ்கிவிட்டால், சுற்றியிருப்பவர்கள் யார் என்ன பேசினாலும் அண்ணாவின் காதில் விழாது. தன்னுடைய வேலையில் மட்டும்தான் முழுக் கவனம் செலுத்திக்கொண்டு இருப்பார்.

தனித்தனித் தாள்களைக் கத்தையாக நறுக்கி வைத்துக்கொண்டு, அவற்றை ஒவ்வொன்றாக எழுதி அடுக்குவது அண்ணாவின் வழக்கம். சுறுசுறுப்புக்காக - அவ்வப்போது தேநீர் அல்லது கொஞ்சம் பொடி.

எழுதத் தொடங்குவதற்குமுன்பு, எழுதவேண்டிய விஷயத்தைப் பற்றி அண்ணா ஆழ்ந்து சிந்திப்பார். ஆனால் எழுதத் தொடங்கிய பின், மளமளவென்று தயக்கமில்லாமல், தடையில்லாமல் எழுதுவார். அதிக அடித்தல், திருத்தல்கள் இருக்காது.

கல்லூரிக் காலத்தில், அண்ணாவின் எழுத்துப் பணியானது கதை மற்றும் கட்டுரைகளில்தான் தொடங்கியது. மேடையில் பேசு வது போலவே, நீண்ட வாக்கியங்களை அடுக்குவதும் அவ ருடைய பாணி.

அண்ணாவின் கல்லூரி ஆசிரியர் ஒருவருக்கு, அவருடைய நீள வாக்கியங்கள் பிடிக்கவில்லை. அதை மாற்றவேண்டும் என்று அண்ணாவுக்கு ஆலோசனை சொன்னார் அவர்.

இதற்காக, வேண்டுமென்றே சின்னச் சின்ன வாக்கியங்களை அமைத்து ஒரு கட்டுரையை எழுதிக் காட்டினார் அண்ணா. அதைப் படித்துப் பார்த்துவிட்டு, தன்னுடைய ஆலோசனை தவறானது என்பதை உணர்ந்த ஆசிரியர், 'நீ உன்னுடைய பாணி யிலேயே எழுது' என்றார்.

அவ்வப்போது கவிதைகளும் எழுதியிருக்கிறார் அண்ணா. 'கவிதை அல்ல, கவிதையாக ஆக்கிக்கொள்ளலாம்' என்ற குறும்புக் குறிப்புடன்!

இதனால், அண்ணாவுக்குக் கவிதை வராது, பிடிக்காது என்றெல் லாம் அர்த்தம் இல்லை. புரட்சிக் கவிஞர் பாரதிதாசனுக்குப் பண முடிப்பைக் கொடுத்து, 'இந்தியாவில் உள்ள பெரிய மலைகள், நதிகள், பொழில்களையெல்லாம் சென்று பார்த்து, நீங்கள் பெறும் கருத்துகள் அனுபவங்களையெல்லாம் கவிதை வடிவத் தில் தரவேண்டும்' என்று கேட்டுக்கொள்ளும் அளவுக்குக் கவிதைகளின்பால் ஈடுபாடு கொண்டிருந்தவர்.

கவிதைகளைக் காட்டிலும், சிறுகதைகள்தான் அண்ணாவுக்கு உவப்பான எழுத்துவடிவமாக இருந்தது. தனது தனிப்பட்ட கருத்துகள், சிந்தனைகளில் தொடங்கி, அரசியல் நிலைப்பாடு களை விளக்குவதற்குக்கூட, சிறுகதைகளைச் சிறப்பாகப் பயன் படுத்திக்கொண்டிருக்கிறார் அவர்.

'சௌமியன்' என்ற புனைபெயரில் அண்ணா எழுதிய முதல் சிறுகதை, 1934-ம் ஆண்டு 'ஆனந்த விகடன்' இதழில் வெளி வந்தது. 'கொக்கரக்கோ' என்பது அந்தச் சிறுகதையின் பெயர்.

1909-ம் வருடம் - தமிழ் 'சௌமிய' ஆண்டில் பிறந்த அண்ணா, அதைக் குறிக்கும்வகையில் 'சௌமியன்' என்ற புனைப்பெயரைச் சூட்டிக்கொண்டார். அதன்பிறகு, 'சமதர்மன்', 'சம்மட்டி', 'ஒற்றன்', 'ஆணி', 'பரதன்' உள்ளிட்ட பல்வேறு புனைப் பெயர்களிலும் அவர் எழுதியதுண்டு.

சிறுகதைகள், குறுநாவல்கள், நாவல்கள் என்று புனைகதையின் எல்லா வடிவங்களிலும் தொடர்ந்து எழுதிவந்திருக்கிறார் அண்ணா. வடிவம் எதுவானாலும், சுவாரசியமான கதையமைப் பின் ஊடாகத் தனது இயக்கம் சார்ந்த கொள்கைகளை மக்கள் மனத்தில் ஊன்றுவதை, அவர் ஒரு கடமையாகவே எண்ணிச் செய்து வந்தார் (அண்ணாவின் படைப்புகள், அவர் பயன்

படுத்திய புனைப்பெயர்களின் விரிவான பட்டியல் இந்நூலின் இறுதியில் பிற்சேர்க்கையாகச் சேர்க்கப்பட்டுள்ளது).

புனைகதைகளைப்போலவே, அண்ணா விரும்பிப் பயன் படுத்திய இன்னோர் இலக்கிய வடிவம் - நாடகங்கள். சிறுகதை கள் நாவல்களைக்காட்டிலும், நாடகங்கள்தான் கொள்கைப் பிரசாரத்துக்கு உகந்தவை என்று நம்பினார் அண்ணா.

இந்த எண்ணத்தின் பின்னணியில் இரண்டு காரணங்கள் இருந்தன. முதலாவது, கதைகளை ஊன்றிப் படிக்கிறவர்களை விட நாடகங்களைப் பார்க்கும் பொதுமக்களின் எண்ணிக்கையே அதிகம். இதனால், நம் செய்தி அதிக பேரைச் சென்றடை வதற்கான வாய்ப்புகள் கூடுகின்றன.

இரண்டாவது காரணம் - சிறு பிள்ளைப் பருவத்திலிருந்தே, அண்ணாவுக்கு நாடக ஆர்வமும் ஈடுபாடும் இருந்தது.

பின்னர், நாடகக் குழுக்களுடன் நெருங்கிப் பழகும் வாய்ப்பு அண்ணாவுக்குக் கிடைத்தது. நாடக விமரிசனம், நாடகங்கள் எழுதுவது நடத்துவதுபற்றி அவர்களோடு விவாதிப்பது எனப் பல விஷயங்களை, நேரடியாகவும் சிறந்த நாடகக் கலைஞர் களுடனான கடிதப் போக்குவரத்தின்மூலமும் அண்ணா கற்றுக்கொண்டார்.

ஆரம்பகாலத்தில் கதை, கட்டுரைகள் மட்டுமே எழுதிக் கொண்டிருந்த அண்ணா, நாடகம் எழுதத் தொடங்கியதுகூட ஒரு சுவாரசியமான கதைதான்.

'கலைத்தாய் எனக்கு அளித்த முதல் புதல்வன்', 'நடிக மணி' - என்றெல்லாம் அண்ணாவால் அன்போடு அழைக்கப்பட்டவர், நடிகர் டி.வி. நாராயணசாமி. அவரைப் பார்ப்பதற்காக, அடிக்கடி அவ்வை டி.கே. சண்முகம் நாடகக் கம்பெனிக்குச் செல்வார் அண்ணா.

அப்போதுதான், அண்ணாவை ஒரு நாடகம் எழுதித் தரும்படி கேட்டுக்கொண்டார் டி.வி. நாராயணசாமி. அதன்பிறகு, அண்ணாவுக்குள்ளும் அந்த ஆர்வம் துளிர்த்துவிட்டது.

அண்ணாவின் இந்த நாடக ஆர்வம், பெரியாருக்குக் கொஞ்சமும் பிடிக்கவில்லை. ஆனால் அவருடைய எதிர்ப்பையும் மீறி,

ஏகப்பட்ட நாடகக் கலைஞர்கள் மற்றும் நாடகக் குழுக்களை ஆதரித்துக்கொண்டிருந்தார் அண்ணா.

அண்ணாவின் முதல் நாடகமான 'சந்திரோதயம்', 1943-ம் ஆண்டு வட ஆற்காடு மாவட்டம் திருவத்திபுரத்தில் அரங்கேறியது. அண்ணா எழுதி நடித்து இயக்கிய இந்த நாடகத்தை, புரட்சிக் கவிஞர் பாரதிதாசன் தலைமையேற்றுத் தொடங்கிவைத்தார்.

தொடர்ந்து, அண்ணா எழுதி நடத்திய முக்கியமான நாடகங் களில்,

- சிவாஜி கண்ட இந்து சாம்ராஜ்ஜியம் (சந்திரமோகன்),

- வேலைக்காரி,

- ஓர் இரவு,

- நல்ல தம்பி,

- காதல் ஜோதி,

- சொர்க்கவாசல்,

- பாவையின் பயணம்,

போன்றவற்றைச் சொல்லலாம். அப்போதெல்லாம், நாடகங்கள் என்றாலே புராண, சரித்திரச் சித்திரங்கள்தான். தமிழகத்தின் நாடக அரங்கங்களை, பெரும்பாலும் பிற்போக்கான செய்திகள் தான் ஆக்கிரமித்திருந்தன. அந்த நிலையை மாற்றி, அதனைச் சமூகக் கருத்துகளின்பக்கம் அழைத்துச் சென்றவர் அண்ணா.

'நாடகம்' என்ற சொல்லையே நாடு + அகம் என்று பிரித்து, 'நாட்டு நடப்புகளைத் தன்னகத்தே கொண்டது' என்று புது விளக்கம் கொடுத்தார் அண்ணா. நாடகங்களை, நேரடி மறை முகப் பிரசார சாதனங்களாகப் பயன்படுத்தமுடியும் என்பதை நன்கு உணர்ந்திருந்த அண்ணா, இந்த இருவகைகளிலும் தனது படைப்புகளை எழுதியிருக்கிறார்.

உணர்ச்சிமிகுந்த மற்றும் எழுச்சி தரக்கூடிய வசனங்கள், காட்சி அமைப்புகள் மற்றும் முற்போக்குக் கருத்துகளைக் கொண்டு தனது நாடகங்களை எழுதிக் குவித்தார் அண்ணா. அவரது நாடகங்களின் வாயிலாகத் தமிழகத்தின் மூலைமுடுக்கெல்லாம், அவர் சார்ந்திருந்த கழகத்தின் கொள்கைகள் சென்று சேர்ந்தன.

அவரது நாடகங்கள் மக்களிடையே நல்ல வரவேற்பைப் பெற்றுப் புகழடைந்ததையடுத்து, தமிழகம் முழுவதும் பிரபலமானார் அண்ணா. அந்தவிதத்தில், அரசியலுக்குமுன்பே கலைத் துறைதான் அவரைப் புகழின் உச்சிக்குக் கொண்டுசென்றது.

அந்நாளைய நாடக சினிமா நட்சத்திரங்கள் எல்லோரும், அண்ணாவின் வசனங்களைப் பேசி நடிக்கத் துடித்தார்கள். அதேபோல், அவரது நாடகங்களின்மூலம் புகழ்பெற்று நட்சத் திரங்களானவர்களும் உண்டு.

பிரபலமான ஓர் உதாரணம், சென்னையில் நடந்த 'சிவாஜி கண்ட இந்து சாம்ராஜ்ஜியம்' நாடகத்தில் சிவாஜியாக நடித்த வி.சி. கணேசன். அவரது அற்புதமான நடிப்பாற்றலைக் கண்டு அசந்துபோன பெரியார், அவரை 'சிவாஜி கணேசன்' என அழைத் தார். பின்னர், அந்தப் பெயரே அவருக்கு நிலைத்துவிட்டது.

'ஓர் இரவு' நாடகத்தைத் திருச்சியில் கண்ட எழுத்தாளர் கல்கி, அண்ணாவை 'தென்னாட்டு பெர்னாட்ஷா' என்று அழைத்து, 'இதோ இங்கேயும் ஒரு பெர்னாட்ஷா, இப்சன், கால்ஸ் வொர்த்தி' என்று மனமாரப் பாராட்டினார் அவர்.

அண்ணாவின் நாடகங்களை, தேர்ந்த விமரிசகர்கள் மட்டுமின்றி எல்லாத்தரப்பு ரசிகர்களும் ஆர்வத்தோடு பார்த்து ரசித்தார்கள். அவரது நாடகங்கள் அனைத்தும் பலமுறை அரங்கேறி, திராவிட முன்னேற்றக் கழகத்தின் பல்வேறு போராட்டங்கள், நலத் திட்டங்கள் மற்றும் தேர்தல் பணிகளுக்கு நிதி திரட்டுவதற்கு உதவியிருக்கின்றன.

ஆனால், நாடக வசூலைவிட அந்த நாடகம் சொல்லும் செய்தி மக்களைச் சரியாகச் சென்று சேர்ந்திருக்கிறதா என்பதில்தான் அண்ணாவின் கவனம் இருந்தது. அந்தக் கண்ணோட்டத்தில் சிந்திக்கிறபோது, தமிழ் மக்களிடையே நல்ல வரவேற்பு பெற்றிருந்த நாடகக் கலையை சமுதாய முன்னேற்றத்துக்கான கருவியாகப் பயன்படுத்தி மிகப் பெரிய வெற்றியடைந்தவர் அண்ணா.

இந்த எண்ணத்தின் தொடர்ச்சியாக, அண்ணாவின் பார்வை திரையுலகத்தின்மீதும் விழுந்தது.

திராவிட முன்னேற்றக் கழகம் தொடங்கப்பட்ட காலகட்டத்தில், கலைவாணர் என் எஸ் கிருஷ்ணனின் 'நல்ல தம்பி', நடிப்பிசைப்

புலவர் கே.ஆர். ராமசாமி நடித்த 'வேலைக்காரி' ஆகிய திரைப் படங்களுக்கு அண்ணா கதை வசனம் எழுதினார். புரட்சிகரமான சமூகச் சீர்திருத்தக் கருத்துகளைக் கொண்டிருந்த இந்தப் படங்கள், அண்ணாவின் கொள்கைகளைப் பறைசாற்றுவதற்கு மிகவும் பயன்பட்டன.

தொடர்ந்து, ஏ.வி.எம்மின் 'ஓர் இரவு', 'சொர்க்க வாசல்' ஆகிய திரைப்படங்களுக்குக் கதை வசனம் எழுதினார் அண்ணா. இதுதவிர 'நல்லவன் வாழ்வான்', 'எதையும் தாங்கும் இதயம்' படங்களுக்கு வசனமும், 'ரங்கோன் ராதா', 'தாய் மகளுக்குக் கட்டிய தாலி', 'காதல் ஜோதி', 'வண்டிக்காரன் மகன்' போன்ற படங்களுக்குக் கதையும் எழுதியிருக்கிறார் அவர்.

திரைத்துறையில் கதை வசனகர்த்தாவாக மட்டுமே பணி யாற்றிக்கொண்டிருந்த அண்ணா, நடிப்பு மற்றும் இயக்கத்தி லும் ஈடுபட முயன்றிருக்கிறார். ஆனால், கட்சிப் பணிகள் அவரை அந்த திசையில் அதிக தூரம் பயணம் செய்ய அனு மதிக்கவில்லை.

அந்தக் காலகட்டத்தில் வெளியாகிக்கொண்டிருந்த மற்ற தமிழ்த் திரைப்படங்களோடு ஒப்பிடுகையில், மேற்சொன்ன அண்ணா வின் படங்கள் அனைத்தும், மிகப் புதுமையானவையாகவும் புரட்சிகரமானவையாகவும் தெரிகின்றன. தமிழ்த் திரையுலகில் சமூக முன்னேற்றக் கருத்துகளுக்கும் வசனங்களுக்கும் வலுவான அடித்தளம் அமைத்துத்தந்தவர் என்று அண்ணாவைச் சொல்லலாம்.

சிறுகதையோ, கட்டுரையோ, நாடகமோ, திரைப்பட வசனமோ படைப்பு வகை எதுவானாலும் - அண்ணாவின் அடுக்குமொழி, அதன்வாயிலாகப் பளிச்சிடும் பகுத்தறிவு, சமூக முன்னேற்றக் கருத்துகளையெல்லாம், பாமரர்கள் தொடங்கி பண்டிதர்கள் வரை எல்லோரும் ரசித்தார்கள். அவரைப்போல அடுக்கு நடையில் மக்களை ஈர்க்கும்படி எழுதவேண்டும் என்று ஆசைப் பட்டு எழுதவந்த அடுத்த தலைமுறை மிகப் பெரியது.

ஆனால் ஒரு படைப்பு காலம் கடந்து நிற்கவேண்டுமானால், வெறும் அடுக்குமொழியும் கவர்ச்சியான எழுத்து பாணியும் போதாது என்பது அண்ணாவின் கருத்து. எழுத்தாளர்களுக்குச் சமூக அக்கறை அவசியம் என்று திரும்பத் திரும்ப வலி யுறுத்தியவர் அவர்.

அண்ணாவின் எழுத்தோவியங்களில் எல்லா தரப்பினராலும் விரும்பி ரசித்துப் பாராட்டப்படுபவை என்று பார்த்தால், அவர் 'தம்பிக்கு' எழுதிய கடிதங்கள்தான். மிக எளிமையான, எதிரில் உட்கார்ந்திருப்பவருடன் அன்பொழுகப் பேசுவதுபோன்ற நடையில் எழுதப்பட்ட இந்தக் கடிதங்களில் - அரசியல் சமூகக் கருத்துகளில் தொடங்கி, வாழ்க்கைக் குறிப்புகள், சிந்தனைகள், படித்த புத்தகங்களைப்பற்றிய பதிவுகள், அன்றாட நிகழ்வுகள் எனப் பல்வேறு விஷயங்களை, தம் தம்பிகளுடன் பகிர்ந்து கொண்டார் அண்ணா.

அரசியலுக்கு வந்தபிறகு, பல ஆண்டுகளாக இந்தக் கடிதங்களை மிகுந்த உற்சாகத்துடனும், ஈடுபாட்டுடனும் எழுதிவந்தார் அண்ணா. 'மனத்தில் ஏற்படும் சோர்வு, உனக்காக எழுதும்போது பெருமளவு குறைந்துபோவதுடன் புதிய தெம்பும் பிறக்கிறது' என்று தனது கடிதங்களைப்பற்றிக் குறிப்பிட்டிருக்கிறார் அண்ணா.

இவற்றை வாசிக்கும் தமது தம்பிகள், இந்தக் கடிதங்களை எப்படிப் பயன்படுத்தவேண்டும் என்பதையும் அண்ணாவே சொல்லியிருக்கிறார். 'ஒவ்வொரு பிரச்னையையும் உன்னிடம் எடுத்துக் கூறுவதன்மூலம், எனக்கே ஒரு தெளிவும் உறுதியும் பிறந்திடக் காண்கிறேன். நான் அளித்திடும் கருத்தினுக்கு, நறுமணத்தினையும் கூட்டி நாலு திசைகளிலும் சேர்த்திடுவாய் என்ற நம்பிக்கை கொண்டுள்ளேன்.'

1955-ம் ஆண்டுமுதல் 'தம்பிக்குக் கடிதங்கள்' எழுதத் தொடங்கிய அண்ணா, 'திராவிட நாடு' மற்றும் 'காஞ்சி' ஆகிய இதழ்களில் சுமார் இருநூற்றுத் தொண்ணூறு கடிதங்கள் எழுதியிருப்பதாகத் தெரிகிறது. இவைதவிர, 'ஹோம் லாண்ட்', 'ஹோம் ரூல்' இதழ்களில் அவர் எழுதிய இருபத்தாறு ஆங்கிலக் கடிதங்களும் கிடைத்துள்ளன.

அண்ணா இப்படி ஏராளமாக எழுதிக் குவித்ததன் எளிய ரகசியம் என்னவென்றால், அவர் ஏராளமாகப் படித்தார் என்பதுதான்.

நம்மைப்போல எப்போதாவது புத்தகங்கள் வாங்கச் செல்லும் ஆள் அல்ல அவர். தினசரிக் கடமைபோல் ஒவ்வொரு நாளும் புத்தகக் கடைகளுக்குச் சென்று, ஏதேனும் புதிய நூல்கள் வந்திருக்கின்றதா என்று ஆவலாகத் தேடுவார். இதற்கெனவே, ரயில் நிலையங்களில் பிளாட்ஃபார டிக்கெட் வாங்கி, அங்குள்ள

கடைகளில் புத்தகம் புரட்டிக்கொண்டிருந்த காலமும் அவர் வாழ்வில் உண்டு.

அநேகமாக, தினந்தோறும் புதுப் புத்தகங்களை வாங்கிக் கொண்டிருந்தார் அண்ணா. வாங்கிய வேகத்தில் அவற்றைப் படித்தும்விடுவார்.

ராத்திரி சுத்தமாக விரிக்கப்பட்டிருக்கும் அண்ணாவின் படுக்கை விரிப்பை காலையில் எழுந்து பார்த்தால், அவர் படித்துவிட்டுப் போட்ட புத்தகங்களால் நிரம்பியிருக்கும். இப்படி அறை முழுதும், அவர் படித்து ஜீரணித்துக்கொண்ட நூல்கள் சிதறிக் கிடக்கும். விறுவிறுவென்று தொடர்ச்சியாகப் பல நூல்களைப் படித்து முடிக்கிறவர் அண்ணா.

பள்ளி மற்றும் கல்லூரிக் காலங்களில், வறுமை காரணமாக நிறையப் பணம் கொடுத்துப் புத்தகங்கள் வாங்கமுடியாதபோது கூட, நிலைமையைச் சமாளிக்க அண்ணா இரண்டு வழிகளை வைத்திருந்தார்.

ஒன்று, பொது நூலகங்கள். அந்தக் காலகட்டத்தில் அண்ணாவின் பெரும்பாலான ஓய்வு நேரங்கள் நூலகங்களில்தான் கழிந்தன. காசு கொடுத்து வாங்கமுடியாத புத்தகங்களைக்கூட, இங்கே இலவசமாகவே பெற்றுப் படித்துவிடுகிற சந்தோஷம் அவருக்கு மிகவும் பிடித்திருந்தது.

அப்படியும் கிடைக்காத புத்தகங்களுக்கு அவர் கடைப்பிடித்த இரண்டாவது வழி இதுதான். தினந்தோறும் புத்தகக் கடைக்குச் சென்று, கொஞ்சம் கொஞ்சமாக அந்தப் புத்தகத்தைப் படித்து முடித்துவிடுவது!

தீவிர வாசகரான அண்ணா, அநேகமாக எல்லாவகைப் புத்தகங் களையும் படித்தார். மேல்நாட்டு அறிஞர்களின் அரசியல், சமூக, தத்துவக் கருத்துகள், இலக்கியப் படைப்புகள், தமிழ் இலக்கிய நூல்கள், பகவத் கீதை, பைபிள் உள்ளிட்ட ஆன்மிக நூல்கள் என்று எதையும் விட்டுவைக்கவில்லை.

இவற்றுள் அண்ணாவுக்கு மிகவும் பிடித்தவை என்று பார்த்தால், சில தலைப்புகளைச் சொல்லமுடியும். வரலாறு, சமூக மற்றும் அரசியல் சார்ந்த நூல்கள், அறிவுரைகள், பகுத்தறிவுச் சிந்தனைப் படைப்புகள்.

வெறுமனே படிப்பதோடு நிறுத்திவிடாமல், அப்படிப் படித்துப் புரிந்துகொண்ட விஷயங்களையும் அதுபற்றிய தனது கருத்துகள் விமரிசனங்களையும், நண்பர்களோடு மணிக்கணக்கில் விவாதம் செய்வார் அண்ணா. மூக்குப்பொடி போட்டுக்கொண்டே வாதம் செய்வதும், அவருக்கு மிகப் பிடித்தமான விஷயம்.

எழுதுவது வாசிப்பதுதவிர, அண்ணாவுக்குப் பிரியமான விஷ யங்கள் எதுவென்று பார்த்தால், குழந்தைகளுடன் விளையாடு வது. இதேபோல், மிருகங்களின்மீதும் அளவற்ற அன்பு செலுத் திய அவர், நாய், மாடு, மயில், குருவி என்று ஏகப்பட்ட ஜீவராசிகளை வளர்க்கவும் செய்திருக்கிறார்.

இத்தனைக்குப் பிறகும் நேரம் போகாவிட்டால், காஞ்சிபுரம் சென்று தன்னுடைய சிறுவயது நண்பர்களுடன் உற்சாகமாகப் பேசித் தீர்ப்பார் அண்ணா. அவர்களோடு தேநீர் அருந்தியபடி, கடலை, பகோடா என்று ஏதேனும் காரவகை (இனிப்பு அவருக்குப் பிடிக்காது) நொறுக்குத் தீனிகளைக் காலி செய்வார்.

அடிப்படையில் அண்ணா, மிகவும் சிக்கனமான மனிதர். ஆடம்பரமான, அநாவசியமான செலவுகள் அவருக்குப் பிடிக் காத விஷயம். முதலமைச்சர் பதவியில் இருந்தபோதுகூட, எங்கேயும் தனக்கென்று அவர் எந்த வசதியும் கேட்டுக்கொண்ட தில்லை. படுத்துக்கொள்ள தலையணைகூட வேண்டாம்.

'உயரே செல்லும்போது, அதிகப் பணிவோடு இருக்கவேண்டும்' என்று அடிக்கடி சொல்கிறவர் அண்ணா. இதற்காகத்தானோ என்னவோ, கடைசிவரை அவர் ஆடை அலங்காரங்கள், நகை நட்டுகள் போன்ற விஷயங்களில் கவனம் செலுத்தியதில்லை.

ஒருமுறை, நடிகவேள் எம்.ஆர். ராதா அண்ணாவுக்கு ஒரு மோதிரம் அணிவித்தார். ஆனால், அதனை ராதாவிடமே திருப்பிக் கொடுத்துவிட்டார் அண்ணா.

நடிகவேள் வருத்தத்துடன் விசாரித்தபோது, அவரிடம் நிதான மாக தன்னுடைய காரணத்தைச் சொன்னார் அண்ணா. 'நான் நினைச்ச இடத்திலே படுப்பேன். படுத்தவுடன் தூங்கிடுவேன். இதையெல்லாம் போட்டுக்கிட்டுப் படுத்தா தூக்கம் வராது, பயம்தான் வரும். எவனாவது கழட்டிகிட்டுப் போய்டு வானோன்னு!'

கதாசிரியர், கவிஞர், வசனகர்த்தா என்று தொடங்கி, தனது எழுத்து வாழ்வில் ஏகப்பட்ட அவதாரங்களை எடுத்திருக்கிறார் அண்ணா. படைப்பிலக்கியத்தின் சகல துறைகளையும் ஓரளவு தீவிரமாகவே முயன்றுபார்த்திருக்கும் அண்ணா, எப்போதாவது பொழுதுபோக்காக ஓவியங்கள் வரைவது உண்டு. 'நான் ஓவியன் அல்லன். ஓவியம் தீட்ட, கற்றுத் தோற்றவன்!' என்று இதுபற்றி வேடிக்கையாகக் குறிப்பிட்டிருக்கிறார் அவர்.

இதேபோல், 'கவி பாடிட நினைப்பு இருந்தும், அதில் முயற்சி செய்யாமலே காலத்தைக் கடத்தியவன்' என்று தன்னை வர்ணித்துக்கொள்ளும் அவர், தொடர்ந்து 'உள்ளத்தில் பதிந்ததை என்றும் மறவாமல் நினைவில் வைத்திருப்பேன்' என்கிறார்.

அந்தவகையில், அண்ணாவின் இலக்கியப் படைப்புகள் அனைத்தும், அவரது உள்ளக் கருத்துகளை தம்பிகளுக்கும், மற்றவர்களுக்கும் சென்று சேர்த்து, காலத்தால் அழியாமல் பதிவுசெய்துவிடுகிற முயற்சிகளாகவே அமைந்திருந்தன. அதில் மிகப் பெரிய வெற்றியும் அடைந்தவர் அண்ணா!

13

தென்னிந்தியாவில் தமிழ் பேசுபவர்கள் அதிகம் வாழும் மாநிலத்துக்கு, 'சென்னை', 'மதராஸ்' போன்ற பெயர்களை மாற்றி, 'தமிழ்நாடு' என்று பெயர் சூட்டவேண்டும் என்பது தமிழர்களின் நீண்டநாள் கோரிக்கையாக இருந்தது.

ஆனால் அடுத்தடுத்து வந்த 'சென்னை மாகாண' அரசுகள், ஏனோ இந்த விஷயத்தில்மட்டும் தீவிரம் காட்டவே இல்லை. 'பெயரில் என்ன இருக்கிறது?' என்று அலட்சியப்படுத்தி விட்டார் கள். எதிர்க்கட்சிகளின் கோரிக்கை விளக்கப் பொதுக்கூட்டங்கள், அறிக்கைகள், உண்ணா விரதங்கள், கடைசியில் சங்கரலிங்கனாரின் மரணம்கூட ஆட்சியாளர்களுடைய கண்களைத் திறக்கவில்லை.

1967-ல் திராவிட முன்னேற்றக் கழக ஆட்சி அமைந்தபிறகு, முதலமைச்சர் அண்ணா உடனடியாகக் கையில் எடுத்துக்கொண்ட விஷயங்களில் ஒன்று, இந்தப் பெயர் மாற்றம். அதே ஆண்டு ஜூலை மாதத்தில், சென்னை மாகாணத்தின் பெயரைத் 'தமிழ்நாடு' என மாற்றுகிற தீர்மானம் நிறைவேற்றப்பட்டது.

இதேபோல் தமிழக அரசின் சின்னத்தில், 'சத்ய மேவ ஜெயதே' என்று எழுதியிருந்ததையும்,

தமிழில் 'வாய்மையே வெல்லும்' என மாற்றி உத்தரவிட்டார் அண்ணா. 'செகரட்டேரியட்' என்ற அரசு அலுவலகம், 'தலைமைச் செயலகம்' என்று புதுப்பெயர் சூட்டிக்கொண்டது. 'ஆகாஷ்வாணி' மறைந்து, 'வானொலி' என்ற தமிழ்ப்பதம் காற்றலைகளில் மிதந்தது.

தேர்தல் பிரசாரத்தின்போது, ரூபாய்க்கு ஒரு படி அரிசி தருவதாக உறுதியளித்திருந்தார் அண்ணா. இதனை எதார்த்தத்தில் செயல்படுத்துவது மிகச் சிரமம் என்று பலர் தடுத்தபோதும், மக்களுக்குக் கொடுத்த வாக்கை மீறக் கூடாது என்பதற்காக, இதற்கான உடனடி முயற்சிகளில் இறங்கியது அண்ணாவின் அரசு.

'ரூபாய்க்கு ஒரு படி அரிசி'த் திட்டம், சென்னை மற்றும் கோவை நகரங்களில் சோதனை முறையில் அறிமுகப்படுத்தப்பட்டது. பின்னர் பல பிரச்னைகளால், இந்தத் திட்டத்தைக் கைவிட வேண்டியதாயிற்று.

எனினும், மக்களுக்குச் சிரமம் உண்டாக்கும் இதுபோன்ற உணவுத் தட்டுப்பாடுகள், விலையேற்றங்கள் ஏன் ஏற்படுகிறது என்பதுகுறித்து தீவிர ஆய்வுக்கு உத்தரவிட்டார் அண்ணா. உணவுப் பொருள்களைப் பதுக்குபவர்கள் மற்றும் கடத்துபவர்களைத் தடுக்க, தீவிர நடவடிக்கைகள் எடுக்கப்பட்டன.

இதற்கென்று தனி 'பறக்கும் படை' அமைத்த அண்ணா அரசு, தவறு செய்தவர்களை இரும்புக்கரம் கொண்டு அடக்கியது. விளையும் பொருள்கள், மக்களுக்குத் தடையின்றிக் கிடைப்பதற்கான வழிவகைகள் செய்யப்பட்டன.

அடுத்தகட்டமாக, உணவுக்கான கொள்முதல் வழிமுறைகளைச் சீர்ப்படுத்துவதில் கவனம் செலுத்தினார் அண்ணா. இதன்மூலம், தமிழகத்தின் விவசாய விளைபொருள்கள் உற்பத்தி மேம்பட்டதுடன் உணவு உற்பத்தியில் தன்னிறைவு அடையும் நிலையும் உண்டானது.

அண்ணா ஆட்சியின் இன்னொரு முக்கியமான சாதனை, சுய மரியாதைத் திருமணங்களுக்கு சட்டப் பாதுகாப்பு அளித்தது. தந்தை பெரியார் வழிகாட்டுதலின்பேரில், சுயமரியாதை முறைப்படி திருமணம் செய்துகொண்டவர்கள், இதன்மூலம் எல்லா உரிமைகளையும் பெற்றுப் பயனடைய முடிந்தது.

இதேபோல் கலப்புத் திருமணங்களை ஊக்குவிப்பதற்காக, வெவ் வேறு மதம் மற்றும் ஜாதியைச் சேர்ந்த தம்பதியினருக்கு பரிசுகள் அறிவிக்கப்பட்டன. விதவைகளை மறுமணம் செய்துகொள்கிற வர்களுக்கு, வேலைவாய்ப்பில் முன்னுரிமை வழங்கப்பட்டது.

அண்ணாவின் ஆட்சியில்தான், தமிழகப் பேருந்து வழித்தடங்கள் தேசியமயமாக்கப்பட்டன. போக்குவரத்து வசதிகள் எல்லா மக்களுக்கும் சரிவரக் கிடைக்காதபடி சிலர் ஆதிக்கம் செலுத்தி வந்தது, இதன்மூலம் தவிர்க்கப்பட்டது. இந்தவிதத்தில் இந்தியா வுக்கே முன்னுதாரணமாகத் திகழ்ந்தது தமிழ்நாடு.

எதிர்க்கட்சியாக இருந்தவரை, ஹிந்தித் திணிப்பை ஒருபோதும் அனுமதிக்கமாட்டோம் என்று போராடிவந்த திராவிட முன் னேற்றக் கழகம், ஆட்சிக்கு வந்ததும், தமிழ்நாட்டில் தமிழ் - ஆங்கிலம் - ஹிந்தி என்கிற மும்மொழித் திட்டத்தை அகற்றி, தமிழ்-ஆங்கிலம் என்ற இருமொழித் திட்டத்தைக் கொண்டு வந்தது.

இதன்மூலம், அரசு நடவடிக்கைகள் - கல்வி வழிமுறைகளில் தொடங்கி, சகலமும் தமிழ், ஆங்கிலம் ஆகிய இருமொழிகளின் வாயிலாகவே நடைபெறுகின்ற நிலை ஏற்பட்டது. இதன்மூலம், ஹிந்தி படித்தால்தான் முன்னேறமுடியும் என்கிற கட்டாயம் ஒருவழியாகத் தமிழகத்தில் முடிவுக்கு வந்தது.

தனது ஆட்சியின் முப்பெரும் சாதனைகளாக அண்ணா குறிப்பிட்டவை:

- தமிழ்நாடு பெயர் மாற்றம்.
- சுயமரியாதைத்   திருமணங்களுக்குச்   சட்டவடிவம் கொடுத்தது.
- ஹிந்திக்கு இடம் அளிக்காத இருமொழிக் கொள்கை.

இந்த மூன்றுமே, திராவிட முன்னேற்றக் கழகமும் திராவிடர் கழகமும் பல ஆண்டுகளாகப் போராடிக் கொண்டிருந்த கோரிக்கைகள்தான். அந்தப் போராட்ட விதைகளின் பலன் களுக்காகப் பொறுமையாகக் காத்திருந்து மிகச் சரியான நேரத் தில் அறுவடை செய்த அண்ணா, 'இனி யாராலும், மக்களின் எதிர்ப்பு இல்லாமல் இவற்றை மாற்றிவிடமுடியாது' என்று பெருமிதத்துடன் சொல்லியிருக்கிறார்.

சமூகப் பணிகள் அனைத்தையும் அரசாங்கமே செயல்படுத்திக் கொண்டிருக்கமுடியாது என்று கருதிய அண்ணா, இதற்காகச் 'சீரணிப் படை' ஒன்றை அமைத்தார். சென்னையில் தொடங்கி, பிறகு ஒவ்வொரு மாவட்டத்திலும் ஆர்வமுள்ள இளைஞர்கள் சுமார் ஆயிரம் பேர் இதற்காகத் தேர்ந்தெடுக்கப்பட்டார்கள்.

இவர்கள் எல்லோரும், எந்தவிதமான ஊதியமும் பெற்றுக் கொள்ளாமல், 'சீரணிப் படை'க்காகத் தங்களுடைய உழைப்பை வழங்க முன்வந்தவர்கள் என்பதுதான் இங்கே முக்கியமான தகவல். இவர்களுடைய துணையுடன், தமிழகத்தின் மூலை முடுக்குகளில்கூட முதியோர் கல்வி, குடும்பக் கட்டுப்பாடு, சுகாதாரம், உடல்நலம் பேணுதல் பற்றிய அறிவூட்டுதல், முதலுதவி, தீத் தடுப்பு என்று பல்வேறு நலப் பணிகளையும் சிறப்பாகச் செயல்படுத்தியது அண்ணாவின் அரசு.

கட்சி வேறுபாடு இன்றிச் செயல்படுத்தப்பட்ட இந்த 'நமக்கு நாமே' திட்டம், பலருடைய பாராட்டுகளைப் பெற்றது. நம்மைப்போன்ற வளரும் தேசம் ஒன்றில், மக்கள் ஒத்துழைத் தால்தான் முன்னேற்றத்தை விரைவாக்கமுடியும் என்பதை நேருக்கு நேர் நிரூபித்துக் காட்டினார் அண்ணா.

1968-ம் ஆண்டு தொடக்கத்தில், இரண்டாவது உலகத் தமிழ் மாநாட்டை மிகப் பிரும்மாண்டமான முறையில் நடத்தியது அண்ணா அரசு. இதையொட்டி, சென்னை கடற்கரையில் திருவள்ளுவர், ஔவையார், இளங்கோ அடிகள், கண்ணகி, கம்பர், பாரதியார், பாரதிதாசன், உ.வே.சா., ஜி.யு. போப், கால்டுவெல் என்று பல தமிழ்ப் பெரியோர்களின் கம்பீரமான சிலைகள் எழுந்தன.

இப்படி அண்ணா ஆட்சியின் முக்கியமான அம்சங்கள், சாதனை களை இன்னும் நிறைய சொல்லிக்கொண்டே போகலாம். ஒரு சுருக்கமான பட்டியல் இங்கே:

- கூவம் நதிச் சீரமைப்பு திட்டம்.
- வீராணம் ஏரியிலிருந்து சென்னைக்குக் குடிநீர் கொண்டு வரும் திட்டம்.
- மே தினத்தை பொது விடுமுறை நாளாக அறிவித்தது.
- கை ரிக்ஷா ஒழிப்பு.

- குடிசைப் பகுதி மக்களுக்கான மறுவாழ்வுத் திட்டங்கள், அவர்களுக்குத் தீப்பிடிக்காத கல்நார் கூரை வீடுகள் அமைத்துத் தந்தது.
- சிக்கனமான நிர்வாகம், அமைச்சர்களுக்கு ஊதியக் குறைப்பு, ஆடம்பரம், அநாவசிய செலவுகள் குறைப்பு.
- விவசாயிகளுக்கு உதவிகரமான வரிவிலக்குகள்.
- ஏழைகளுக்கு பியுசி வகுப்புவரை இலவசக் கல்வி.
- கோவை மற்றும் அதைச் சுற்றியுள்ள பகுதிகளில் பஞ்சாலைத் தொழிலாளர்களின் கோரிக்கைகளை நிறை வேற்ற ஆவன செய்தது.
- தீவிர மதுவிலக்குக் கொள்கையை அமுல்படுத்தியது.

அண்ணாவின் தலைமையிலான ஆட்சி - இரண்டு ஆண்டுகள்கூட நீடிக்கவில்லை என்று சொன்னால், பலர் நம்பக்கூட மாட்டார் கள். அந்த அளவுக்கு, தான் செய்த புரட்சிகள் மாற்றங்களின் மூலம் ஒரு நிறைவான ஆட்சியைக் கொடுத்த அண்ணா.

அடிப்படையில் மிகவும் தன்னம்பிக்கை மிகுந்த அண்ணா, தன்னுடைய ஆற்றலை தானே நன்கு அறிந்தவரும்கூட! இதனால்தான், கட்சியிலும் சரி ஆட்சியிலும் சரி - அடுத்த நிலைத் தலைவர்கள் தன்னைவிடச் சிறப்பாக வளர்ந்து விடுவார்களோ என்கிற பயமோ பதற்றமோ அவருக்கு எப்போதும் இருந்ததில்லை. சொல்லப்போனால், தன்னுடைய தம்பிகள் எல்லோரையும் வளரவிட்டு அழகு பார்த்தவர் அவர்.

தன்னை எதிர்த்தவர்களிடம்கூட, அன்போடு பழகும் பண்பு அண்ணாவிடம் இருந்தது. 'வாழ்க வசவாளர்' என்று எதிரிகளை யும் மனமார வாழ்த்திய அபூர்வ மனிதர் அவர்.

உண்மையில், அவரைத்தான் பலர் அரசியல் எதிரியாகப் பார்த்தார்கள். ஆனால் அவரோ, யாரையும் அப்படி நினைக்க வில்லை. இதற்கு சிறந்த உதாரணமாக, திராவிடர் கழகப் பிரமுகர் அழகிரிமீது அவர் கொண்டிருந்த அன்பைக் குறிப்பிடலாம்.

அரசியல் மேடைகளில் அண்ணாவைக் கடுமையாகத் தாக்கிப் பேசியவர் அழகிரி. ஆனால் அவர் நோய்வாய்ப்பட்டிருந்த போது, முதலில் நீண்ட உதவிக்கரம் அண்ணாவுடையதுதான்.

நேரடியாகவும் மறைமுகமாகவும் ஏகப்பட்ட பொருளுதவி செய்து, அழகிரியைக் காப்பாற்றப் பாடுபட்டார் அண்ணா.

இதனால்தான் அண்ணாவை அவரது தம்பிகள், 'தென்னாட்டு காந்தி' என்று அன்போடு குறிப்பிடுகிறார்கள். பகைவர்களைக் கூட மன்னித்துவிடும் பண்போடு நடக்கும் அவரது அடக்க குணமும், எந்தச் சூழ்நிலையிலும் வன்முறைக்கு இணங்காத அவருடைய மனோபாவமும் - மகாத்மா காந்திக்கு இணை யானவைதான்.

அரசியலைப் பொறுத்தவரை, அண்ணாவுக்கு எந்த வெற்றியும் உடனடியாகக் கிடைத்துவிடவில்லை. ஆனால், 'காத்திருக்கப் பழகியவன் நான்' என்று இதுபற்றி அவரே குறிப்பிட்டிருப்ப துடன், 'நான் ஒன்றும் அவசரக்காரனல்ல. நான் எதிலும் அவசரப் பட்டதில்லை. அவசரப்பட்டுப் பேசியதுமில்லை. நடந்ததும் இல்லை. பொறுத்துக்கொள்வேன், தாங்கிக்கொள்வேன்!' என்கிறார்.

முதலில் ஜஸ்டிஸ் கட்சியிலும், பின்னர் திராவிடர் கழகத்திலும் பணியாற்றியபோது, பெரியாருடன் மன வேறுபாடுகள் ஏற்பட்ட போது, பெரியார், காமராஜர் என்ற இரு பெரும் தலைவர்களை ஒரேநேரத்தில் தன்னந்தனியே எதிர்க்கவேண்டியிருந்தபோது, காங்கிரஸின் பலமான போட்டியைச் சமாளித்து தேர்தல்களைச் சந்திக்கவேண்டியிருந்தபோது என பல்றே சூழ்நிலைகளில், அண்ணாவின் பொறுமையான நிதானமான அணுகுமுறைதான் அவரைக் காப்பாற்றியது, உயர்த்தியது என்று கூறலாம்.

தனி மனிதத் தாக்குதலை, முடிந்தவரை தவிர்த்தவர் அண்ணா. கருத்து வேறுபாடு ஏற்பட்டாலும்கூட - யாரையும் நேரடியாகக் குற்றம் சாட்டாமல், தனது எண்ணங்களை நாசூக்காகச் சுட்டிக் காட்டப் பழகியவர்.

எதிர்க்கட்சியினர் என்றாலே அவர்கள் நமக்கு எதிரிகள் என்று தீவிரமாக நினைக்கும் மனப்போக்கே, இன்றைக்கும் இருக் கிறது. ஆனால், யார் என்ன நல்லது செய்தாலும் அதைப் பாராட்டும் பெருந்தன்மை அண்ணாவிடம் இருந்தது.

உதாரணமாக, காமராஜர் அகில இந்தியக் காங்கிரஸ் தலைவ ராகத் தேர்ந்தெடுக்கப்பட்டபோது, ஒரு தமிழருக்கு இந்த கௌரவம் கிடைத்திருப்பது குறித்துப் பெருமை அடைந்ததாகச் சொல்லி மகிழ்ந்தார் அண்ணா.

இதேபோல், காங்கிரஸ் ஆட்சியின் தவறுகளைக் கண்டித்துப் போராட்டம் அறிவிக்கிற அண்ணாவின் அதே வேகம், அவர்களது நல்ல பணிகளைப் பாராட்டுவதிலும் தென்பட்டது.

ஆனால், இப்படி அடிக்கடி எதிர்க்கட்சியினரைப் பாராட்டிக் கொண்டிருப்பது நல்லதுதானா? இதையெல்லாம் கேட்டு விட்டு, பொதுமக்களோ நம்முடைய தொண்டர்களோ, ஏன் நாமோகூட அவர்கள்பக்கம் சாய்ந்துவிட மாட்டோமா?

நம்முடைய கொள்கையில் நமக்கு அழுத்தமான நம்பிக்கை இருந்தால், அப்படி ஓர் அபாயம் நிச்சயமாக வராது என்று நம்பினார் அண்ணா. 'தகுதி மிக்கவர்கள் மற்றும் நிலைமையில் உயர்ந்தவர்கள் மாற்று முகாமில் இருந்தாலும், அவர்களிடம் நமக்கு மிகுந்த மதிப்பு எழுந்தாலும்கூட, நமது கொள்கையை விட்டுக்கொடுக்கும் மனப்போக்கு வரவே வராது!' என்பது அவரது உறுதியான எண்ணம்.

எதிலும் அதிகம் உணர்ச்சிவயப்படாத, அறிவுப்பூர்வமான, மிக நிதானமான இந்த அணுகுமுறைதான் - அண்ணாவின் பெரிய பலம்.

தவறு செய்தவர்களைக்கூட, நளினமானமுறையில் கண்டிக் கிறவர் அண்ணா. அவர்களுடைய பிழையை வலிக்காமல் சுட்டிக் காட்டுவார். அவர்கள் திருந்துவதற்குச் சந்தர்ப்பம் கொடுப்பார். திருந்தியபிறகு, மீண்டும் பழையபடி அரவணைத்துச் செல்வார். இதனால், எத்தனை சிரமமானவர்களையும்கூட அவரால் மிகச் சுலபமாகச் சமாளிக்கமுடிந்தது.

இந்த மனப்போக்கால் அண்ணாவுக்கு விரோதிகளே இல்லாத போது, 'நிரந்தர விரோதிகள்' என்ற வார்த்தைக்கே வேலை இல்லை. அரசியல் போட்டி மற்றும் மாற்றுக் கருத்துகள் போன்ற எவையும், அவரது இந்தப் பரந்த சிந்தனையைப் பாதிக்க வில்லை.

அதெல்லாம் சரி. அண்ணாவிடம் குறைகளே கிடையாதா?

அப்படிச் சொல்வதை அண்ணாவே ஒப்புக்கொள்ளமாட்டார். காரணம், தனது குறைபாடுகளாக அவரே பல விஷயங்களை அவ்வப்போது குறிப்பிட்டிருக்கிறார்.

- கனவு காண்பது.

- மிகக் கஷ்டமான நெருக்கடியின்போது, சர்வசாதாரண மாகக் கருதிக்கொண்டு சிரித்துக் கிடப்பது.

- சிறு சங்கடமென்றாலும், பெருத்த குழப்பத்தில் ஆழ்ந்து விடுவது.

- சிக்கல்களை அறுத்து, எல்லோரும் ஒப்புக்கொள்ளத்தக்க தீர்வை அளிப்பதற்கான ஆற்றல் பெரிய அளவில் இல்லாதது.

இப்படி சராசரி மனிதர்களிடம் இருக்கும் சிற்சில குறைபாடுகள் அவரிடமும் தென்பட்டன. ஆனால் இவற்றையெல்லாம் மீறி, தனது நிதானமான, பொறுமையான, எல்லோருக்கும் நல்லவ ராகத் திகழும் அணுகுமுறையால், அவரால் தமிழகத்தின் மிக உயர்ந்த தலைவராக, அனைவராலும் மதிக்கப்பட்ட பெரு மகனாக வளரமுடிந்திருக்கிறது என்பதைப் பார்க்கும்போது, குறையொன்றும் இல்லை அண்ணா!

14 நெஞ்சில் நெருப்பு

அரசியலுக்கும் சமையல் பாத்திரங்களுக்கும் என்ன சம்பந்தம்?

சம்பந்தம் இருக்கிறது. அறுபதுகளின் மத்தியில், 'தம்பிக்கு' எழுதிய கடிதம் ஒன்றில், அரசியல் சமூகப் பணிகளை - சமையல் செய்ய உதவும் பாத்திரங்களோடு ஒப்பிட்டு எழுதியிருக்கிறார் அண்ணா.

அடுப்பு எரிந்துகொண்டிருக்கிறது. சமைய லுக்குத் தேவையான காய்கறிகளை ஒழுங்காக நறுக்கி வைத்திருக்கிறோம். அடுத்து? அந்தக் காய்களை அப்படியே அடுப்புக்குள் போட்டு வேகவைத்துவிட முடியுமா?

முடியாது. அப்படிச் செய்தால், எல்லாக் காய் களும் கருகிப்போய்விடும். காய் வேகவேண்டு மானால், நெருப்பின் வெப்பமும் தேவை. ஆனால், அந்த வெப்பம் காய்களைக் கருக்காத படி போதுமான அளவில் சரியான முறையில் அளிக்கப்படவேண்டும். இதற்காகத்தான், ஒரு பாத்திரத்தைப் பயன்படுத்துகிறோம்.

அடுப்பின் நேரடி வெப்பத்தை, பாத்திரம் ஏற்றுக் கொள்கிறது. பின்னர், அதிலிருந்து தேவையான அளவு வெப்பத்தைமட்டும் காய்க்குத் திருப்பி

விடுகிறது. இதன்மூலம், காய் வெந்து சுவையான பண்டமாகி விடுகிறது.

ஆனால் அதேசமயம், நெருப்பில் நேரடியாக வெந்த அந்தப் பாத்திரத்தின் கதி என்ன? சூடுபட்டு, கரி பிடித்துப்போய் விடுகிறது.

இந்த உவமையை தமது தம்பிகளுக்கு விளக்கிச் சொன்ன அண்ணா, 'கழகத்துக்கு நான் அப்படிப்பட்ட ஒரு பாத்திரமாக இருப்பதால் மகிழ்கிறேன்' என்றவர், 'வேதனை முழுவதையும் நான் தாங்கிக்கொள்கிறேன். வெப்பத்தை பாத்திரம்போல - நாம் இடையே இருந்து தாங்கிக்கொண்டால்தான், சமையல் காரியம் ஒழுங்காக முடியும்!' என்றார்.

தன்னுடைய உடல்நலம், ஆரோக்கியத்தைப்பற்றி அக்கறை கொள்ளாமல் பொதுவாழ்வுக்காக ஓடியாடிப் பணியாற்றும்படி தூண்டியது அண்ணாவின் இந்த எண்ணம்தான் என்றால் மிகையாகாது. இதனால், இந்தக் காலகட்டத்தில் அவ்வப்போது அவரைத் துன்புறுத்திய உடல் கோளாறுகளைக்கூட, அண்ணா அவ்வளவாகக் கண்டுகொள்ளவே இல்லை.

உதாரணமாக, அறுபதுகளின் முற்பகுதியில் அண்ணாவின் பின்னங்கழுத்தில் சிறிய கட்டி ஒன்று தோன்றி, தொல்லை தரத் தொடங்கியது. இதை வெளியே சொன்னால், மருத்துவர்கள் ஓய்வு எடுக்கச் சொல்லிவிடுவார்களோ என்கிற பயத்தில், பல மாதங்களாக இதுபற்றி மூச்சு விடாமல், வலியைப் பொறுத்துக் கொண்டிருந்தார் அண்ணா.

அதன்பிறகு, தனக்கு நன்கு அறிமுகமான நண்பரும் மருத்துவரு மான ரத்தினவேல் சுப்ரமணியத்திடம் இந்தக் கட்டியைக் காண்பித்து பரிசோதித்துக்கொண்டார் அண்ணா. அப்போதே, அது புற்றுநோய்க் கட்டியாக இருக்குமோ என்று ஒரு சந்தேகம் எழுந்தது.

ஆனால், தீவிர பரிசோதனைகளுக்குப்பிறகு - புற்றுநோய்க்கான அடையாளங்கள் எவையும் இல்லை என்று மருத்துவர்கள் உறுதி செய்துவிட்டார்கள். அறுவை சிகிச்சைமூலம் இந்தக் கட்டியைச் சுலபமாக எடுத்துவிடலாம் என்றார்கள்.

இதில் அண்ணாவுக்குச் சம்மதம் இல்லை. 'அநாவசியமாக ஆபரேஷனெல்லாம் எதற்கு?' என்று சும்மாவே இருந்து

விட்டார். பின்னர் 1963 ஜூலையில்தான், ஒருவழியாக அந்தக் கட்டி அறுவை சிகிச்சைமூலம் நீக்கப்பட்டது.

அண்ணா தமிழக முதல்வரானபிறகு, 1968 செப்டம்பரில் தொடங்கி, கடுமையான வயிற்றுவலி அவரைத் துன்புறுத்தலா னது. இதற்கு டாக்டர் ரத்தினவேல் சுப்ரமணியம் மேற்பார்வையில் வீட்டிலேயே இந்திய மருத்துவம் எடுத்துக்கொண்டார் அண்ணா.

இந்தமுறையும், மருத்துவர்களுக்கு கேன்ஸர் (புற்றுநோய்) சந்தேகம் எழுந்தது. அண்ணாவைப் பரிசோதனை செய்து பார்த்த போது, புற்றுநோய்க்கான அடையாளங்கள் கண்டறியப்பட்டன.

அதேசமயம், அண்ணாவின் உணவுக் குழாயில் வளர்ந்திருக்கும் சதையை நீக்குவதற்காக, ஓர் அறுவை சிகிச்சை செய்ய வேண்டி யிருப்பதும் தெரியவந்தது. இதற்காக, அவரை அமெரிக்கா அனுப்புவதென்றும் தீர்மானமானது.

இதற்குச் சில மாதங்கள் முன்புதான், அமெரிக்க அரசிலுள்ள யேல் பல்கலைக்கழகத்தின் அழைப்பை ஏற்று அமெரிக்கா சென்று திரும்பியிருந்தார் அண்ணா. அங்குள்ள மாணவர்களுக்கு திருக்குறள் வகுப்பு எடுத்த அண்ணா, அந்நாட்டு ஊடகங்கள் மற்றும் மக்கள் மத்தியில் இந்திய அரசின் பிரதிநிதியாகக் கம்பீர முகம் காட்டியிருந்தார்.

இப்போது அதே அண்ணா, சிகிச்சைக்காக அமெரிக்கா கிளம்ப வேண்டியிருந்தது. தந்தை பெரியார் உள்ளிட்ட அன்பர்களும் அமைச்சர்களும், கண்ணீர் கலந்த வாழ்த்துகளுடனும், பிரார்த்தனைகளுடனும் அவரை வழியனுப்பிவைத்தார்கள்.

அமெரிக்காவின் நியூயார்க் மெமோரியல் மருத்துவமனையில் அனுமதிக்கப்பட்ட அண்ணாவுக்கு, 1968 செப்டம்பர் 16-ம் தேதியன்று அறுவை சிகிச்சை நடைபெற்றது. புகழ் பெற்ற மருத்துவர் தியோடர் மில்லர், இந்த அறுவை சிகிச்சையை வெற்றிகரமாக நடத்திமுடித்தார்.

சிகிச்சைக்குப்பிறகு ஓய்வு எடுத்துக்கொண்டிருந்த அண்ணாவை, அப்போது அமெரிக்கா சென்றிருந்த இந்தியப் பிரதமர் இந்திரா காந்தி அண்ணாவைச் சந்தித்து நலம் விசாரித்தார். தன்னுடைய உடல் நலனைப்பற்றிப் பெரியார் மிகவும் கவலை கொண் டிருப்பதை அறிந்த அண்ணா, அவருக்கு தனிப்பட்டமுறையில்

ஒரு கடிதம் எழுதி, ‘உடல்நிலை நல்லவிதமாக முன்னேறி யிருக்கிறது’ எனத் தெரிவித்தார்.

ஆனால் உண்மையில், அண்ணாவைத் துன்புறுத்திக்கொண் டிருந்த புற்றுநோய் முழுமையாகக் குணமாகியிருக்கவில்லை, அது தனது அடுத்த நிலையை எட்டிவிடாமல் பார்த்துக்கொள்வது மிக மிக முக்கியம்.

இதற்காக, அண்ணாவின் மருத்துவர்கள் ‘ஆலோசனை’ என்ற பெயரில் அவருக்கு ஏகப்பட்ட எச்சரிக்கைக் குறிப்புகளைக் கொடுத்திருந்தார்கள். பொதுக் கூட்டங்கள், சட்டசபை என்று அதிக அலைச்சல் கூடாது. முடிந்தவரை எப்போதும், குளிர்சாதன வசதி கொண்ட அறையில்தான் இருக்கவேண்டும்.

எல்லாவற்றுக்கும் ‘சரி’ என்று தலையாட்டிவிட்டு, அமெரிக்கா விலிருந்து புறப்பட்டார் அண்ணா. நவம்பர் ஆறாம் தேதி இந்தியா திரும்பிய அவரை, தமிழகம் அன்போடு வரவேற்றது.

இதைப் பார்த்ததும், அண்ணாவுக்குப் பழைய நினைவுகள் பொங்கிவிட்டன. மருத்துவர்களின் ஆலோசனைக் கட்டளை களையெல்லாம் மறந்து, பழையபடி சுறுசுறுப்பாக இயங்கத் தொடங்கிவிட்டார்.

ஓய்வு எடுக்காவிட்டால்கூட பரவாயில்லை குளிர்சாதன வசதியாவது செய்துகொள்ளக் கூடாதா என்று அண்ணாவின் அன்பர்கள் கெஞ்சினார்கள். அதையும், ஆடம்பரம் என்று சொல்லி மறுத்துவிட்டார் அண்ணா.

விளைவு - கொஞ்சம்கொஞ்சமாக அவரது நோய் தீவிரமடைந்து, தாங்கமுடியாத வலி மற்றும் வேதனைக்கு ஆளானார் அண்ணா.

அதுமட்டுமில்லை, அண்ணாவின் உருவம் தனது கம்பீரத்தை இழக்கத் தொடங்கியது. புற்றுநோயின் தாக்கத்தால் உடல் இளைத்து, மெலிந்து, களைத்துப்போனது. அப்போது அண்ணாவைப் பார்த்த பலருக்கு, நலிந்து தொய்ந்த அவருடைய உருவத்தை அடையாளமே தெரியவில்லை.

ஆனால் இதையெல்லாம், அண்ணா ஒரு பெரிய விஷயமாகவே நினைக்கவில்லை. ‘என்னுடைய மன வலிமை, உடல் நலிவை ஈடு செய்யும்’ என்று தெம்போடு சொல்லிக்கொண்டிருந்தார் அவர்.

அண்ணா தலைமையிலான தி.மு.க. அரசு சென்னை மாகாணத் துக்குத் 'தமிழ்நாடு' என்று பெயர் மாற்றம் செய்ததை, மத்திய அரசு ஏற்றுக்கொண்டிருந்தது. இதற்காக ஏற்பாடு செய்யப் பட்டிருந்த விழாவில் கலந்துகொள்ளக் கிளம்பினார் அண்ணா.

முழு ஓய்வு எடுத்து உடலைத் தேற்றவேண்டிய நேரத்தில், இதுபோன்ற பொதுவிழாக்களுக்கெல்லாம் போகவேண்டாம் என்று அண்ணாவின் நண்பர்கள், குடும்ப உறுப்பினர்கள், கழகத் தம்பிகள் என்று யார் யாரோ சொல்லிப் பார்த்தார்கள். ஆனால், எதையும் அவர் ஏற்க மறுத்துவிட்டார்.

மகிழ்ச்சியோடு அந்தத் 'தமிழ்நாடு' விழாவில் கலந்துகொண்ட அண்ணா, 'இத்தகைய வாய்ப்பு வாழ்க்கையில் ஒருமுறைதான் வரும்' என்று பேசினார்.

இதேபோல், சென்னையில் கலைவாணருக்குச் சிலை அமைக்கப் பட்டிருக்கும் செய்தி வெளியானதும், அந்தத் திறப்பு விழாவிலும் கலந்துகொள்வேன் என்று பிடிவாதம் பிடிக்கத் தொடங்கி விட்டார் அண்ணா.

கலைவாணருடன் நல்ல நட்பும் அன்பும் கொண்டிருந்தவர் அண்ணா. 'என் எஸ் கிருஷ்ணன் சிலைத் திறப்பு விழாவுக்குப் போகாமல் இருக்கமுடியுமா?' என்று சொல்லிக் கிளம்பிய அவர், சிலையைத் திறந்துவைத்ததுடன், நோயின் தீவிரத்தைக் கொஞ்சம் கூட காட்டிக்கொள்ளாமல் மிகச் சிறப்பாகவும் பேசினார்.

கலைவாணர் என்.எஸ். கிருஷ்ணன், கடைசியாகக் கலந்து கொண்ட பொது நிகழ்ச்சி - அண்ணாவின் படத் திறப்பு. அதே போல், அந்த என்.எஸ். கிருஷ்ணன் சிலைத் திறப்புவிழாதான், அண்ணாவின் கடைசிப் பொது நிகழ்ச்சியாகவும் அமைந்து விட்டது.

1969-ம் ஆண்டு தொடங்கியதிலிருந்து, அண்ணாவின் உடல் நிலை மேலும் மோசமாக ஆரம்பித்தது. புற்றுநோயின் தீவிரம், அவரை படுத்தபடுக்கையாக்கிவிட்டது. இத்தனை ஆண்டு களாகத் தளராமல் வெப்பம் தாங்கிய பாத்திரத்துக்கு, இப்போது ஏதேனும் ஆகிவிடுமோ என்று தமிழகமே பதறித் தவித்தது.

இந்தக் காலகட்டத்தில், அண்ணாவின் குடும்பம்தான் அவருக்கு மிக ஆறுதலாக இருந்தது. அவரது மனைவி, மகன்கள், பேரன்,

பேத்திகள் என்று எல்லோரும் அண்ணாவை மிகக் கவனமாகப் பார்த்துக்கொண்டார்கள்.

அண்ணாவின் துணைவியாரான ராணி அம்மையார் - கழகத் தொண்டர்களால் 'அண்ணி' என்று அன்போடு அழைக்கப் பட்டவர், தமது கணவரின் பொதுவாழ்க்கைப் பணிகளுக்குப் பின்புலமாக இருந்து உதவுவதில் மிகுந்த நிறைவும் மகிழ்ச்சியும் கொண்டிருந்தவர்.

ஆரம்பத்தில், அண்ணா போராட்டத்தில் ஈடுபட்டு சிறைக்குச் சென்றபோது, 'அண்ணி'க்கு பயமாக இருந்தது. பின்னர், டாக்டர் தர்மாம்பாள் அம்மையார் உள்ளிட்ட மற்றவர்கள் அவருக்கு தைரியம் சொன்னார்கள். அப்போதிலிருந்தே, அவர் சமூகப் போராட்டங்களின் முக்கியத்துவம் மற்றும் பலன்களை புரிந்துகொள்ளத் தொடங்கினார்.

குடும்பக் கவலைகள் அண்ணாவைப் பாதிக்காதபடி பார்த்துக் கொண்டதுதான், ராணி அம்மையாரின் மிக முக்கியமான பங்களிப்பு. எனினும், அவரது கடமைகள் வீட்டோடு முடங்கி விடவில்லை. அண்ணாவுக்காக அவரது காஞ்சிபுரம் தொகுதி யில், வீடுவீடாகச் சென்று தேர்தல் பிரசாரத்திலும் ஈடுபட்டிருக் கிறார் அவர்.

முதலில், தன் கணவருக்காக வாக்குச் சேகரிக்கிறோம் என்கிற தனிப்பட்ட ஆர்வத்துடன்மட்டுமே இந்தப் பணியை மேற் கொள்ளத் தொடங்கிய ராணி அம்மையாருக்கு, சீக்கிரத்திலேயே பொதுக்கூட்டங்கள், கட்சிப் பத்திரிகைகள் ஆகியவற்றின்மூலம் கழகத்தின் கொள்கைகளில் மேலும் ஆர்வம் உண்டானது. இதனால், அவர் அதிக உற்சாகத்தோடு தேர்தல் பணிகளில் ஈடுபட்டார்.

அதன்பிறகு அண்ணாவின் ஆலோசனைப்படி, சமூகச் சிந்தனை களைப் பிரதிபலிக்கும் நல்ல புத்தகங்களைத் தேடி வாசிக்கத் தொடங்கினார் ராணி அம்மையார். அண்ணாவின் கருத்துகளால் கவரப்பட்டுத் தொடங்கப்பட்ட மகளிர் அணியிலும் அவர் பங்குபெற்றதுண்டு.

அண்ணா - ராணி அம்மையார் தம்பதியருக்குக் குழந்தைகள் இல்லை. ஆகவே, அண்ணாவின் உறவுப் பிள்ளைகளான பரிமளம், இளங்கோவன், கௌதமன், பாபு (ராசேந்திர சோழன்)

ஆகிய நான்கு பேரையும் தங்களின் குழந்தைகளாகத் தத்து எடுத்துக்கொண்டார்கள்.

உண்மையில் யாரையும் வெறுத்துப் பழக்கமில்லாத அண்ணா, மொத்தத் தமிழர்களையும் தன்னுடைய அன்புக்குரிய வாரிசு களாகத்தான் கருதினார். அதனால்தான், இப்படி ஒரு கொடுமை யான நோயால் அவர் தாக்கப்பட்டு, மருத்துவமனையில் அனுமதிக்கப்பட்டிருக்கிறார் என்ற செய்தி பரவியதுமே, தமிழ்ச் சமுதாயம் முழுதுமே பதறிப்போனது.

சென்னை அடையாறு புற்றுநோய் மருத்துவமனையில் சேர்க்கப் பட்டிருந்த அண்ணா, அப்போதே கிட்டத்தட்ட மூர்ச்சை நிலையில்தான் இருந்தார். அவருக்கு டாக்டர் சி.எஸ். சதாசிவம் தலைமையிலான குழு தீவிர சிகிச்சை அளிக்கத் தொடங்கியது. பின்னர், பம்பாய் 'டாடா நினைவு புற்றுநோய் மருத்துவ நிலையத்திலிருந்து இரண்டு மருத்துவர்கள் வரவழைக்கப் பட்டார்கள்.

தொடர்ந்த சிகிச்சைக்குப் பிறகும், அண்ணாவின் உடல்நிலை யில் எந்த முன்னேற்றமும் இல்லை. இதனால், முன்பு அவருக்கு சிகிச்சை செய்த டாக்டர் மில்லர், டாக்டர் ஹென்ஸ்கே ஆகி யோர் அமெரிக்காவிலிருந்து இந்தியா வந்தார்கள்.

இப்படியொரு சூழ்நிலையில், அமைச்சர்கள், தொண்டர்கள், பொதுமக்கள் என்று, எல்லோரும் அண்ணாவின் அருகே இருக்கத் துடித்தார்கள். தமிழகமெங்கும் பதற்றச் சூழல் நிலவியது. எல்லோரும் செய்தித்தாள்களிலும் வானொலிச் செய்திகளிலும், அண்ணாவைப்பற்றிய நல்ல சேதி ஏதும் கிடைக்காதா என்று ஏக்கத்துடன் தேடிக்கொண்டிருந்தார்கள்.

அடிப்படையில், அண்ணா ஒரு நாத்திகராக இருக்கலாம். ஆனால், அன்றைய தமிழகத்தில் எல்லா மதத்தைச் சார்ந்தவர் களும் அப்போது அவருக்காகப் பிரார்த்தனை செய்தது உண்மை.

அண்ணாவின் அரசியல் குருநாதரான பெரியார், இந்தச் செய்தியைக் கேள்விப்பட்டதும் பதறிப்போய் மருத்துவ மனைக்கு விரைந்தார். அண்ணாவை நேரில் பார்த்து நலம் விசாரித்தபிறகு, அடையாறிலேயே இருந்த கி. வீரமணியின் இல்லத்தில் தங்கிக்கொண்ட தந்தை பெரியார், அண்ணாவின் உடல்நிலையைப்பற்றித் தொடர்ந்து விசாரித்தபடி இருந்தார்.

அனுபவமிக்க பல மருத்துவர்களின் மேற்பார்வையில் அண்ணா வுக்கு சிகிச்சை தொடர்ந்தது. ஆனால், பெரிய பலன் ஏதும் தெரியவில்லை. மெல்லமெல்ல, அண்ணாவுக்கு நினைவு தப்பியது.

1969 பிப்ரவரி இரண்டாம் தேதி நள்ளிரவு கடந்து மூன்றாம் தேதி பிறந்த சில நிமிடங்களில், சிகிச்சை பலனின்றி அண்ணா மரண மடைந்தார்.

தமிழர்கள் அனைவரையும், பெரும் அதிர்ச்சியாகத் தாக்கிய மரணம் அது. அறுபது வயதுகூட நிறைந்திராத அண்ணாவை, தமிழகத்துக்கு இவரால் இன்னும் ஏராளமான நன்மைகள் கிடைக்கப்போகிறது என்று எல்லோரும் நினைத்துக் கொண்டிருந்த வேளையில், அவர் ஆட்சிக்கு வந்த இரண்டே ஆண்டுகளில் அவர் உயிரைப் பறித்துவிட்டது புற்றுநோய்.

கூட்டங்களில் அண்ணா பேசிக்கொண்டிருக்கும்போது, எங்கோ ஒரு மூலையில் சிறு சலசலப்பு ஏற்பட்டால்கூட, உடனடியாகப் பேச்சை முடித்துக்கொண்டுவிடுவார். அவரது இந்தச் சுபா வத்தைச் சுட்டிக்காட்டிய அமைச்சர் நெடுஞ்செழியன், 'அதே போலத்தான், தனது வாழ்க்கையையும் திடீரென முடித்துக் கொண்டுவிட்டார் அண்ணா' என்று வேதனையுடன் குறிப் பிட்டார்.

ஏதோ தங்கள் வீட்டிலேயே ஒரு துக்கம் நேர்ந்துவிட்டதுபோல் வேதனையில் அழுது புரண்ட தமிழர்கள், அண்ணாவுக்கு இறுதி அஞ்சலி செலுத்துவதற்காகத் தமிழகத்தின் வெவ்வேறு பகுதி களிலிருந்தும் சாரைசாரையாக சென்னைக்குப் பயணமானார்கள். பேருந்துகளிலும் புகை வண்டிகளிலும் இடம் கிடைக்காமல், வண்டிகளின் உச்சியில் அபத்திரமாக உட்கார்ந்து வந்தவர்கள் ஏராளம்.

அண்ணாவின் உடல் வைக்கப்பட்டிருந்த ராஜாஜி மண்டபம், கூட்ட நெரிசலில் சிக்கித் திணறியது. கட்டுக்கடங்காத கும்பலில் மிதிபட்டு, சில பொதுமக்கள் மரணமடைந்த சோகமும் நிகழ்ந்தது. தமிழகத் தலைநகரம், முன்பு எப்போதும் கண்டிராத பெருங்கூட்டம். அண்ணாவின் உடலைக் கடைசியாகப் பார்ப்பதற்காக வந்து குவிந்த கூட்டத்தை, கண்ணீர்க் கடல் வந்து மூழ்கடித்தது.

தந்தை பெரியார், மூதறிஞர் ராஜாஜி, காமராஜர், பிரதமர் இந்திரா காந்தி உள்பட, எல்லாக் கட்சித் தலைவர்களும் அண்ணாவின் மறைவுக்கு தங்களின் ஆழ்ந்த இரங்கல்களைத் தெரிவித்திருந் தார்கள்.

அதற்குமுன் எப்போதும் கண்டிராத அளவுக்கு சுமார் ஒன்றரை, கோடி மக்கள் கண்ணீர் அஞ்சலி செலுத்த, அண்ணாவின் இறுதி ஊர்வலம் நடைபெற்றது. வங்கக் கடலோரம், அண்ணாவின் உடல் நல்லடக்கம் செய்யப்பட்டது.

தற்போது, அந்த இடத்தில் ஓர் அழகான நினைவு மண்டபம் எழுப்பப்பட்டுள்ளது. அங்குள்ள அணையா விளக்கின் அடியில் பொறிக்கப்பட்டுள்ள 'எதையும் தாங்கும் இதயம் இங்கே உறங்கு கிறது!' எனும் வாக்கியம் அண்ணாவின் நினைவை தமிழர்கள் மனத்தில் நிலைநிறுத்துகிறது.

பின்னிணைப்பு – 1

அண்ணா: காலவரிசை

1909	அண்ணா பிறப்பு (செப்டம்பர் 15 - காஞ்சிபுரம் - தந்தை நடராஜன், தாய் பங்காரு அம்மாள்).
1914	காஞ்சிபுரம் பச்சையப்பன் பள்ளியில் சேர்கிறார்.
1927	காஞ்சி நகராட்சியில் எழுத்தராகப் பணிபுரிகிறார்.
1928	சென்னை பச்சையப்பன் கல்லூரியில் மேற்படிப்புக் காகச் சேர்கிறார் அண்ணா.
1930	மனைவி திருமதி இராணி அம்மையாருடன் திருமணம்.
1931	அண்ணாவின் முதல் கட்டுரை 'தமிழரசு' இதழில் வெளியாகிறது
1934	தந்தை பெரியாருடன் முதல் சந்திப்பு. அவரை மானசீகக் குருநாதராக ஏற்கிறார்.
	அரசியல் மற்றும் சமூகப் பணிகளில் ஆர்வமும் வேகமும் அதிகரிக்கிறது.
	முதல் சிறுகதை ஆனந்த விகடனில் வெளியாகிறது
1935	கல்லூரியிலிருந்து பட்டதாரியாக வெளியே வருகிறார்.

1935	வேலைக்குச் செல்லாமல் சமூகப் பணிகளில் ஈடுபட முடிவு செய்கிறார்.
	நீதிக் கட்சியில் சேர்கிறார்.
1936	சென்னை மாநகராட்சித் தேர்தலில் போட்டியிட்டுத் தோல்வியடைகிறார்.
1937-38	'விடுதலை' மற்றும் 'குடியரசு' இதழ்களில் துணை ஆசிரியராகப் பணிபுரிகிறார்.
	ஹிந்தி எதிர்ப்புப் போராட்டம்.
	அண்ணா, முதன்முறையாக சிறைக்குச் செல் கிறார்.
1939	நீதிக் கட்சியின் செயலாளராகிறார்.
1942	சென்னை நீதிக் கட்சி மாநாட்டுக்குத் தலைமை தாங்குகிறார்.
	'திராவிட நாடு' இதழைத் தொடங்குகிறார்.
1943	அண்ணாவின் முதல் நாடகம் 'சந்திரோதயம்' அரங்கேறுகிறது.
1944	அண்ணா முன்வைத்த கோரிக்கையின்படி நீதிக் கட்சி, திராவிடர் கழகமாகிறது.
1947	இந்தியச் சுதந்தர நாள் விவகாரத்தில். பெரியாருடன் முதல் பெரிய கருத்து வேறுபாடு.
1948	ஈரோட்டில் அண்ணா தலைமையில் திராவிடர் கழக ஹிந்தி எதிர்ப்புச் சிறப்பு மாநாடு.
	அண்ணாவிடம் 'பெட்டிச் சாவியைத் தருகிறேன்' என்று பேசுகிறார் பெரியார்.
1949	பெரியார் திருமணம்.
	'திராவிட முன்னேற்றக் கழகம்' உதயம் (செப்டம்பர் 17). அண்ணா அதன் முதல் பொதுச் செயலாளராகத் தேர்வு செய்யப்படுகிறார்.

1950 அண்ணாவின் வழிகாட்டுதலில், ஏராளமான கிளைக் கழகங்களுடன் வளரத் தொடங்குகிறது தி.மு. கழகம்.

'ஆரிய மாயை' நூலுக்கும் தடை. அண்ணா கைது செய்யப்படுகிறார்.

1951 சென்னையில், அண்ணா தலைமையில் தி.மு.க. முதல் மாநில மாநாடு.

1952 தமிழக சட்டமன்றத் தேர்தலில், தி.மு.க. போட்டியிடவில்லை. அதன் கொள்கைகளுடன் ஒத்துப் போகும் சில நல்ல வேட்பாளர்களை ஆதரிப்போம் என்று அறிவிக்கிறார்.

ஹிந்தி எதிர்ப்புப் போராட்டம் வலுக்கிறது.

1957 தமிழக சட்டமன்றத் தேர்தலில், தி.மு.க. பதினைந்து இடங்களை வெல்கிறது.

காஞ்சிபுரம் சட்டமன்ற உறுப்பினராகிறார்.

1960 நெடுஞ்செழியனைத் தொடர்ந்து, மீண்டும் தி.மு. கழகப் பொதுச் செயலாளராகத் தேர்வு செய்யப் படுகிறார்.

1962 தமிழக சட்டமன்றத் தேர்தலில் அண்ணா தோல்வி.

தி.மு.க., ஐம்பது இடங்களில் வெற்றி பெறுகிறது.

மாநிலங்களவை உறுப்பினராகிறார்.

சீனப் போர் சூழ்நிலையைக் கருதி, திராவிட நாடு கோரிக்கையை வலியுறுத்துவதில்லை என அறிவிக்கிறார்.

1963 'கட்டாய ஹிந்தி'யை வலியுறுத்தும் சட்டப்பிரிவை, எரிக்க முயன்ற குற்றத்துக்காகக் கைதாகிறார்.

1967 தமிழக சட்டமன்றத் தேர்தலில், திராவிட முன்னேற்றக் கழகக் கூட்டணி அபார வெற்றி.

1967	தென்சென்னை பாராளுமன்றத் தொகுதியில் அண்ணா வெற்றி (பின்னர், இந்தப் பதவியை ராஜினாமா செய்துவிட்டு, சட்டமன்ற மேலவை உறுப்பினராகிறார்).

தமிழக முதல்வராகப் பதவியேற்கிறார் (மார்ச் 6).

1968	உலகத் தமிழ் மாநாட்டைச் சிறப்பாக நடத்துகிறது அண்ணா அரசு.

அமெரிக்காவின் யேல் பல்கலைக்கழகம் அண்ணாவுக்கு அழைப்பு விடுக்கிறது, உலகப் பயணம்.

அண்ணாமலைப் பல்கலைக்கழகம் அவருக்கு 'டாக்டர்' பட்டம் வழங்குகிறது.

அண்ணா உடல்நலம் கெடுகிறது, புற்றுநோய் எனச் சந்தேகம் எழுகிறது.

அமெரிக்காவில் அறுவை சிகிச்சை.

1969	'தமிழ்நாடு' பெயர்சூட்டு விழாவில் கலந்து கொள்கிறார்.

மேலும் உடல்நலம் கெடுகிறது.

பிப்ரவரி 3 அதிகாலையில் மரணம்.

பின்னிணைப்பு - 2

அண்ணாவுக்குப்பிறகு திராவிட இயக்கங்கள்:

- *திராவிட முன்னேற்றக் கழகத்திலும் சரி, தமிழக ஆட்சியிலும் சரி. தனக்குப்பின்னால் யார் பொறுப்பேற்க வேண்டும் என்பதை அண்ணா தெளிவாகச் சொல்லியிருக்கவில்லை.*

- *அண்ணாவுக்குப் பிறகு அமைக்கப்பட்ட தாற்காலிக அமைச்சரவை, அப்போதைய கல்வி அமைச்சர் இரா.நெடுஞ்செழியனை முதலமைச்சராகக் கொண்டிருந்தது. பிற அமைச்சர்கள், அதே பொறுப்புகளுடன் இந்த அமைச்சரவையிலும் தொடர்ந்தார்கள்.*

- *அண்ணாவின் அமைச்சரவையில் பொதுப்பணித்துறை அமைச்சராக இருந்த மு.கருணாநிதி பிப்ரவரி 10, 1969 அன்று புதிய முதல்வராகத் தேர்வு செய்யப்பட்டார்.*

- *1971 தேர்தலிலும், திராவிட முன்னேற்றக் கழகம் வெற்றி பெற்று ஆட்சி அமைத்தது. மு.கருணாநிதி இரண்டாவது முறையாக முதல்வரானார்.*

- *அண்ணாவின் காலத்தில் மிக முக்கியமான கலைத்துறைப் பிரதிநிதிகளில் ஒருவராக இருந்தவர், நடிகர் எம்.ஜி. ராமச்சந்திரன். எழுபதுகளின் தொடக்கத்தில், இவருக்கும் முதல்வர் கருணாநிதிக்கும் இடையே உண்டான பிரச்னைகளால், கட்சியில் ஏகப்பட்ட குழப்பங்கள் முளைத்தன.*

- 1972 அக்டோபரில், எம்.ஜி.ஆரைக் கட்சியிலிருந்து நீக்கினார் கருணாநிதி. 'அண்ணா திராவிட முன்னேற்றக் கழகம்' (அ.தி.மு.க.) என்ற புதுக்கட்சியைத் தொடங்கினார் எம்.ஜி.ஆர்.

- முதல்வர் கருணாநிதியை எதிர்த்து தீவிர அரசியலில் குதித்த அ.தி.மு.க., மிக விரைவில் பெரும்பான்மை மக்களின் ஆதரவைத் திரட்டிக்கொண்டது. இதற்கு எம்.ஜி.ஆரின் சினிமாக் கவர்ச்சி பெரிதும் உதவியது.

- 1977-ம் ஆண்டு நடந்த சட்டமன்றத் தேர்தலில், அதிகபட்ச இடங்களைக் கைப்பற்றி வெற்றி பெற்றது அண்ணா திராவிட முன்னேற்றக் கழகம். அதன் தலைவர் எம்.ஜி.ஆர்., தமிழகத் தின் முதலமைச்சராகப் பொறுப்பேற்றார்.

- பத்து ஆண்டுகள் தொடர்ந்து தமிழகத்தை ஆண்ட எம்.ஜி.ஆர்., 1987 டிசம்பரில் மரணமடைந்தார். பின்னர், 1989-ல் மீண்டும் ஆட்சியைக் கைப்பற்றியது மு.கருணாநிதி தலைமையிலான திராவிட முன்னேற்றக் கழகம்.

- 1991 தேர்தலில் அ.தி.மு.க. வெற்றிபெற்றதில், ஜெயலலிதா தமிழக முதல்வரானார்.

- தொண்ணூறுகளில் திராவிட முன்னேற்றக் கழகத்திலிருந்து பிரிந்து, தனித்து இயங்கிவரும் இன்னொரு முக்கியமான கட்சி, வைகோவின் மறுமலர்ச்சி திராவிட முன்னேற்றக் கழகம் (ம.தி.மு.க.).

- தி.மு.க.வின் தாய்க் கழகமான 'திராவிடர் கழகம்', பெரியாரின் மறைவுக்குப்பிறகு (1973), அவருடைய அணுக்கச் சீடர் கி. வீரமணி தலைமையில் இயங்கி வருகிறது.

- அண்ணாவுக்குப் பிறகு தமிழகத்தை ஆட்சி செய்த கட்சிகள், அவருடைய வழிவந்த தி.மு.க.வும் அ.தி.மு.க.வும் மட்டும் தான் என்பது குறிப்பிடத்தக்கது.

- தி.மு.க: 1969 -76, 1989 - 91, 1996 - 2001, 2006 - இன்றுவரை.

- அ.தி.மு.க: 1977 - 80, 1980 - 84, 1985 - 87, 1988, 1991 - 96, 2001 - 2006.

பின்னிணைப்பு – 3

அண்ணாவின் குறிப்பிடத்தக்க படைப்புகள் மற்றும் நூல்கள்

அண்ணாவின் படைப்புகள்:

புதினங்கள் / நாவல்கள்	5
குறுநாவல்கள்	23
சிறுகதைகள்	117
மடல்கள்	24
தம்பிக்குக் கடிதங்கள்	290
நாடகங்கள்	13
சிறு நாடகங்கள்	70
கவிதைகள்	80
கட்டுரைகள்	1500-க்குமேல்

அண்ணா பயன்படுத்திய சில புனைப்பெயர்கள்:

- செளமியன்	- பரதன்
- சமதர்மன்	- நக்கீரன்
- சம்மட்டி	- குறிப்போன்
- ஒற்றன்	- வீரன்
- ஆணி	- வீனஸ்

முக்கிய நூல்கள்:

- தம்பிக்குக் கடிதங்கள் (பல பாகங்களாக வெளியாகி உள்ளது)

சிறுகதைத் தொகுப்புகள்:

- அறுவடை
- செவ்வாழை
- இரு பரம்பரைகள்
- பித்தளை அல்ல, பொன்னேதான்!
- அறிஞர் அண்ணா சொன்ன நூறு நகைச்சுவைக் கதைகள்
- அறிஞர் அண்ணா சிறுகதைகள் (தொகுப்பு நூல்)

புதினங்கள் / நாவல்கள்

- ரங்கோன் ராதா
- குமாஸ்தாவின் பெண்

குறும்புதினங்கள் / குறுநாவல்கள்

- தழும்புகள் (தொகுப்பு நூல்)

கட்டுரை நூல்கள்

- ஆரிய மாயை
- ஏ, தாழ்ந்த தமிழகமே!
- இன்ப திராவிடம்
- கம்ப ரசம்
- தீ பரவட்டும்!
- பொங்கலோ பொங்கல்!

கவிதைகள்

- அண்ணாவின் கவிதைகள் (தொகுப்பு நூல்)

சொற்பொழிவுகள்

- அண்ணாவின் 'சட்ட சபை' உரைகள்
- அண்ணாவின் 'ராஜ்ய சபை' உரைகள்

- அண்ணாவின் பட்டமளிப்பு உரைகள்
- அண்ணாவின் வானொலி உரைகள்
- பேரறிஞர் அண்ணாவின் பேருரைகள் (தொகுப்பு நூல்கள்)

பிற

- கைதி எண் 6342 (மொழிப்போரில் சிறை சென்ற அண்ணாவின் அனுபவங்கள்)
- அறிஞர் அண்ணாவின் நாடகக் காவியங்கள் (தொகுப்பு நூல்)
- அண்ணாவின் முத்துக்குவியல்
- அண்ணாவின் பொன்மொழிகள்
- அண்ணாவின் சின்னச் சின்ன மலர்கள்

நாடகங்கள்:

சந்திரோதயம்

சந்திர மோகன் / சிவாஜி கண்ட இந்து ராஜ்யம்

ஓர் இரவு

வேலைக்காரி

காதல் ஜோதி

நீதிதேவன் மயக்கம்

நல்ல தம்பி

சொர்க்க வாசல்

பாவையின் பயணம்

கண்ணாயிரத்தின் உலகம்

ரொட்டித் துண்டு

இன்ப ஒளி

திரைப்படங்கள்:

- ஓர் இரவு
- வேலைக்காரி
- நல்ல தம்பி
- சொர்க்கவாசல்
- ரங்கோன் ராதா (கதைமட்டும்)
- தாய் மகளுக்குக் கட்டிய தாலி (கதைமட்டும்)

பின்னிணைப்பு - 4

நன்றி

புத்தகங்கள்:

- *பேரறிஞர் அண்ணாவின் தன் வரலாறு - அண்ணா பரிமளம் - பாரதி பதிப்பகம் - 1997.*

- *அறிஞர் அண்ணாவின் வாழ்க்கை வரலாறு - தொகுப்பு: அண்ணா பரிமளம் -* http://www.arignaranna.info/

- *நெஞ்சுக்கு நீதி (முதல் பாகம்) - மு. கருணாநிதி - திருமகள் நிலையம் - 1975.*

- *அண்ணாவின் வாழ்க்கைக் குறிப்புகள் - இரா. தியாகராசன் - சாந்தி பப்ளிகேஷன்ஸ் - 1999.*

- *அறிஞர் அண்ணா - பி. சி. கணேசன் - அருந்ததி நிலையம் - 2005.*

- *அறிஞர் அண்ணா - லேனா தமிழ்வாணன் (பதிப்பாசிரியர்) - மணிமேகலைப் பிரசுரம் - 2002.*

- *பேரறிஞர் அண்ணா - ஞா. மாணிக்கவாசகன் - உமா பதிப்பகம் - 2000.*

- *தி.மு.க.வின் தோற்றமும் வளர்ச்சியும் - சிவலை இளமதி - மணிமேகலைப் பிரசுரம் - 1987.*

- *தி.மு.க. பிறந்தது எப்படி? - அருணன் - வசந்தம் வெளி யீட்டகம் - 2005.*

- அண்ணா ஆட்சியைப் பிடித்தது எப்படி? - அருணன் - வசந்தம் வெளியீட்டகம் - 2005.

- அறிஞர் அண்ணா - கி. வீரமணி - பெரியார் சுயமரியாதை பிரசார நிறுவன வெளியீடு - 1998.

- அறிஞர் அண்ணா - சு. சண்முகசுந்தரம் - சாகித்திய அகாதெமி - 2001.

- திராவிட இயக்க வேர்கள் - க. திருநாவுக்கரசு - நக்கீரன் பதிப்பகம் - 1999.

- தமிழர் தலைவர் - சாமி சிதம்பரனார் - பெரியார் சுயமரியாதை பிரசார நிறுவன வெளியீடு - 2001.

- மு. க. - ஜெ. ராம்கி - கிழக்கு பதிப்பகம் - 2006.

- கோட்டையும் கோடம்பாக்கமும் - ஆரூர்தாஸ் - விகடன் பிரசுரம் - 2006.

கட்டுரைகள்

- தென்திசையில் உதித்தெழுந்த செங்கதிரோன் (தி. மு. க. வரலாறு) - திராவிட முன்னேற்றக் கழகம்.

- தலைநிமிர்ந்த தமிழர்கள்: அண்ணா - பெ. கருணாகரன், தளவாய் சுந்தரம் - குமுதம்.

- சரியாசனம் கொடுத்த அண்ணா - டி. வி. நாராயணசாமி / எஸ். ஜெய நரசிம்மன் - ஆறாம்திணை.

- அண்ணாவின் ஆசை - க. இராசாராம்.

- மனித நேயம் - அண்ணா பரிமளம் - http://www.arignaranna.info/

- அண்ணாவின் சாதனைகள் - அண்ணா பரிமளம் www.arignaranna.info/

- ஆயிரங்கால் மண்டபத்தின் ஐந்து தூண்கள் - ப. திருமா வேலன் - தினகரன் தீபாவளி மலர் - 2006.

- கழகம் பிறந்ததும் கொடி பறந்ததும் - கலி. பூங்குன்றன்.

- Anna's Legacy - Sachi Sri Kantha - http://www.tamilnation.org/

- Anna - V N Swamy - http://www.arignaranna.info/

- Anna: A Kansas Memory - Albert B Franklin - http://www.arignaranna.info/
- C N Annadurai - A P Janarthanam - http://www.tamilnation.org/
- DMK and Tamil Nadu Independence - Thanjai Nalankilli - Tamil Tribune.
- Tamil Cinema History - The Early Days - Film News Anandan - http://www.indolink.com/

இணையத் தளங்கள்:

- http://www.arignaranna.info/
- http://www.dmk.in/
- http://www.tn.gov.in/tamiltngov/memorial/anna.htm
- http://www.eci.gov.in/
- http://archives.aaraamthinai.com/6mthinaithoguppu/special/annadurai.asp
- http://www.indolink.com/tamil/cinema/Memories/98/fna/fna3.htm
- http://www.tamilnation.org/forum/sachisrikantha/annalegacy.htm
- http://www.indiansaga.info/history/postindependence/tamil_nation.html
- http://www.intamm.com/politics/dmk/dmk.htm
- http://www.intamm.com/politics/dk/dk.htm
- http://www.tamilnation.org/hundredtamils/annadurai.htm
- http://www.geocities.com/tamiltribune/03/1101.html

பிற

- *1957, 1962, 1967 தேர்தல் முடிவுகள் - இந்திய அரசுத் தேர்தல் ஆணையம்.*
- *தினமணி தேர்தல் மலர் - 2006.*